பொன்னாலே புழுதி பறந்த பூமி

பொன்னாலே புழுதி பறந்த பூமி

சோலைக்கிளி (பி. 1957)

உதுமாலெவ்வை முஹம்மது அதீக் எனும் இயற்பெயருடைய கவிஞர் சோலைக்கிளி இலங்கையின் கிழக்கு மாகாணத்தில் கல்முனையைச் சேர்ந்தவர். 1980களில் எழுதத் தொடங்கியவர். *இருப்பு* சஞ்சிகையின் ஆசிரியர்களுள் ஒருவர். வியூகம் குழுவில் இடம்பெற்றவர். சிறந்த கவிதைத் தொகுதிக்கான இலங்கை அரசின் சாகித்ய விருதினை 1996இல் 'பாம்பு நரம்பு மனிதன்' தொகுதிக்காகவும், 1997இல் 'பனியில் மொழி எழுதி' தொகுதிக்காகவும் பெற்றவர். 1991இல் இவரது 'காகம் கலைத்த கனவு' சுதந்திர இலக்கிய விழாவில் சிறந்த தொகுதிக்கான விருதினைப் பெற்றது. 1988இல் இலங்கை வடக்கு கிழக்கு மாகாண சபையின் சாகித்ய விருதை 'எட்டாவது நரகம்' தொகுதிக்காகப் பெற்றார். 2005இல் ஜப்பான் அரசின் கலாசார வுங்கா விருதைப் பெற்றுள்ளார்.

இவரது கவிதைகள் சிங்களம், ஆங்கிலம், கன்னடம் போன்ற மொழிகளில் பெயர்க்கப்பட்டிருக்கின்றன. பல கவிதைகள் பல்கலைக்கழகங்களிலும் கல்லூரிகளிலும் பாடமாகவும் உள்ளன.

முகவரி : 'ஜெஸ்மின்ஸ்'
502/A3, பள்ளிவீதி
கல்முனை - 05
இலங்கை

தொலைபேசி : 067 - 2223596; 0752256556

Email : solaikiliatheek@gmail.com

ஆசிரியரின் பிற நூல்கள்

- நானும் ஒரு பூனை (1985)
- எட்டாவது நரகம் (1988)
- காகம் கலைத்த கனவு (1991)
- ஆணிவேர் அறுந்த நான் (1993)
- பாம்பு நரம்பு மனிதன் (1995)
- பனியில் மொழி எழுதி (1996)
- என்ன செப்பங்கா நீ . . . (2005)
- வாத்து (2007)

சோலைக்கிளி

பொன்னாலே புழுதி பறந்த பூமி

காலச்சுவடு பதிப்பகம்

பொன்னாலே புழுதி பறந்த பூமி • பத்திகள் • ஆசிரியர் : சோலைக்கிளி •
© உதுமா லெவ்வை முஹம்மது அதீக் • முதல் பதிப்பு : நவம்பர் 2011 •
வெளியீடு: காலச்சுவடு பப்ளிகேஷன்ஸ் (பி) லிட்., 669 கே. பி. சாலை,
நாகர்கோவில் 629 001.

காலச்சுவடு பதிப்பக வெளியீடு: 406

ponnaalee puzuti paRanta puumi • Columns • Author: Solaikili •
© U.L.M. Atheek • Language: Tamil • First Edition: November 2011

Published by Kalachuvadu Publications Pvt. Ltd., 669 K.P. Road,
Nagercoil 629 001, India • Phone: 91 - 4652 - 278525 • e-mail:
publications@kalachuvadu.com

ISBN : 978-93-80240-60-2

11/2011/S.No. 406, kcp 714, 18.6 (1) 600

என் கொச்சிப் பழமும்
செப்புக் குடமுமான
மூத்தம்மாவுக்கு

நன்றி

என். ஆத்மா
றமீஸ் அப்துல்லா
எச்.எம். பாறூக்
றஹ்மத்துல்லா
நபீல்
நவாஸ் சௌபி
காலச்சுவடு

மற்றும்

றிஸ்னாஸ்
றிஹானா

குறிப்பாக

இப்பத்திகளைத்
தொடர்ந்து வெளியிட்ட
வீரகேசரி வார வெளியீடு

பொருளடக்கம்

பத்திக்கை	11
ஒரு குறிப்பு	13
என்னுரை	15
முன்னுரை	19
பொன்னாலே புழுதி பறந்த பூமி	33
வழுதிலங்காயில் புள்ளி	38
நெஞ்சில் ஊரும் எலிகள்	42
வெறுவாய்க்கேடு வாசலிலே படுக்கிறது.	46
இப்போது உள்ளவள் கீரை நாக்கு	51
அவல் ஒரு கொத்து என்ன விலை மச்சி	55
வண்டப்பம்தான் ஊருக்கு அழகு	60
மீன்களுக்குச் சிலைவைத்தால் நாறவா போகிறது	64
எனது ஊர் என்ற கொய்யாமரம்	68
புல்வெளி உண்டாக்கப்போன பொன்னிவண்டு	72
தொட்டுக்கொள்ளக் கொஞ்சம் சுண்ணாம்பும் மடித்து வாய்க்குள்வைக்க ஒரு வெற்றிலையும்	76
திருந்தாத சனங்கள்தான் இந்த உலகத்தின் செங்கல்	81
கற்பனையில் ஒரு கொம்பும் கூழ்முட்டை நாற்றமும்	85
அப்பன் மடியும் பூத்தட்டு	88
எத்தனை மூடைகளாம் பொன்குருவிப் பூஞ்சிறகு	93
குருவியின் படுக்கைக்கு ஒரு காதல் கடிதம்	97
என் வாலிப ஆமை	101

காலம் சுட்டுத்தின்ற கடற்கரைக் கருவாடு	106
கடலே கடலே எனக்கு ஒரு சைக்கிள் வாங்கித் தா	111
கோழிப் பண்ணைகள் காற்றோட்டமானவை	117
இதற்குத்தானடியம்மா உன்னை மனைவியென்பது	123
மஞ்சவணா மரத்தில் ஒரு நூல்	129
பல்லிகளின் குடிமக்களாக நாம் எப்போது மாறுவது	137
புல்லடையும் பூக்கானும்	143
பின் பின் பின் நவீனத்துவம்	148
பூனையும் பிள்ளையும் இங்கு ஒன்று	156
நினைவு எதிலும் ஏறித்தான் வரும்	162
முற்போக்கு மாது சில்லெனப் பாஞ்சான்	167
என் தொண்டைக்குள் அவள் கொண்டை மயிர்	172
கண் இருப்பது மூடத்தானே	179
சொல்விளக்கம்	183

பத்திக்கை

குளிர்ந்த இந்த வைகறைப் பொழுதில் இதை நான் எழுதுகிறேன். சுமார் கால் நூற்றாண்டுகளாகப் பரந்து விரிந்து என்னைக் கடந்துகிடக்கும் எனது பேனா வாழ்க்கையின் நினைவுகள் சிலதைத் துலாவின் 'பத்திக்கை' பிடித்து நீரை அள்ளியிறைப்பது மாதிரி அள்ளி இறைப்பதே இத்தொடரின் நோக்கமே தவிர, எவரையும் குத்துவதோ குடாசுவதோ அல்ல. சத்தியமாக இதில் சொல்லப்படும் சம்பவங்கள் அனைத்தும் என் நினைவுக்குத் தெரிந்த வரை உண்மைகள். இத்தொடரை எழுதத் தூண்டிய றிஸ்வி யூ முகம்மத் நபீல், றஸ்மி போன்றோருக்கும், இதை உங்கள் முன் சமர்ப்பிக்க பல விதங்களிலும் பாடுபட்ட என் சகோதரன் என். ஆத்மா வுக்கும் என் நன்றிகள்.

இந்த மாட்டிற்கு என்ன இவ்வளவு மேய்ச்சல்! ஒரு மரத்திற்குக் கீழ் படுத்து இரைமீட்டத் தொடங்கியதா! கவிதைப் பசு கொஞ்சம் காலாறிப்போகட்டும். படுத்து கதை சொல்லி.

சோலைக்கிளி

ஒரு குறிப்பு

சோலைக்கிளியும் நானும் ஈழத்தில் கிழக்கு மாகாணத்தின் நெய்தலுக்கும் மருதத்துக்கும் நடுவிலமைந்த இரு வேறு கிராமங்களில் பிறந்து வளர்ந்து வாழ்ந்துகொண்டிருப்பவர்கள். எங்களிருவரின் ஊர்களுக்கும் இடைப்பட்ட தூரம் அண்ணளவாக இரண்டு கிலோ மீட்டர்கள் இருக்கலாம். நாங்கள் பிறந்த இரண்டு இனங்களும் அவ்வப்போது உன்மத்தங்கொண்ட யானைகள்போல் மோதிக்கொள்ளும் காலங்களில்கூட அவற்றின் தூண்களை ஒத்த கால்களுக்குள்ளால் இரு முயல்களாக எப்படியோ நுழைந்து எல்லையோரம் வரை துள்ளித்துள்ளி வந்து சந்தித்துப் பிரிவது வழக்கம். எங்கள் கிராமங்களின் தோற்றங்கள் இன்றைக்கு மாறிய போதிலும் குரங்குப்பிடியுடன் எமது மண்ணையும் ஞாபகங்களையும் இறுகப் பற்றிக்கொண்டு கிடக்கின்றோம்.

எங்கள் ஆறுகளின் நீர்ப்பரப்பை சல்வீனியா மூடாத, எங்கள் சமுத்திரங்களின் கரைகளில் சடலங்கள் ஒதுங்காத, எங்கள் பூரண நிலவைக் கருமுகில்கள் திரை போடாத காலமொன்று இருந்தது. எங்கள் 'பூமியில் பொன்னாலே புழுதி பறந்த அந்தக் காலத்துக்கு' என் நண்பன் சோலைக்கிளி நம்மை வசியம் செய்து அழைத்துச் செல்கிறான். அவனுடைய பால்யகால ஞாபகங்கள் இந்நூலில் பொங்கி வழிகின்றன. இதில் தென்படும் காற்று மண்டலத்தில் என் மூச்சுகளும், சமுத்திரக் கரையினில் என் காலடிகளும், கல்யாணிப் பற்றைகளில் என் வண்ணத்துப் பூச்சிகளும் திரையரங்குகளின் சுவர்கள் நடுவே என் கரகோஷங்களும் விசிலடிப்புகளும் இரண்டறக் கலந்து கிடக்கின்றன. ஒரே குடையின்

கீழே ஒட்டியபடி நடந்து எங்கள் வானத்தின் பரிசுகளான வெயிலின் வெம்மையில் வாடியும் மழையில் நனைந்தும் பழக்கப்பட்டவர்கள் நாங்கள். இந்தப் பிரதேசத்தின் வாழ்வை யும் மனித நடத்தைகளையும் கிராமிய மணம் கமழ அவன் விபரித்துச் செல்லும் பாங்கை ஓர் சிறுவனாக மாறி வியந்து பார்க்கின்றேன். இந்த மண்ணைத் தோண்டி, புதையல்களை வெளிக்கொணரும் வித்தையை அவன் எங்கே கற்றான் எனப் புரியவில்லை. கவிஞனாக மட்டும் இதுவரை அறியப்பட்ட அவனது படைப்பாற்றலின் மற்றொரு பரிணாமம் அது.

தேர்ந்த பாடகன் ஒருவனின் ஆதங்கம் நிறைந்த பெரு மூச்சுகூட சங்கீதந்தான். சோலைக்கிளியும் கைதேர்ந்த ஓர் கலைஞன்தான்.

கல்முனை **உமா வரதராஜன்**

அக்டோபர், 2011

என்னுரை

நினைவுகளுடனேயே பிறந்து நினைவுகளுடனேயே வளர்ந்து நினைவுகளுடனேயே மறைந்து போகின்ற மனிதனுக்கு நினைவுகளே உணவாகியும் விடுகின்றன. மனமும் வயிறுமாதிரி ஓர் அங்கம்தான். அதற்குள்ளும் சிறுகுடல் பெருங்குடல் என்றும் இரைப்பை என்றும் இருக்கிறது. அதற்கும் உணவு தேவைப்படுகிறது. இந்த நினைவு என்ற பதார்த்தத்தைப் புசித்துப் புசித்தே அது தன்னை இயங்கவைத்துக்கொள்கிறது.

நினைவுகள் இல்லாத மனிதன் கனவுகள் இல்லாத கருங்கல் என்றும் சொல்லிவிட முடியாது. ஏனெனில்; கருங்கற்களுக்கும் கனவுகள் இருக்கின்றன.

நதிக்கும் கனவுகள் இருக்கின்றன. கடலுக்குக் கனவுகள் இருக்கின்றன. மலைக்குக் கனவுகள் இருக்கின்றன. மலர்களுக்கும் கனவுகள் இருக்கின்றன.

இப்படி -

கனவுகள் இல்லாத ஒன்று இந்த உலகத்தில் இல்லை. கனவுகள் உருவாக வேண்டுமென்றால் நினைவுகள் அவசியம் தேவைப்படுகின்றன.

இந்த உலகத்தில் எதற்கும் நினைவுகள் உண்டு. மரத்தில் இருக்கின்ற இலைகூட அவ்வப்போது ஆடுவது நினைவுவரத்தான்.

இதில் நானொன்றும் விதிவிலக்கில்லை. நானும் இந்த உலகத்தில் மிதக்கின்ற ஒரு துரும்பு. எனக்கும் மனம் இருக்கிறது. அது சாப்பிடும் சாப்பாடாக நினைவுகளும் உள்ளன.

ஒருவனின் நினைவு ஒருவனுக்குப் புதிது. மற்றவனின் நினைவு அடுத்தவனுக்கு ஆனந்தம். இப்படி நினைவுகளை மாறி மாறிப் பகிருகின்றபோதுதான் மனிதன் தங்களுக்குள்ளான இணக்கத்தைப் பேணி, ஒருவனில் இருந்து ஒருவன் வெளிக் கிறான். ஒருவனின் நினைவை ஒருவன் உண்ணும்போது நினைவுகள் விருந்தாகின்றன.

எனது விருந்து இந்தப் பத்திக்கை. சுமார் அரை நூற்றாண்டு வாழ்க்கையின் புழுதிகளையும், பொறுக்கி எடுத்த சில மணிகளையும் சிறு போத்தலுக்குள் அடைத்த தேனைப் போல உங்களுக்கு நாக்கில் தொட்டுவைக்க முனைந்திருக் கிறேன். இது அதன் முதலாம் பாகம். இன்னும் பல பாகங்கள் உண்டு.

இதை ஒரு நெடுங்கதையாகவும் நீங்கள் கருதலாம். ஒன்றுக்கு ஒன்று தொடர்பில்லாததுபோல் தெரிந்தாலும், ஒன்றுக்கு ஒன்று தொடர்புமிருக்கிறது.

இப்படித்தான், ஒன்றுக்கு ஒன்று தொடர்பில்லாமல் ஒன்றுக்கு ஒன்று தொடர்பானதுதான் இந்த உலக வாழ்க்கை யும். இதை எழுதிக்கொண்டிருக்கும்போது நான் ‘ஒன்றுக்குப்’ போய் வந்தேன். எந்தத் தொடர்புமில்லாமல். பிறகு தொடர்ந்து எழுதினேன். தொடர்பாகி. இதில் யோசிப்பதற்கு ஒன்றுமில்லை. சிறுநீர் கழிப்பதும் நமது வாழ்க்கைதான். வாழ்க்கையென்பது மெத்தையில் படுத்து உருளுவது மாத்திரமல்ல. படுக்கும்போது நம்மில் குந்த வரும் கொசுக்களைத் தட்டிவிடுவதும் வாழ்க்கை யாகிறது.

இந்த உலகத்தில் வாழவென்று வந்த அனைவருமே ஒவ்வொரு பொருள் விற்கும் ஒவ்வொரு தெரு வியாபாரிகள் மாதிரி. அவரவரது பண்டங்களை அவரவர் கூறி விற்கும்போது நாய்கள் துரத்துவதும் வாழ்க்கையோடு பின்னிப் பிணைந்து விடுகிறது. இது அவர்களுக்கு மறுநாள் நினைவாகிவிடுகிறது. நாய்க்கு அது கனவாகி வழிகிறது.

எனது கனவுகளின் உயிர்கள் இந்தப் பத்திக்கையில் மீண்டும் வேர் பிடித்திருக்கின்றன. இதை ஆட்டவோ அசைக்கவோ மாட்டாமல் ஒரு மரமாக வளர்த்தெடுப்பதுதான் எனது எண்ணம்.

பத்திக்கை என்பது கிணற்றிலுள்ள நீரை அள்ளி ஊற்றுவதற்குத் துலாவில் கட்டப்பட்டிருக்கும் ஒரு தொடுப்பு. இந்தத் தொடுப்பில்தான் வாளி தூங்கும். இதைப் பிடித்துத் தான் கிணற்றுக்குள் வாளியைவிட்டுக் காரியமாற்ற வேண்டும்.

இது இல்லையென்றால் கிணற்றிலிருந்து எதையும் எடுக்க முடியாது.

ஆம், நீரும் எதிலாவது ஏறித்தான் வரும். அது மாதிரித் தான் நினைவுகளும் எதிலாவது தாவித்தான் படரும். ஆக, இரண்டும் குளிர்மையானது. ஆழத்தில் இருந்தே இந்த இரண்டும் ஊற்றெடுப்பன. இந்த இரண்டுக்குள்ளும் தவளை களும் துள்ளும். மீன்களும் பாடும்.

என் மீன்களின் பாடலாகவும் இது இருக்க,

பொன்னான செவிகள் பூக்குமென்று நினைக்கின்றேன். உங்கள் செவி தடவிச் சுகம் விசாரிக்கும் நண்பன்,

கல்முனை – 05
20.11.2010

சோலைக்கிளி

முன்னுரை

பத்திரிகைகளில் பத்தி எழுத்துக்கள் (Columns) மிக முக்கிய இடத்தைப் பெறுகின்றன. இவற்றை நிரல் எழுத்துக்கள் எனவும் அழைப்பர். பத்திரிகைகள் தோன்றிய காலத்தில் பாராளுமன்ற விவகாரங்கள், நீதிமன்ற விவகாரங்களை ஒட்டியே இவ்வகையான எழுத்துக்கள் வெளிவந்தன.

ஜோன் எம். ஹென்றி என்பவர், "பத்திகள் எழுதுவது எப்படி?" என்ற தனது நூலில் 'பத்திகள்' பற்றிப் பின் வருமாறு குறிப்பிடுகின்றார்.

"புத்திசாலித்தனமான நகைச்சுவை குறுங்கதை போன்றது; மிகச்சுருக்கமான ஆசிரிய வெளிப்பாடு; பெரும்பாலும் நகைச்சுவை கொண்டது; சில சமயம் உணர்ச்சி வெளிப்பாடும், சில சமயம் எள்ளலும்கூட இருக்கலாம்; வழக்கமாக இரண்டு மூன்று பாராக்கள் மட்டுமே எழுதப்படும்; ஏதோ ஒரு நுணுக்கமான அல்லது ஆச்சரியத்தை அளிக்கும் அபிப்பிராயத்தோடு முடியும்."

பத்திகள் பத்திரிகைகளில் வெளிவரத்தொடங்கிய ஆரம்பக் காலத்தில், பத்திரிகை ஆசிரியர்களே அதனை எழுதினர். ஆனால், இன்று சிறப்பான கட்டுரையாளர்களும் பிரபலமான எழுத்தாளர்களும் பத்திகளை எழுதுகின்றனர்.

பத்தி மிக உச்சப்பட்ச சுதந்திரமளிக்கப்பட்ட எழுத்துரு. சமூக, அரசியல், இலக்கிய, பண்பாட்டம்சங்களைப் பிரதிபலிப்பனவாக அவை இன்று வெளிவருகின்றன. அதன் அளவு குறித்தும் பல்வேறு கருத்துக்கள் நிலவுகின்றன. தற்காலத்தில் சற்று நீளமாகத்தான் நிரல் எழுத்துக்கள் அமைந்துவிடுகின்றன.

பத்தி எழுத்து நடை இறுக்கமானதல்ல. தளர்ச்சியும் நகைச்சுவை மிக்கதும். தனிப்பட்ட விருப்பு வெறுப்புக்களைக் கொண்டது. படைப்பாக்க உத்திகளைக் கொண்டமையலாம். ஆனால், புனைந்துரைக்கப்பட்டவை அல்ல. உண்மையான தாக அமைய வேண்டும். இவ்வகை எல்லாப் பண்புகளும் கொண்டதாகச் சோலைக்கிளியின் பத்திக்கை அமைந்துள்ளது.

'பத்திக்கை' பத்தி எழுத்துத்தான். ஆனால், 'பத்திக்கை' வெளிப்படுத்தும் அர்த்தம் வேறானது. 'பத்தி எழுத்துக்கள்' என்ற அர்த்தத்தில் அது இங்கு வரவில்லை. அது முற்றிலும் வேறானது. இதிலிருந்தே சோலைக்கிளியின் எழுத்துக்களின் சுவாரசியம்பற்றி எழுதத் தொடங்க முடியும்.

'பத்திக்கை' என்பது கிழக்குப் பிரதேசத்தின் கரையோரப் பகுதியில் உள்ள கிணறுகளில் இருந்து தண்ணீர் அள்ளு வதற்குப் பயன்படும் துலாக்கோலின் வாளியோடு - கயிற்றுக்குப் பதிலாக இணைக்கப்பட்டிருக்கும் கம்பிக்கு வழங்கும் பெயர். அக்கம்பியைப் பற்றிப் பிடித்தே வாளிமூலம் தண்ணீர் அள்ளுவர்.

அதேபோலக் கிழக்கில் வழக்கில் இருந்த - இருக்கின்ற சடங்கு, சம்பிரதாயங்கள், பழக்கவழக்கம், சொல்லாட்சி, மக்கள் பற்றிய செய்திகள், முதலானவற்றை அள்ளி இறைப்ப தாக - எடுத்துச் சொல்வதாகச் சோலைக்கிளியின் 'பத்திக்கை' அமைந்துள்ளது. இந்நூல் முப்பது பத்திகளைக்கொண்ட 'பத்திக்கை'யின் முதற்பாகமாகும்.

இந்நூலின் முதற்பத்தி 'பொன்னாலே புழுதி பறந்த பூமி'. முஸ்லிம்களுக்கேயுரிய கலையான 'பொல்லடி' பற்றி இப்பகுதியில் ஆசிரியர் விபரிக்கிறார். முஸ்லிம்களின் பாரம் பரியத்தில், வைபவங்களின்போது - முதற்காரியத்தைத் தொடங் கும்போது பொல்லடி அடித்து மங்களகரமாகத் தொடங்குவது வழக்கம். அந்தப் பாணியிலேயே இப்பத்தியும் 'பொல்லடி' யோடு தொடங்குவது கூர்ந்து கவனிக்கத்தக்கது.

சோலைக்கிளியின் பத்திகளில் வரும் 'வீடு' 'வளவு' பற்றிய செய்திகள் நமது பாரம்பரியத்தின் புண்ணியத்தை எடுத்துச் சொல்வன.

"அப்போது ஒரு குடியிருப்பு வளவு என்றால், அதற்கு; புறவளவு, கோடி, மையப்பூமி, கிணற்றடி என்றெல்லாம் பல பிரிவுகள் இருக்கும். வீடு கட்ட நிலம் எடுக்கும்போதே வளவை இவற்றிலெல்லாம் நிபுணத்துவம் வாய்ந்தவர்கள் பார்த்துக் கணித்துக் கணக்கெடுத்துக் கழித்துவிட்டுத்தான், அத்திவாரம் போடும் இடத்தைத் தெரிந்து சுள்ளி அடிப்பார்கள்... இது அனேகமாக வெள்ளிக்கிழமைகளில் 'குத்பா' சாய்ந்த பிறகு

தான் நடக்கும். வீட்டுக்காரர் நிலம் எடுத்து முடிந்ததும், அவருக்கு - வாழைப்பழம், வெற்றிலைபாக்கு, சாரன் சால்வை என்பவற்றை ஒரு வட்டாவில் வைத்து, அதை வெள்ளைச் சீலையால் மூடிக் கொடுப்பார்கள். அவர் முகமெல்லாம் மலர்ந்து வாங்கிக்கொண்டு போய்விடுவார். வேறு கூலிகள் கிடை யாது. இந்தக் காலத்தில் புடுக்கறுப்பதற்கும் காசு கேட்பதைப் போல அப்போது கேட்கமாட்டார்கள். இப்போது எல்லாம் வியாபாரம்தானே! அப்போது அனைத்தும் சந்தோஷங்கள்."

இதனோடு அக்காலத்து வீட்டின் பாகங்கள் பற்றியும் சோலைக்கிளி சுவைபடக் கூறுகின்றார். இன்றும் வழக்கில் உள்ள சீதன நடைமுறையைச் சோலைக்கிளி நையாண்டித் தனமாகக் கண்டித்துள்ள பாங்கு கவனிக்கத்தக்கது.

"அப்போது சீதனம் என்றால்கூட என்ன! இரண்டு ஏக்கர் முத்து விளையும் தரை. அல்லது எழுநூற்று ஐம்பது ரூபா காசுமட்டும்தான்! சில நேரம் ஆள் தரமான சரக்கென்றால், இவையிரண்டும். அவ்வளவுதான்! "கொச்சிப்பழம் போல ஒரு கிளியைப்புடிக்க இவன்ட காசெதற்கு" என்று கேட்கின்ற ஆண் பிள்ளைகள் அந்தக் காலத்தில் அதிகம். அவர்களின் ஆண் குறியின் வீரியம் அவர்களுக்கு அந்தக் காலத்தில் தெரிந் திருந்தது. இப்பொழுது ஆண் பிள்ளைகள் குறைந்து விட்டார்கள். மணி வெறும் தோல் துண்டாகி இழுபடுகிறது. என்னையும் இதனை வாசிக்கும் உங்களையும் தவிர. ஊரில் இப்போது இருப்பதெல்லாம் வெறும் 'மாப்பிள்ளைகள்'தான். ஓதிப்படித்த உலமாக்கூட உள்ளதும் ஒரு பெண்ணும், தொட்டு நக்கப் பசை யும் உள்ள இடத்தைப்பார்த்து மாப்பிள்ளையாகிவிட்டு ஊருக்குச் சொல்லுகிறான், "நானென்ன கேட்டா வாங்கினேன், அவங்கட புள்ளைக்குக் குடுத்தாக, இதுக்கு நானென்னப்பா செய்யிற", எண்டு, தனது மருளைக் காட்டி மறையப் பார்க்கிறான். அனை வருக்கும் மருளும், மாசாலையும் கனத்துப்போன காலம்தான் இது! உப்புக் குடுக்கையையும் தங்கத்தால் வாங்கி இவர்கள் படுத்துற பாட்டுக்கு வண்டிலும் மாடும் வேற! வந்தவருக்கு இப்போது வந்த வீட்டிற்கென்று எதுவும் செய்ய விருப்ப மில்லை. எவனோ உழைத்து வைத்த ஓசியில் கிடந்து, தக்காளிப் பழத்திற்குத் தயிர்கடைவது தான் அவரின் ஆண்மை. இந்த விஷயத்தில் எழுத்தாளர்கள் இப்போது படுமோசம்."

எழுத்தாளர்கள் மானுடத்தின் முத்துக்கள். அதனை அவர்கள் தமது எழுத்துக்களிலும் பிரதிபலிக்க வேண்டும்; நடத்தையிலும் பிரதிபலிக்க வேண்டும். ஆனால், எழுத்தாளர்கள் சிலரும் சீதன விடயத்தில் காட்டும் கிராக்கியை ஆசிரியர் எடுத்துக்காட்டுவது ஆச்சரியத்துடன் நோக்கத்தக்கது.

கிழக்கு மக்களிடம் வழக்கில் உள்ள தாய்வழிக் குடி மரபு, உடுபுடவை, நகைகள், உணவுமுறை பற்றிய செய்திகளும் பத்திக்கையில் வெகு சுவாரசியமாக வெளிப்படுத்தப் படுகின்றன. தலைப்பிள்ளைச் செப்பு, வட்டா பற்றிய விபரங்களும் பதிவு செய்யப்பட்டுள்ளன. 1980களில் கவிஞர் வீ. ஆனந்தன் 'பட்டப்பெயர் - ஒரு பண்பாட்டுப்பார்வை' என்ற தலைப்பில் ஆய்வுக் கட்டுரையொன்றினை வாசித்த ஞாபகமுண்டு. இந்தளவுக்குப் 'பட்டப்பெயர்' கிழக்கு மக்களிடத்தில் வழங்கும் சுவாரசியமான அம்சமாகும். இதனையும் 'பத்திக்கை' தொட்டுப் பார்த்திருப்பது மகிழ்ச்சி தருகின்றது.

இவ்வாறு முன்னைய காலப் பண்பாட்டு அம்சங்களை விவரித்த சோலைக்கிளி இலக்கியம், கலை அம்சங்கள், சமூக விடயங்கள் முதலானவற்றையும் 'பத்திக்கை'யில் வெளிப்படுத்தியுள்ளார். முன்னைய காலத்துக்கும் தற்காலத்துக்குமிடையேயுள்ள அவற்றினது வேறுபாடு, காத்திரமில்லாத் தன்மை பற்றியும் விமர்சனரீதியாக எழுதி உள்ளார்.

கல்முனையில் 'கதிரவன் ஆதவன்' என்கின்ற இசைக் குழுவின் பிரபலமும் மெல்லிசைப்பாடல்களின் பிரசித்தமும் பற்றி விபரிக்கும் 'பத்திக்கை' இசையமைப்பாளர்களின் இன்றைய நிலையையும், தற்கால வானொலி அறிவிப்பாளர்களின் சூனியத்தையும் வெளிப்படுத்துகின்றது. அதேபோன்று திரைப்படங்களிலும் பாடல்களிலும் சோலைக்கிளிக்கு இருந்த ஈடுபாடு பல்வேறு அனுபவங்களுடன் மிகச் சுவைபட இந்நூலில் எழுதப்படுகின்றது.

சோலைக்கிளி தன் பருவத்தோடு ஒட்டி அனுபவங்களை வெளிப்படுத்தும் பாங்கு கவனத்துக்குரியது. 'என் வாலிப ஆமை' எனும் பத்திக்குள் வரும் காதல் செய்தி புதுமையாகவே உள்ளது. அதன் முதல் பத்தியிலே 'குருவியின் படுக்கைக்குள் ஒரு காதல் கடிதம்' எனும் அச்செய்தியைப் பின்வருமாறு ஆரம்பிக்கிறார்.

"பறக்கின்ற விமானத்தில் திருமணம், ஓடும் ரயிலில் சுயம்வரம், ஆடம்பரக் கப்பலில் கல்யாணம் என்றெல்லாம் நாம் கேள்விப்பட்டிருக்கிறோம். குருவிக்கூட்டுக்குள் காதல் கடிதம் என்பதை நாம் அறிந்திருக்கிறோமா! நான் அனுபவித்திருக்கிறேன்.

அதை விரித்து வாசிக்க இன்பமாக இருந்தது. வாசித்து முடித்த பிறகு அது துன்பமாக மாறியது. இது காதல் கடிதங்களுக்கு உள்ள இயல்புதான். ஒவ்வொரு வாசிப்பிற்கும் ஒவ்வொரு தோற்றம் காட்டக்கூடியது காதல் கடிதம். காதல்

கடிதம் சாதாரணமானவர்களால் எழுதவே முடியாது. காதல் கடிதம் எழுதிய சாதாரணமானவன் கவிஞனாகவே மாறி விடுகிறான்.

ஒவ்வொரு காதல் கடிதமும் ஒவ்வொரு கடல். அதற்குள் முத்து மாத்திரமல்ல, மனம் கழித்த மூத்திரம்கூடத் தேனாகி ஓடுகிறது. நண்டுகள் ஊருகின்றன. பொங்கி எழும்பும் பெரிய அலையும் நமது காலை முகரும் குட்டி அலைகளுமாக, எழும்ப, எழும்பப் பெயர் தெரியாத மீன் இனங்கள் பாடியும் அழுதும் துள்ளுகின்றன. அவற்றைப் பிடிக்கப் பட்சி பறக்கிறது.

எனது கைக்குக் கிடைத்த காதல் கடிதத்தில் முதலில் இனிப்பு வந்து கடைசியில் புளிப்பு நிறைந்திருந்தது.

பல நாட்களாக இந்தக் காதலியை அவன் சந்திக்கவே இல்லை. துக்கமான சமாச்சாரம்தான். சிலருக்கு மனைவி அல்லது கணவன் சந்திக்காதுவிட்டால் மகிழ்ச்சி இருக்கும். தன் காதலி அல்லது காதலன் சந்திக்காதுவிட்டால் உள்ளம் பூரிக்குமா? இவளுக்கும் அப்படித்தான் இருக்கிறது போலும்!

பல நாட்களாக அவன் ஏமாற்றி வருகிறான். இத்துடன் இந்தக் குருவிக்கூட்டுக்குள் என் உள்ளத்தை வைப்பதை நிறுத்த நினைத்திருக்கிறேன் என்றும் எழுதியிருக்கிறாள்.

தங்கள் உள்ளத்தை எங்கெல்லாம் மனிதர் வைத்து விடுகிறார்கள்! இவள் குருவிக்கூட்டிற்குள் வைக்கிறாள். பொருத்தமான இடம்தான்! தேவையென்றால் அந்தக் கூட்டிற்குரிய குருவியைக்கூடத் தூதுவிடலாம். அல்லது அந்தக் குருவியின் படுக்கைக்காவது அந்தக் கடிதம் பூமாதிரி உதவுமே!"

மட்டக்களப்பின் பாரம்பரியம்பற்றி எழுதும்போது 'செய்வினை - சூனியம்'பற்றி எழுதாமல் இருக்க முடியாது. அதனால் 'பத்திக்கை'யின் பல பத்திகள் இந்த அனுபவத்தைப் பேசுகின்றன. மானுடத்தின் மிகக் கொடூரமான பக்கம் இப்பத்திகளில் தெளிவாகின்றது.

"காகம், எலி, நத்தை, தவளை, சங்கு, தலைமயிர் என்பன சூனியத்தின் மூலப்பொருட்கள் என்றால்: ஒருவர் உடுத்துக் கழற்றிய பழஞ்சீலை, போட்டுக்கழித்த தேய்ந்த செருப்பு, பாதம் பட்ட மண் போன்றவை அதை நிலை நிறுத்த வைத்தியர்கள் தேடி எடுக்கும் பாரிய ஆதாரங்கள். இவைகள் தான் சூனியத்தின் சக்கரமில்லாத தேர்கள்.

கிளிலாத்தாவின் கணவனான செய்வினைச்சீனி ஒரு பெண்ணுக்கு, அவளது வளவுப் பலாமரம் ஒரு கந்தைநீட்டி இவனது வளவுக்குள் சருகு கொட்டியதால்;

அவளது பழைய பாவாடையைக் கிழித்தெடுத்து அந்தத் 'தூமைத்துண்டில்' 'ஊத்தைக்குடியனைக்' கொண்டு செய்து குறிப்பிட்ட பெண்ணின் கோடிக்குள் புதைத்திருந்தான். 'ஊத்தைக் குடியன்தான்' செய்வினைப் பேய்களில் இளக்கார மானவன்.

அப்போது அனேகமாக அனைவரது வீடுகளுக்குப் பின்னாலும் தூமைத்துண்டுகளின் உருட்டிய பந்தொன்று ஒளித்துவைக்கப்பட்டிருக்கும். ஆணாகப் பிறந்தவர்கள் யாரும் இல்லாத நேரம் பார்த்து எரித்துவிட என்று.

அப்படி ஓர் உருண்டையில் இவன் கை விழுந்திருக்கும்; அதனால் அந்தப் பெண்ணின் வயிறு கொடிய இடி முழக்கங் களுடன் கண் பிதுங்கும் அளவுக்கு உபாதைப்பட்டு, இடித்துக் குந்த உலக்கையோடு கோடிக்குள் போனால்;

'கொங்கிறீட்' மாதிரி மலம் இறுகி, வர மறுத்தது. நமது நாட்டின் சமாதானத்தைப்போல.

அந்த அவதியை நான் இங்குச் சொல்லித் தெரிய வேண்டும் என்றில்லை. நம்மில் பலருக்குத் தினமும் அந்த அவதி வாலாயமாகி இருக்கிறது.

மெய்தான்: நமது நாட்டின் சமாதானத்தை எந்தப் பரிசாரி சூனியம் செய்து யார் வயிற்றுக்குள் இறுக்கி வைத்துள்ளான்! பலரும் வட்டம்போட்டுக் கூடி ஒன்றாக இருந்து முக்கி எடுத்தாலும் 'வயிற்றாலையாக' அது அடிக்கவேயில்லை."

இந்தச் செய்வினையோடு நமது நாட்டின் சமாதானத்தைச் சோலைக்கிளி சிண்டு முடிந்திருப்பது நயக்கத்தக்கது.

சோலைக்கிளியின் சமூக உறவு மிக அபாரமானது. அவர் சமூகத்தின் ஒவ்வொரு நடவடிக்கையிலும் மிக அவதானமாக உள்ளார். அதேபோல இயற்கையையும் கூர்ந்து நோக்குகின்றார். பறவைகள், மிருகங்களின் நடத்தைகளிலும் மிகக் கூர்மை யான அவதானிப்புக் கொண்டுள்ளார். கோழிகளைப் பெயர் கொண்டு அழைப்பதும் அவற்றின் நடத்தை பற்றிப் 'பத்திக்கை' யில் அவர் விபரித்திருப்பதும் மிகச் சுவாரசியமாக உள்ளது.

எழுத்தாளன் மிகப் பெரும் சமூகப் போராளி ஆவான் என்பதற்குச் சோலைக்கிளியின் எழுத்துக்கள் தக்க சான்றாகும். குடும்ப உறவுகள், பிரத்தியேக வகுப்பு ஆசிரியர்கள், வைத்தியர்கள், அரச ஊழியர்கள், அரசியல்வாதிகள், கலைஞர்கள் என்றெல்லாம் அவரது பார்வை விரிந்திருக் கின்றது.

கிழக்கு மக்களின் வாழ்க்கை முறையில் மாமியார் - மருமகன் உறவு மிகப் பவித்திரமானதாகும். தற்காலத்தில் அந்தப் பவித்திரத்தில் ஏற்பட்ட களங்கத்தை மிக அற்புதமாகச் சோலைக்கிளி விமர்சித்துள்ளார்.

"அப்படி நான் சாம்பலை அள்ளிக்கொண்டு வந்து மீனுக்குப்பக்கத்தில் போட்டுவிட்டு, மூத்தம்மா மீன் அறுப்பதைப் புதினம் பார்ப்பது எனது வழக்கம். சுங்கான் பனையான் அறுப்பதென்றால் அவற்றின் தலைகளைத் தட்டுவது நான் தான். உசிர் இருந்தால் மூத்தம்மாவுக்குக் குத்தும். அப்போது வாப்பா தற்செயலாக அவ்விடத்தால் குறுக்கிட நேர்ந்தால், அந்த மனிசி படும்பாடு சொல்லி அடங்காது. அவட சீவன் கிடந்து பதறும். முக்காட்டை அள்ளிப்போட்டு, மறு கையால் அடித்தொடையை மறைத்து நின்று, காணும், அன்று பொழுது முழுக்க நின்று விடிவா! மனிசி. மாமியா மருமகன் உறவுக்கு ஒரு மரியாதை இருந்த காலம் அது. இப்போது அடித்தொடை யில் வந்த விஷப்பருவைத் தம்பி கொஞ்சம் நசித்துவிடு என்று மாமியா திறந்து கொடுக்கிறாள் மருமகனிடம். தம்பியும் அழகாக மாமியின் மெதுமெதுப்பை நசிக்கிறான். இப்படியான சந்தர்ப்பங்களிலெல்லாம் மூத்தம்மாவுக்குத் தெரியாமலே அந்த மனிசியின் கையை அரிவாள்மணை கொண்டுபோய் விடும். சரியான கூர் அது. மூத்தப்பா அடிக்கடி அரத்தால் உரஞ்சுவது."

சமூகத்தில் மிகப்பெரும் விமர்சனத்தைப் பெற்றவர்கள் அரசியல்வாதிகள். அவர்களைப்பற்றிப் பல்வேறு கதைகள் உண்டு! 'முஹம்மது இப்னு பின் துக்ளக்' என்று ஒரு திரைப் படமே அரசியல்வாதிகள் பற்றிப் பேசுகிறது. தமது சமூகத்தில் உள்ள அரசியலையும் அரசியல்வாதிகளையும் மிகக் காரசார மாக சோலைக்கிளி கண்டிக்கிறார்.

"...ஆனால் அது அழையா விருந்தாளியாக அவ்வப் போது வந்துதான் போனது. இந்தக் கால அரசியல்வாதிகளும் இப்படித்தானே! தேர்தல் திகதி காலத்தால் மிதந்து வந்தால் ஊரார் புறக்கணித்தாலும் ஒரு செத்துப்போன புன்னகையை யாவது தம் முகத்தில் ஒட்டிக்கொண்டு மக்களுக்குள் எப்படியோ நுழைந்து மிக்க இளக்காரமாகிவிடுகின்றார்கள். மானம் ரோசம் என்பன இப்பொழுது அவர்களில் பலருக்குக் கிடையாது. இன்றைக்கு ஒரு கட்சி, நாளைக்கு ஒரு சின்னம். இன்றைக்கு ஒரு நிறம். அடுத்த நாள் புதுக்கலர்! என்ன ஓணானா இவர்கள்! அரசியல் கலாச்சாரம் மிகவும் சீரழிந்து போயிருக்கின்ற பிர தேசம் ஒன்றில் இருந்துதான் நான் இப்போது பத்திக்கை விட்டு என் நெஞ்சுக்குள் இருந்து நினைவள்ளி வீசிக்கொண்டிருக் கின்றேன். நீங்களும் பருக."

மேலும் அரசியல்வாதிகளின் நடத்தையையும் மக்களின் நடத்தையையும் இன்னுமொரு பத்தியில் சோலைக்கிளி இன்னும் சுவாரசியமாக விபரிக்கிறார்.

“எரிக்கிலையும் சப்பாத்திக்கள்ளியும் சூனியத்தில் முக்கிய இடம் வகிக்கின்றன. இவை இரண்டும் பருவத்துக்குப் பருவம் தான் பூப்பன. அரசியல்வாதிகள் தேர்தலுக்குத் தேர்தல் சிரிப்பதைப்போன்று.

அண்மையிலும் பல அரசியல்வாதிகள் சுவர்களில் தங்கள் ‘ஆச்சரியங்களைக்’ காட்டியிருந்தார்கள். அரசியல் இயந்திரத்தில் இருந்து குதித்த ஒரு குரங்கைப்போல வந்த ஒரு குட்டித் தேர்தலில் தத்தமக்கு வாக்குப் பிச்சை கேட்டபடி.

பாத்திரம் ஏந்தாமல், பிச்சை எடுப்பது அரசியல்வாதிகள் மாத்திரம்தான். சில லஞ்சக்கார அதிகாரிகளையும் சேர்த்துக் கொள்ளலாம். இவர்கள் நினைக்கிறார்கள், தாங்கள் சிரித்தால் உடனே ஊரில் பூ மலர்ந்துவிடுகிறதென்று. காது வரைக்கும் தன் கன்னம் கிழியச் சிரித்தவனில் இருந்து தன் தொண்டைக்குள் இருக்கின்ற குட்டி நாக்கைக் காட்டிச் சிரித்தபோது, அதில் கொசு மொய்த்தவன் உட்பட, இந்தத் தேர்தலில் தோற்றிருந்தான்.

மக்கள் மூளைகளுக்கு இப்போதுதான் வலை விரித்து வேலிகட்டப்பட்டிருக்கிறது. இதுவரை காலமும் அது காகம் குடிக்க அவர்களின் தலைக்குள் அது இருந்த அறை பாதுகாப்பின்றித்தான் திறந்திருந்தது.

நல்ல தச்சன் நாட்டில் இருக்கவில்லையா!

ஓரளவு அறிவு பெருகி அதற்குக் கதவு போடப்பட்டாயிற்று. எந்த அற்பப் பிராணியாலும் எங்கள் குலக் கொழுந்துகளின் ‘பகுத்தறிவுப் பதார்த்தத்தை’ ருசி பார்க்கவே முடியாது.

சிலர் சுவரொட்டிப் படங்களில் பழைய கோட்டுகளை அணிந்திருந்தனர். புகைப்படங்கள் எடுக்கும் நிலையங்களில் அவற்றை அவர்கள் வாடகைக்கு எடுத்திருக்கலாம். இப்போது மனிதன் நினைத்தால் எல்லாவற்றையுமே வாடகைக்கு எடுக்க முடியும். ஆண்டவனைக்கூட . . .

நமக்கு இனி ஒரு பல்லியே தலைவனாகி நாடாளும் காலம் உருவாக வேண்டும். அது சிம்மாசனத்தில் இருந்து ஆட்சி செலுத்தாவிட்டால் பரவாயில்லை. பழைய பாத்திரங்களின் விளிம்பில் இருந்துகொண்டாவது அதன் ஒளிவு மறைவற்ற ஓர் ஆட்சி நடந்து.

பல்லிகளின் குடிமக்களாக நாம் எப்போது மாறுவது!"

இன்னுமொரு பத்தியில் பிரத்தியேக வகுப்பு ஆசிரியர்களையும், வைத்தியர்களையும் 'கடை' வியாபாரம் நடத்துபவர்கள் எனச் சோலைக்கிளி விபரிப்பது மிகவும் சுவையான நகையாகும். மேலும் மரவள்ளிக்கிழங்கு விற்பவனையும் வைத்தியர்களையும் அவர் ஒப்பிடுவதும் மிகக் கவனமாக நோக்க வேண்டிய விமர்சனமாகும்.

"இன்றும் எங்கள் ஊரில் மரவள்ளிக்கிழங்கு தன் ஆதிக்கத்தைச் செலுத்திக்கொண்டுதான் இருக்கிறது. மாலை பட்டால் ஒரு வீதிக்கு நாலு என்ற எண்ணிக்கையில் மரவள்ளிக்கிழங்கும் மாட்டுக் குடலும் பொரித்து விற்கின்ற குட்டிக்கடைகள் ஏராளம் உள்ளன. இந்தக் கடைகளுக்கு எதிர்க்கடை போலத்தான் நமது வைத்திய வியாபாரிகளின் மருந்துக்கடைகளும்.

இன்று பலசரக்கு கல்வியும் மருந்துகளும்தான். இந்த இரண்டும்தான் ஊரில் வணிகப் பொருட்கள். மக்களின் வரிப்பணத்தில் படித்து வெளியான வைத்தியனுக்கும் ஆசிரியனுக்கும் மக்களுக்கு இலவசமாகச் சேவைகளை வழங்க விருப்பமில்லை.

பாடசாலைக்குப் போனால் ஆசிரியனின் தொண்டை அடைத்துவிடுகிறது. தன் கடைக்கு வந்தால்தான் அவன் அடிக்குடலும் விரிகிறது. இதே போன்றுதான் வைத்தியனும். வைத்தியசாலையில் அவன் குழல் வைப்பதென்றால். ஏதோ பாம்பைக் கையால் பிடிப்பதைப்போல வெறுப்படைந்து கொள்கிறான். இவனும் தன் கடைக்கு வந்தால்தான் அதைத் 'தேன் குழலைத்' தடவுவதைப்போலத் தடவிப் பார்க்கிறான்.

எங்களூரில் கிழங்கு பொரிப்பவனுக்கும் வைத்தியனுக்கும் ஒரே அந்தஸ்துதான். இவனும் ஓர் இரவுக்கு ரூபா இரண்டாயிரம்வரை சம்பாதிக்கிறான். அவனும் ஓர் இரவுக்கு ரூபா இரண்டாயிரம்வரை உழைக்கிறான். இவனது கடைக்குள்ளும் மாலையானதும் மக்கள் 'வாங்குகளில்' காத்துக்கிடக்கிறார்கள். அவனது கடைக்குள்ளும் மக்கள் மாலைகளில் காத்துக்கிடக்கிறார்கள். இந்த இரண்டு கடைகளுக்குமுள்ள ஒரே ஒரு வித்தியாசம், வைத்தியனின் கடையின் பெயர்ப் பலகையில் ஒரு 'சிகப்புப் புள்ளடி' அவ்வளவுதான். மற்றும் படிக்கு வேறொன்றுமில்லை. இருவருமே 'சூப்பும்' விற்கிறார்கள்."

இவை வெறும் நகைச்சுவையோடு விடுகின்ற சமாச்சாரம் அல்ல. தொழில் நாகரிகம், அழகு, சுத்தம் முதலானவை பற்றிப் பேசுகின்ற விரிவான விடயமாகும். இப்பத்திகள் நிறையப் படிப்பினை தருவன; போதனை ஊட்டுவன.

சமூகத்தை விமர்சித்த சோலைக்கிளி தனது மொழியின் மீதும் அபாரமான நேசம் வைத்திருக்கின்றார்.

"எனது பிள்ளைகள் என்னை 'வாப்பா' என்றுதான் வாய் நிறையக் கூப்பிடுகிறார்கள். 'டாடி' என்று கூப்பிட்டு என்னைப் போட்டு உடைக்கவில்லை. தாயை 'உம்மா' என்றுதான் அழைக்கிறார்கள். 'மம்மி' என்று அம்மணமாக்கவில்லை. இன்னும் சொன்னால், மரங்கொத்திபோல அவர் கத்தவே யில்லை.

நமக்கென்று ஒன்று உண்டு என்பதில் நான் எப்போதும் கரிசனையுள்ளவன். நான் தமிழால்தான் ஒப்பமிடுகிறேன். பலர் என்னிடம் வினவியிருக்கிறார்கள். ஏன் தமிழில் ஒப்ப மிடுகிறீர்கள்? என்று. தனது 'தாய்' தெரியாத தனயர்கள்! பாவம், ஆயாவைத் தூக்கிக் கண்ணில் ஒற்றுகிறார்கள். மல்லிகைப்பூவைப்போல்!

உண்மையிலே மனிதனுக்கு மூளை தலைக்குள்தான் இருக்கிறதா? இல்லை. அவனுக்கும் வேறெங்கும் ஒதுக்குப் புறத்தில் ஒளித்து வைக்கப்பட்டிருக்கிறதா? வாழ வந்த ஒரு கோழிக்குஞ்சு வெளியிலுள்ள கீரிப்பிள்ளைக்குப் பயந்து ஒண்டி ஒதுங்குவதைப்போல . . .

தமிழைத் தாய்மொழியாக வைத்துக்கொண்டு, கையொப் பம் என்றால் அது ஆங்கிலத்தில்தான் வைக்கப்பட வேண்டு மென்று இன்னும் நினைக்கின்ற மக்களே! நீங்கள் மரத்தில் ஏறுங்கள். மந்திக் குரங்குகள் இங்கு வந்து கைவிரல் ஊன்றி ஒப்பமிடட்டும். குரங்குகள் நாகரிகம் அடைந்தாலும் அசிங்கப் படாதவை."

தாய்மொழி பற்றி அவர் குறிப்பிடும் கருத்துக்கள் ஊன்றிக் கவனிக்கத்தக்கன.

இலக்கிய உலகில் பல்வேறு பிரச்சனைகள் தொடர்ச்சி யாகப் பேசப்பட்டு வருகின்றன. அனுபவங்கள்தான் இலக்கியங் கள் எனினும் எல்லா அனுபவங்களையும் இலக்கியங்கள் பிரதிபலிக்க வேண்டுமா? அவற்றை எப்படிச் சொல்ல வேண்டும் என்பதில் பல கருத்து வேறுபாடுகள் உண்டு. எழுத்தாளர்கள், விரச உணர்வு, கலைஞர்கள் பற்றியெல்லாம் சோலைக்கிளி என்ன சொல்லுகிறார் என அறியப் பின்வரும் எடுத்துக்காட்டுகள் உதவும்.

"என்னை அவர் தள்ளிச் சாகடித்திருக்க முடியாது. ஏனெனில் எனக்கு நீச்சல் தெரியும். நான் நீச்சல் பழகிய கதையை இவ்விடத்தில் சொன்னால், சிலர் விரசம் என்பீர்கள்.

இருந்தாலும் சொல்லத்தான் வேண்டும். எழுத்தாளனும் பைத்தியக்காரனும் ஒன்று. மனத்தில் பட்டதை விளாசித் தள்ளுவதில்.

நான் நீந்தி நீந்திப் பழகிக்கொண்டிருந்த காலத்தில் எனக்குத் தண்ணீரில் மிதந்தபடி இயல்பாக நீந்திப்போக ஆசை வந்தது. அப்போது குளத்திற்குள் ஒருவன் குளித்துக் கொண்டிருந்தான். அவன் இப்போதும் உயிர் வாழ்கிறான். எனது ஆசை விளங்கி என் அருகில் வந்த அவன் நீந்தப் பழக்கவா . . . வா . . . என்றான். நான் போகும் முன்னரே என் இரு கைகளையும் தூக்கித் தன் இரு கைகளிலும் ஏந்தி னான். போகப்போக அவனது கை எங்கெல்லாமோ மேய்ந்தது. நான் வாய்விட்டுக் கத்தினேன். 'விடு' என்று அவனை உதைத்தேன்.

விரசமா? நீங்கள் என்ன வாய்க்குள் விரல் விடும் ஆட்களா! கொஞ்சம் வெளிப்படையாக எழுதினால் அருவருப்பு என்கிறீர்கள். அண்மையில்கூட நமது பகுதியில் உள்ள வானொலியொன்றில் 'சிறுவர்களைப் பேட்டி காணும்' நிகழ்ச்சி யில், அருவருப்பான சொற்களை வைத்து இலக்கியம் படைப் பவர்களைப்பற்றி என்ன நினைக்கிறீர்கள் என்று பேட்டி கண்ட ஒரு 'மதலைக்குழந்தை' வினவியது.

இவர்கள் அருவருப்பு என்று எதனைக் கருதுகின்றார்கள்? இவர்கள் பேட்டி காணும் 'அசில்தான்' அருவருப்பு. இது வரை எத்தனை கவிதை எழுதியிருக்கிறீர்கள்? இதுவரை எத்தனை விருதுகள் வாங்கியிருக்கிறீர்கள்? இதுவரை எத்தனை தரம் பல் விளக்கியிருக்கிறீர்கள்? என்றெல்லாம் கேட்பது தான் துர்நாற்றம் வீசுவது."

என விரச உணர்வு குறித்தும், அறிவிப்பாளர்கள் குறித்தும் அவர் வெளிப்படுத்தும் கருத்துக்கள் கவனத்துக் குரியன.

ஒவ்வொரு ஊரிலும் பேசப்படத்தக்க பாத்திரங்கள் அமைவதுண்டு. அவர்கள் கதையே தனி வரலாறு. அதற்குப் பின்னால் ஆயிரம் சரித்திரங்கள் உண்டு. இப்படித்தான் 'முற்போக்கு மாது சில்லெனப்பாஞ்சான்' சோலைக்கிளியின் பத்திகளில் அறிமுகமாகின்றாள்.

சோலைக்கிளியின் பத்திகள் ஒவ்வொன்றும் ஒவ்வொரு சிறுகதை போன்றன. தொகுத்துப் பார்த்தால் ஒரு நாவல் போலவும் தெரியும். இதுவும் பத்தி எழுத்துக்களுக்குரிய பண்புதான். மொத்தத்தில் அவரது 'பத்திக்கை'க்கு ஒரு அணிந்துரை அவசியமேயில்லை. ஏனென்றால் ஒவ்வொரு

பத்தியையும் ஒரு சொல்லும் விடாது பருகினால்தான் அதன் இன்பம் விளங்கும். இன்னொருபுறம் ஒரு சர்வதேச எழுத் தாளன் - தேர்ந்த எழுத்தாளனின் நூல்களுக்கு அணிந்துரை ஒன்று அவசியமா? என்றும் கேட்கலாம். இது பற்றி யெல்லாம், தென்கிழக்குப் பல்கலைக்கழகத் தமிழ்த் துறைத் தலைவர் நண்பர் ரகுபரனோடு உரையாடினேன். இருவரு மாகப் பத்திக்கையின் சில பகுதிகளைப் பகிர்ந்துகொண்டோம்.

கம்பனின் பாடல் ஒவ்வொன்றுக்கும் நயம் கூறுவது போல ஒவ்வொரு பத்தியும் நயம் கூறத்தக்கதாக அமைந்த விந்தையைப் பேசினோம். சில பத்தியின் இனிய சுவைக்காகச் சோலைக்கிளிக்கு மாலையிடலாம் என மகிழ்ந்தோம். பல்கலைக்கழக மட்டத்திலும், வெளியிலும் இது குறித்து உரையாடி மகிழலாம் எனப் பேசினோம். இத்தனைக்கும் நண்பர் ரகுபரன் ‘கடுமையான விமர்சகர்’ எனப் பெயர் பெற்றவர்.

இறுதியாகச் சோலைக்கிளியின் ‘பத்திக்கை’யின் தலைப்பு களின் பொருத்தமும், ஒரு பத்தியின் முடிவு மறுபத்தியின் தலைப்பை அவாவி நிற்பதும் குறிப்பிடத்தக்க அம்சமாகும். பத்திகள் ஒவ்வொன்றும் நீளமாக அமைந்தாலும் அதன் சுவை, அதன் அளவு குறித்த விமர்சனத்தைப் புறக்கணிக்கவே செய் கின்றது. பிரதேச மொழியோடுகூடிய இப்பத்திகளில் மொழிநடை பிசகின்றி - இடறலின்றி ஆற்றொழுக்காக அமைந்திருப்பது பாராட்டத்தக்கது. பல்வேறு விடயங்களையும் ஒரு தொடருக்குள் முறிவின்றித் தெளிவுடன் சொல்லும் திறன் சோலைக்கிளிக்கு வாய்த்திருக்கின்றது. அவரது எழுத்துக்கள் மொழியியல், பண்பாட்டு, வரலாற்று, மானிடவியல், சமூகவியல், கலை இலக்கிய ஆய்வாளர்களுக்குக் குறிப்பிடத்தக்கதொரு ஆவண மாகும்.

சோலைக்கிளியின் கவிதைகளுக்கு இருந்த வரவேற்பினை விடச் சற்று அதிகமாகவே அவரது பத்திகளுக்குக் கிடைக்கும் என்ற நம்பிக்கை எனக்கிருக்கிறது. எப்போதும் போன்று கிழக்குச் சிறுகதைகளுக்கு ஒரு உமா வரதராஜன், கவிதை களுக்குச் சோலைக்கிளி, பத்தி எழுத்துக்கும் ஒரு சோலைக் கிளிதானா? என்று கேட்பது எனக்கும் கேட்கிறது. அவ்வாறு கேட்பவர்களுக்கு என்னால் எந்தப் பதிலும் சொல்ல முடிய வில்லை. என்னை மன்னிக்கவும்.

‘எழுத்து’ ஒரு போராட்டம்; ‘எழுத்து’ ஒரு யுத்தம்; ‘எழுத்து’ ஒரு புனிதம். அதனை எழுதுகின்ற எல்லா எழுத்தாளர்களும் வீட்டில் பல்வேறு பிரச்சனைகளை

அனுபவிக்கின்றார்கள். அதற்குச் சோலைக்கிளியின் இந்த ஆறுதல் வார்த்தை ஓர் ஒத்தடமாக முடியும்.

"எங்கே இருக்கிறது விளக்கம் பார்த்தீர்களா! நாம் காகத்தின் 'காரம்' தெரியாமல் 'காக்காப் பாட்டு' பாடுகிறோம். இந்தச் சோலைக்கிளியும் பல காக்காப் பாட்டுகள் பாடித்தான் இருக்கின்றான். என்ன செய்வது, அண்டங்காக்கையின் பித்தைப் பற்றியும் கவிஞன் அலட்டிக்கொள்ளலாமா! கவிதை படைக்கும் போது மனைவி மக்களைப் பார்த்து விரண்டு கொள்வதைப் போல.

என்னதான் இனித்தாலும் கவிதையைக் கெடுக்கின்ற ஜாதிகள் மனைவியும் மக்களும்தான். 'இஞ்ச உங்களைத் தான்' என்றும், 'வாப்பா காக்காப்புள்ள அடிக்கார்' என்றும் அதிநுட்பமாக, ஆனால் நமக்கு ஆத்திரத்தை ஊட்டியபடி.

இதைச் சொல்ல ஒரு நாள் என் மனைவி சொன்னாள்; கவிஞனுக்கு ஆத்திரமும் அழகுதான் என்று; இதற்குத்தானடியம்மா உன்னை மனைவியென்பது."

சோலைக்கிளியின் எழுத்துக்களின் சுவையை அறிய நமக்கும் ஒரு 'இலக்கிய உள்ளம்' வேண்டும் என்பது தவிர்க்க முடியாதது.

சோலைக்கிளிக்கு நமது வாழ்த்துகளும் பிரார்த்தனைகளும்!

றமீஸ் அப்துல்லா

மொழித்துறை
தென்கிழக்குப் பல்கலைக்கழகம்

பொன்னாலே புழுதி பறந்த பூமி

கிழக்கு மாகாணத்திலுள்ள அம்பாறை மாவட்டத்தின் கரையோரப் பகுதிகளில் ஒன்றாம் கல்முனை என்கின்ற பட்டணத்தின் (தற்போது இது மாநகரம்) முஸ்லிம் பகுதியான கல்முனைக்குடி என்பதுதான் நான் பிறந்த ஊர். கடலும் வயலுமெனப் பார்க்குமிடமெல்லாம் இரட்டைச் செல்வங்கள் மலிந்து தெரிகின்ற இந்தக் கிராமத்தில் பல கலைகளும் விளைந்து கிடந்தன. ஒரு காலத்தில் – குறிப்பாக இங்கு, “பொல்லடி” என்கின்ற கோலாட்டக்கலை களைகட்டியிருந்ததை இவ்விடம் நம்மால் குறிப்பிடாமல் இருக்க முடியவில்லை. இந்தக் கலையில் மிகப் பாண்டித்தியம் பெற்ற அவக்கன் தண்டையல், வட்டாக்கொட்டியர் போன்றவர்களெல்லாம் தற்போது மண்ணுக்குத் தீனியாகி மறைந்து போயிருந்தாலும், அவர்களால் அந்த நாட்களில் நிகழ்த்தப்பட்ட கோலாட்டங்களின் அருமையான கட்டங்கள் இன்று வரை நெஞ்சமெல்லாம் நிறைந்திருக்கின்றன. அவர்கள் தத்தமது நிகழ்ச்சிகளுக்காக இயற்றிப் பாடிய பாடல்களில் தெரிகின்ற அழகும் ஆழமும் இப்பொழுதும் என்னை வியந்து நிற்கும்படி வைத்துக் கொண்டிருக்கின்றன.

என் செல்ல லாத்தாண்டேய்
எனக்கிந்தச் சோகையன் வேணாண்டேய்

காக்கொத்தரிசில கஞ்சி வடிக்கிறான்
கால்றாத்தல் சீனில கணக்குப்பாக்கிறான்

ஓராமீன் ஆக்கினா ஓடி ஒளிக்கிறான்
ஒட்டிமீன் ஆக்கினா சட்டிய உடைக்கிறான்

வேணாண்டு சென்னாலும் போகாம கெடக்குறான்
பொம்பள எண்டா முந்தான மோருறான்

வேலிக் காலுக்குள்ள மூத்திரம் பேயிறான்
வெரசி உட்டாலும் வலுப்புத்தான் காட்டுறான்

எண்ணத் தலையில மண்ணள்ளிப் போடுறான்

என் செல்ல லாத்தாண்டேய்
எனக்கிந்தச் சோகையன் வேணாண்டேய்

என்ற இந்தப் பிரபலமான பொல்லடிப் பாடலை முணுமுணுக்காத ஜீவன்களே இங்கு இருந்திருக்க முடியாது.

இப்படிப் பல பிரபலமான பாடல்கள் அந்தக் காலத்தில் ஊரில் வலம்வந்து கொண்டிருந்தன. இந்தக் கோலாட்ட நிகழ்ச்சிகள் அதிகமாக அப்போது "கத்னா" வீடுகளிலேயே நடைபெறும். பிள்ளைக்குக் "கத்னா" முடிந்த இரண்டாம் மூன்றாம் நாட்களில் ஆடறுத்துக் கறி சமைத்து இடியப்பம் அவித்துப் பொல்லடிக்க வருபவர்களுக்கு உணவு தயாரித்து தம்வீட்டு வாசலி லேயே நிகழ்ச்சியை நடத்துவதும், அதனை அண்டை அயலவர்கள் சூழ்ந்திருந்து விடிய விடியக் கண்டு களிப்பதுவும், அந்தக் காலத்தில் எங்களூர் வாசிகளுக்குப் பெருமையான விடயமாக இருந்தது. பொல்லடிக்காரர்கள் பாடும்போது பனிவிழுந்து தொண்டை கரகரக்காமல் இருப்பதற்குக் கற்கண்டும் உடைத்துக் கொடுப்பது வழக்கம். நானும் இவ்வாறு கற்கண்டு இடித்து எங்கள் உறவுக்காரர் வீட்டில் நடந்த நிகழ்ச்சியின் போது கலைஞர்களுக்கு நீட்டியிருக்கிறேன். வாங்கி வாய்க்குள் போடும்போது அவர்களால் என் "சொக்கில்" வாங்கிய செல்லக் கிள்ளுகள் சொல்லி மாளாதவை.

அவக்கன் தண்டையலின் கைவிரலில் ஒரு வெள்ளி மோதிரம் இருந்தது. அது அப்போது பளபளக்கும். அவரின் கட்டை விரல் பேய் நகம் பயமுறுத்தும்.

எனது "கத்னா"வுக்கு இந்தமாதிரியான ஒரு விடயம் நடக்கவில்லை என்பது வேறு விஷயம். அதுபோக: பின்னாட்களில் இது கொஞ்சம் தேய்ந்து பிரபலப் பொல்லடிக் காரர்களான; மௌலாட மகனும், மம்மதுக் காக்காவும் மௌத்தாகிப் போக, அவர்கள் பாடிய பாடல்களை ஏற்கனவே ஒலிப்பதிவு செய்து வைத்திருந்ததால் அந்த நாடாக்களை "சுன்னத்துக் கலியான" வீடுகளில் ஒலிபெருக்கிகளில் போடுகின்ற கலாச்சாரம் ஓங்கியது.

எங்குப் பார்த்தாலும் அந்த சீஸன்களில் ஊரிலுள்ள தென்னை மரங்களில் கட்டியிருந்த ஒலிபெருக்கிகளில்:

ஓடும் றெயில் வண்டி
அதன் நீளம் ஒண்ணரை மயில்

ஒரு பக்கம் பார்க்கிறா
ஒரு கண்ணச் சாய்க்கிறா
அவ உதட்டக் கடிச்சிக்கிட்டு . . .

போன்ற பாடல்களை மேற்சொன்ன இருவரோடும் அவக்கன் தண்டையலும், வட்டாக் கொட்டியரும் சேர்ந்து பாடிக் கொண்டே இருந்தார்கள். சுபஹானல்லா! அதெல்லாம் ஒரு காலம்! பொன்னாலே புழுதி பறந்த பூமியிது.

இப்படிப்பட்ட அந்த "அழியாத காலங்கள்" என்று நாம் நமக்குச் சொல்லிச் சமாதானப்பட்டுக் கொண்டாலும், இப்போது அழிந்துவிட்ட அந்தக் காலத்தையும், அதற்குரிய கலைகளையும் ரசித்த ஆத்மாக்களில் நானும் எனது தகப்பனும் அடங்குவோம்.

எனது தகப்பனுக்கு நல்ல கலையார்வம் இருந்தது. அந்தப் பொல்லடிப் பாடல்களின் ஒவ்வொரு வரிகளையும் அந்த நாட்களில் அவர் எனக்கு விளங்கப்படுத்தியிருக்கிறார். "ஓடும் றெயில் வண்டி அதன் நீளம் ஒண்ணரை மயில்" என்றால் என்ன என்று அவர் எனக்கு விளங்கப்படுத்திய நிகழ்ச்சி இன்றும் நினைவிருக்கிறது. தனது சாரத்தை அவிழ்த்து வைத்துவிட்டு உள்ளே போட்டிருந்த கட்டைக்கால் சட்டையுடன் நிலத்தில் இருந்தபடி – தான் சந்தையிலே வாங்கிவந்த மண்டூர்க் கீரையினைப் புழுத்தட்டியபடி – என்பது எனது அசைக்க முடியாத ஞாபகம். வாப்பாவுக்குச் சோளனும், மரவள்ளிக் கிழங்கும், கீரையும்தான் பிடித்தமான உணவு. கோதுமை ரொட்டியும் அலாதிப் பிரியம் அவருக்கு. மரவள்ளிக் கிழங்கை அனேகமாகச் சுட்டுத்தான் தின்பார். எலி முகராத தேங்காய்க் கட்டியுடன்.

தேங்காய்க்கு எங்கள் வீட்டில் பஞ்சம் இருக்கவில்லை. முடத்தென்னை, நெடுவல் தென்னை, கூன்தென்னை, குருவி அடைவதென்று ஏராளம் பேர் காய்த்துக் கொண்டிருந்தனர். செவ்வல் மரத்தின் இளநீர் நல்ல ருசி. நான் கேட்டுக் கேட்டு அப்போது குடிப்பது. கொடி கட்டியிருந்த தென்னையில்தான் ஒரு நாள் எனது பட்டம் சிக்கியது. அதை எடுக்க நான் ஏறச் சறுக்கி விழுந்த காயம் இப்போதும் தழும்பாக எனது முழங்காலில் இருக்கிறது. கூன் மரத்தின் பழத்தேங்காய் சுண்டலுக்கு நல்லதென்று எனது மூத்தம்மா அடிக்கடி கதைப்பா. அதன் ஓலைகளை எடுத்துக் கிடுகு பின்னினால் கண்பட்டு விடும். அவ்வளவு செப்பம் மூத்தம்மாவின் "இழைப்பு".

கிளிக்கூடுபோல மூத்தம்மா வசித்த வீட்டுக்குள் நான் ஓடி விளையாடுவதுண்டு. வாப்பா அதற்குள் வரமாட்டார். அவர் மாமியாவைக் கண்டால் மறுக்கிக் கொண்டு போய்விடுவார். மூத்தம்மாவின் வீட்டிற்குள் நான் அப்போது எத்தனையோ புதினங்கள் காட்டியிருக்கிறேன். எனக்கு மிகவும் பாதுகாப் பான இடம் அதுதான். அதுவெல்லாம் வேறு விடயங்கள். சொல்ல வேண்டும் போல் இருந்தாலும், சொல்லக் கூடாத கதைகளும் நிறைய இருக்கின்றன. மஞ்சள் நிலாவை நான் நினைத்துக் கொண்டு படுத்ததெல்லாம் இந்த வீட்டுள்தான். சின்னக்கிளிகள் பல அப்போது என்னைக் கொத்தத் தொடங்கிய பருவம். அம்மாடி, அது என்ன சுகம்! விடிய விடிய நினைத் திருக்கலாம். வண்ணத்துப் பூச்சிகள் வாழ்க்கையில் ஓர் அங்கம் தான். அவை மொய்க்காத இதயங்கள் இல்லை. என் இதயத்தில் வண்ணத்துப் பூச்சிகள் மட்டுமல்ல, தும்பிகள் கூட மொய்த்தன. பிறகு ஒவ்வொரு தும்பியாய் உங்கள் முன் அவிழ்க்கிறேன். வாலில் நூல் கட்டி, நூலில் கடதாசி கட்டிப் பறக்கவிட்டுப் பார்ப்பது உங்கள் விருப்பம். இப்போது –

எனது தகப்பனுக்கு இந்தச் சாப்பாடுகளில், பொல்லடிப் பாடல்களில் மட்டுமல்ல, திரைப்படங்களிலும் அவற்றின் பாடல்களிலும் கூட அதிக ஈடுபாடு இருந்தது. நான் சிறுவனாக இருந்த பொழுது எங்கள் வீட்டில் செங்கல் நிறத்தில் "மாக்கோனி" என்கின்ற பெயரில் ஒரு வானொலிப்பெட்டி பாடியது. அப்போது மின்சாரப் புளக்கம் ஊரில் இருக்க வில்லை. ஒரு பெரிய புடவைப் பெட்டியைப் போன்று காட்சி யளித்த அந்த வானொலிப் பெட்டிக்கு அதன் அரைவாசிப் பருமனில் – அதன் குட்டியைப் போல – ஒரு "பற்றியும்" இருந்தது. அதற்கு வெளியால்தான் முந்திரிப் பழமும் கொட்டையும் மாதிரி. அந்தப் பற்றியில் எங்கள் வீட்டு வானொலி பாடிப்பாடிச் சுட்டுப் போனால் அடுத்த பற்றி, அடுத்த பற்றி என வாங்கி வாங்கி வாப்பா புதுப் பற்றிகளாக மாற்றச் சுட்டுப்போன பற்றிகளையெல்லாம் நான் எடுத்து வளவில் அடுக்கி "ஸ்பீக்கர்" கடை நடத்தி விளையாடி இருக்கிறேன்.

அந்த வானொலியில் எப்போது பார்த்தாலும் பாட்டு விழுந்து கொண்டே இருக்கும். அதில் ஒரு குறிப்பிட்டவரின் பாட்டு ஒலித்தால் எங்கிருந்தாலும் ஓடிவந்து வானொலிப் பெட்டிக்கருகில் நின்று கேட்டு ரசித்துக் கொண்டிருப்பார் வாப்பா. நான் கொஞ்சம் வளர்ந்து புத்தி தெளிவான பிறகுதான் அந்தப் பாடகர் தியாகராஜ பாகவதர் எனத் தெரியவந்தது.

தியாகராஜ பாகவதரைப் பற்றி வாப்பா எனக்கு ஏராளமாக அண்மையில் இறந்து மறையும் வரைக்கும் சொல்லியிருக்கிறார்.

பாடகன் என்றால் தியாகன்தான் பாடகன் என்று கூறியிருக் கிறார். என்.எஸ். கிருஷ்ணனையும் மதுரத்தையும் அவர் நன்கு மதிப்பவர். இவர்கள் இருவரும் கணவன் மனைவியென்ற நான் வாய்பிளந்து அறிந்த புதிரையும் அவிழ்த்தவர் வாப்பாதான். இவர்களின் பாடல்களில் எல்லாம் சிந்தனையும் சீர்தூக்கக் கருத்துகளும் இருப்பதாகப் பின்னாட்களில் என்னோடு நட்புரிமையோடு பழகும் தருணங்களில் விளக்கியிருக்கிறார்.

T.M.சௌந்தரராஜனும் வாப்பாவுக்குப் பிடித்தமான ஒரு பாடகர்தான். அவரின் குரலும் சுந்தரம்பாளின் குரலும் “வெண்கலம்” என்பார்.

இப்படிப்பட்ட தகப்பன் ஒருநாள் என்னிடம் சொன்னார்; நீ இவற்றிலெல்லாம் மினக்கெட்டுத் திரியாதே! நன்றாகப்படி. படித்துப் பெரிய ஆளாக வா. என்று. அப்போது நான் நன்றாகத் தான் பாடசாலைக்குச் சென்று வருகிறேன். இப்படியிருந்தும் வாப்பா ஏன் அப்படிச் சொன்னார்! என்ற வினா எனக்குள் எழுந்தது. நான் படித்த ஆரம்பப் பாடசாலை எங்கள் வீட்டிற்கு அருகில்தான் இருந்தது. என்மகன் இதில்தான் இரண்டாம் ஆண்டு படிக்கிறான். அப்போது அதற்கு வேறு பெயர். இப்போது இதற்கு வேறு நாமம். பாடசாலை ஒன்றுதான். சில திரைப் படங்கள் மாதிரி. நான் படிக்கும் போது அதற்குத் தலைமைச் சேர் ஆக வாப்பாவின் கூட்டாளி ஒருவர்தான் கடமையாற்றி னார். அதனால் அதற்குப் படிக்கப் போவதில் எனக்கு எந்தவிதத் தயக்கமும் இருக்கவில்லை. போதாக்குறைக்கு எனக்கு வகுப்பில் யாரும் அடித்தால் இடையால் குறுக்கிட்டு அடித்தவ னுக்குக் கொடுப்பில் இரண்டு குத்துக் கொடுக்க, வகுப்பறைச் சண்டியன் “சொண்டங்கீரி” என்னோடு பிரியமாக இருந்தான். நான் அவனுக்குக் கணக்குச் செய்து கொடுப்பதால். “நாகேஷ்” என்று நாங்கள் பட்டம் சொல்லி அழைக்கின்ற மெலிந்த தோற்றம் கொண்ட ஆசிரியர் ஒருவர்தான் எனக்குக் கொஞ்சம் அச்சம் தருபவராகக் காணப்பட்டார். ஆனால் அவர் அடிக்கடி பாடசாலைக்கு வருவதில்லை. வந்தால் கையில் பிரம்பு. என்ன மனிசன் அவர்! எனக்கு அவர் ஒருநாளும் அடிக்கவில்லை. “சொண்டங்கீரிதான்” சம்பல். நாகேஷ் பிடித்தால் சொண்டங் கீரியின் தோல் உரிந்துவிடும்.

நிலைமை இப்படி இருக்க வாப்பா ஏன் அப்படிச் சொன்னார்! வழுதிலங்காய்க்குள் புழு ஏறியது போல் எனக் குள்ளும் புழு ஏறிவிட்டது. துளைத்துத் துளைத்து ... என்னைத் தின்னத் தொடங்கியது.

❖

வழுதிலங்காயில் புள்ளி

எங்கள் வளவில் ஒரு "காமிரை" மரம் நின்றது. ஊரைப் பிடித்து விழுங்கிக் கொழுத்ததைப் போல், பெரிதாய். இந்தக்காலத்து உசுப்பிராணிகளுக்கெல்லாம், காமிரையும் தெரியாது; பசறி, பூவரசு, நறுபுளி, முள்ளாத்தை, அத்தி, இத்தி, இலந்தை, பஞ்சுமரம், முள்முருக்கை, அண்ணாவணை என்ற வகைகள் எதுவுமே காணக்கிடைப்பதுமில்லை. மயிர் உதிர்ந்த வெறும் மொட்டைத்தலையில் வாழுகின்ற பேன் படும் அவஸ்த்தையுடன் காலத்தைத் தொலைக்கின்ற குருவிகளே நாம். இந்தக் காமிரை மரத்தில் மூட்டாங்கயிற்றால் கட்டப்பட்டிருந்த ஓர் ஊஞ்சல் இருந்தது. வெயில் போய்; மாலை கண்ணுக்குள் பொன்னள்ளி வார்க்கும் பின்னேரமானால், உம்மாவும், அடுத்த வீட்டுத் "தொக்கச்சி" லாத்தாவும், பேன் பார்ப்பதற்குத் தோதான இடமாக அது அமைந்திருந்தது. இவர்கள் இருவரும் தினமும் சேர்ந்தால் இருட்டும் வரைக்கும், அதாவது; நிலா வட்டியலில் விழுந்து தாழும்வரை, பேன் உண்ணும் படலம் தொடரும். ஆக, மத்தியானங்களில் ஊஞ்சல் தனியாய்த்தான் கிடக்கும். துணைக்கு ஒரு சூத்தாம்புட்டி வராதா என ஏங்கி. தன் முதுகில் விழும் சூட்டைத்தணிக்க. அனேகமாக அந்த நேரங்களில் ஊஞ்சலுக்குச் சூத்தாம்புட்டி கொடுத்தவன் நானாகத் தான் இருந்தேன். பல யோசனை எனக்குப் பல விதங்களிலும் ஏற்பட்டுக் கொண்டிருந்த காலம்.

இப்போது நான் வாப்பா சொன்ன வார்த்தைகளைப் பற்றித்தான் அதிகமாக யோசித்தேன். "சொண்டங்கீரி" அவரிடத்தில் எதையாவது மூட்டியிருப்பானா என்றபடியே எனது ஊஞ்சல் வாழ்க்கை ஓடத்தொடங்கியது.

அவன் எப்போது பார்த்தாலும் யாருக்காவது தொல்லை களைக் கொடுத்துக்கொண்டே இருப்பவன். ஒருநாள் தலைமைச் சேர் போகும்போது அவரின் பட்டப்பெயரைச் சொல்லி விட்டு ஓடிவிட்டான். மறுநாள் அவனைத் தனது பாரிய மேசைக்குக்கீழ் பூரவைத்து அவர் அவனின் சூத்தில் அடித்த அடி சாகவும் பிழைக்கவும் காணும், நல்ல சாதிக்கு என்றால். அவன் திருந்தவேயில்லை. ராசாவுக்குக் காய்ச்சிய பால் என்றாலும் அவன் தொட்டுப் பார்க்காமல் இருக்கமாட் டான். ஆசிரியர் ஒருவரின் சைக்கிள் கூடைக்குள் கைவிட்டு ஒருநாள், உள்ளிருந்த பேப்பரை எடுத்து விரித்து அவன் கொட்டிய போது அதற்குள் மறைத்துவைத்திருந்த ஒரு சாதிப் படங்கள் நிலத்தில் சிந்தின. சொண்டங்கீரியைத் துரத்தித் துரத்திக் குறிப்பிட்ட ஆசிரியர் அடித்த அடி, இப்போதும் என் நினைவில் நீர் குடிக்கிறது. அந்த ஆசிரியர் இப்போது பெரிய "குல்லி". மனிசன் திருந்தியிருப்பான். அதை விடுவோம்.

இப்படிப்பட்ட சொண்டங்கீரியா வாப்பாவிடம் ஏதும் சொல்லியிருப்பான்!

நான் ஊஞ்சலில் இருக்கும்போது பக்கத்து வீட்டுப் பொடிச்சிகள் வந்து, அதில் ஆளுக்கொரு தொங்கலில் ஏறி நின்று உன்னுவது வழக்கம். அது வானத்தின் அந்தத் தொங்க லிலும் இந்தத் தொங்கலிலுமாகப் பட்டுப்பட்டு முட்டிமுட்டி இறங்கும். அப்போது அவர்கள் போட்டிருக்கும் "கொசுவச்" சட்டைகள் காற்றுக்குக் கிளம்பி உள்ளிருக்கும் "நிக்கர்கள்" தெரியும்.

இந்தச் சங்கடத்தையெல்லாம் வாப்பா கண்டுகொண்டாரா!

அப்படியென்றால் அதற்கு நானென்ன செய்ய! அவளுகள் வலியவந்து கிளப்பிக்காட்டும்போது.

இவையெல்லாம் பற்றி யோசித்துக்கொண்டு ஒருநாள் நான் ஊஞ்சலில் இருந்த போது எங்கள் வீட்டில் ஒரு குதூகலம் நடந்தது. ரேடியோப்பெட்டி இருந்த மூலைக்குள் நாட் கணக்கில் முட்டையிட்டு அடைப்படுத்துக் குஞ்சுகளோடு "சொண்டுப் பொட்டியான்" கிலுகிலுப்பாக மீண்டும் எங்கள் முன் ஆஜரானது. எங்கள் வீடே அதைப்பார்த்துக் கொஞ்ச நேரம் கொந்தளித்தது. அப்போது எங்கள் வீட்டில் பல கோழிகள் எங்களோடு வாழ்ந்துவந்தன. ஒவ்வொரு "நழத்திக்கும்" ஒவ்வொரு குண இயல்பு. இந்தச் சொண்டுப்பொட்டியான் எந்தக் கோழியைக் கண்டாலும் ஓடிஓடித் துரத்திக் கொத்தும். எச்சித் தண்ணிக்குள் மீன் முள்ளுப் பொறுக்கும் காகத்தைக் கூடச் சும்மாவிடாது. சிறகை உசத்திக் கொண்டு பாயும்.

சாரனை மடித்துக்கொண்டு அடிக்க வருபவனைப்போல. "வள்ளூறும்" ஆள் பொறுப்பு. பெண்ணுரிமை கேட்டு ஆணை ஏறிமிதிக்கும் ஒரு பொம்புளைமாதிரி அது. சரியான திமிரி. படுத்தால்; மல்லாக்கவே கிடப்பாள். எந்தநேரமும் உடம்பைச் சிலிர்ப்பிக் கொண்டு அலையும். ஒருநாள் என் தம்பியின் "அல்குல்லை" வள்ளூறு கொத்திவிட்டது. அவன் அழுதான். ஒரு குமரின் சொத்தின் தொங்கலைக் கொத்திய பெரு மிதத்தில் வேலியில் ஏறிநின்று கொக்கரித்துக் காட்டியது. "அல்குல்" என்பது எங்களூரில் அப்போது மனிதரின் குறிகளைக் குறிப்பதற்கு மிக நாகரிகமாகப் பாவித்த ஒரு சொல். இப்போது இதுவெல்லாம் கிடையாது. "குஞ்சான்" என்று கொச்சையாகவே சொல்லி விடுவார்கள்.

மாப்பிள்ளைச் சேவல் ஒன்றும் எங்கள் வளர்ப்பில் இருந்தது. அதற்கு இருபத்துநாலு மணி நேரமும் "அந்த" எண்ணம்தான். தினத்திற்கு நூறுதரம் வேலி பூருவதும், மதில் தாண்டுவதும் தான் வேலை. சரியான ஒரு வேலைக்காரன். நான் பின் நாட்களில் பார்த்த சில கவிஞர்கள் மாதிரி என்று வைத்துக் கொள்ளலாம். பெட்டையைக் கண்டால் போதும். ஓடி வழியும். போதாக்குறைக்குக் கவிதை ஒன்றையும் எடுத்து விடும். "குக்குக்கூ"... என்று. அழகுக் கவிதை வந்தது இதற்குத் தானாமோ! இந்தக் கவிதையை வைத்துத்தான் இந்த உலகத்தில் எத்தனை மோசடிகள்!

குஞ்சோடு வந்த சொண்டுப் பொட்டியானுக்குப் புதிய இடவசதியெல்லாம் ஒழுங்கு செய்து கொடுக்கப்பட்டது. வானொலிப் பெட்டியும் வேறொரு இடத்தில் நகர்த்தப் பட்டது. இதிலெல்லாம் என் மனம் தங்கி நிற்கவில்லை. வாப்பாவின் வார்த்தைகள் கேட்டுக் கொண்டிருந்தன. திடீ ரெனத் தான் எனக்கு வேறொரு நினைப்பு வந்தது. நாமும் எந்த நேரமும் ரேடியோவைப் போடுவதையும் படப் பெயர்களை முணுமுணுத்துக் கொண்டு ஓடித்திரிவதையும் பார்த்துத்தான் வாப்பா தன் மூப்புக்கு அப்படிச் சொன்னாரா! என்னை மதித்து! இருக்கலாம்! அப்போது வீட்டில் அவர் வாங்கிவரும் பேப்பர்களில் எல்லாம் இருக்கின்ற பட விளம்பரப் பக்கங்களை நறுக்கிச் சுவர்களில் ஒட்டுவது எனது வேலையாக இருந்தது. மூத்தம்மாவின் "கிளிக்கூடு" முழுக்க எம்.ஜி.ஆரும், சிவாஜியும்தான்.

இப்போது சாப்பு அறைக்குள்ளும் ஒட்டத் தொடங்கி யிருந்தேன். எங்கள் வீட்டுக்கு அப்போது வரும் வாப்பாவின் கூட்டாளி ஒருவர் அதிகமாக அதைப்பற்றி வாப்பாவிடம் கதைப்பார். "தம்பிக்கு நல்ல ஆர்வம் என்ன இதிலெல்லாம்"

என்று. நான்தான் அவர் வந்தால் உம்மா போட்டுத் தரும் தேயிலையை அல்லது தோடம்பழத் தண்ணியை கொண்டு போய் அவரிடம் கொடுப்பது. ஒரு பூத்தட்டையில். கையை நீட்டி அதை வாங்கும்போது அவர் என் கையைப்பிடிக்கும் விதம், கொடியது. மொழி முறிகிறமாதிரி விரலைப் பிடித்து நசிப்பார். ஒரு நாள் அவர் வாப்பா சாப்புக்குள் இல்லாத தருணம் பார்த்து, என் நெஞ்சில் கைவைத்து "நல்ல புளியங் கொட்டை" என்று சரசமாகக் கிள்ளியதை மறக்கவே முடியாது. அவரின் பேய் நகம் எனது "வட்டத்தில்" பதிந்திருந்தது. இதை நான் யாரிடமும் சொல்லவேயில்லை. அதற்குப் பிறகு அவர் வந்தால், நான் வீட்டை விட்டு ஓடிப்போய் விடுவேன். அல்லது மூத்தம்மாவின் கிளிக்கூட்டுக்குள் அடைவேன். இல்லாதுபோகும் பட்சத்தில் "பொம்பளைச் சாப்புக்குள்" யாருக்கும் தெரியாமல் படுப்பேன். எங்கள் வீடு; சாப்பு, பொம்பளைச் சாப்பு, மண்டகம், திண்ணை என்று பல பிரிவு களைக் கொண்டது. சமைக்கின்ற குசினி தனியாக வேறிடத்தில் இருந்தது. கழிப்புப் புழக்கடிக்குள்ளேதான், அனைவருக்கும் கக்கூசு அப்போது கிடையாது. அங்கு நின்ற வம்மி மரத்தின் கீழ்தான் நான் பிட்டுச் சுடுவேன். இப்படி நான் அவர் வர மறைந்துவிட்டால், உம்மா ஒரு சத்தம் கூப்பிட்டுப்பார்த்து விட்டு வேறு ஒழுங்குகளைச் செய்வா. அவருக்குக் குடிக்கக் கொடுக்க. நல்ல தாகமான ஆள் அவர். பாவம்தானே!

இப்போது நான் ஓரளவு தெளிவுக்கு வந்திருந்தேன். புழு உதிர்ந்து வழுதிலங்காயில் புள்ளிவிழ ஆரம்பித்தது.

❖

நெஞ்சில் ஊரும் எலிகள்

மூத்தம்மா புறவளவுக்குள் மீன் அறுத்துக் கொண்டிருந்தா. புறவளவுக்குள் மூத்தம்மா மீன் அறுப்பதற்கென்றே ஓர் இடம் இருந்தது. அந்த இடத்தில்தான் அரிவாள்மணையும் வேலியில் கொளுகி இருக்கும். அது – முள்ளாத்தை மரத்தடியிலாகும். "முள்ளாத்தை" என்பதும் அந்தக்காலத்தில் எங்களோடு வாழ்ந்து தொலைந்துபோன ஒருவகைப் பழமரம். பலாப்பழம் போல முள்ளு முள்ளாக அதன் பழத்தின் உடம்பெல்லாம் இருக்கும். ஆனால், கனிந்தாலும் அதன் நிறம் பச்சைதான். இலைகள் நீள்வட்டம் வட்டமாக மிகக் கனமானவை. பழத்தைத் தின்றால் இனிப்பும் புளிப்பும். கொட்டை கறுப்பு. முள்ளாத்தை நல்ல "கிரந்தி" என்று அந்தக்காலத்தவர்கள் சொல்லுவார்கள். மெய்தானா என்று இப்போது இருப்பவன் பார்க்க எமலோகத்திற்குத் தான் போகவேண்டும். அப்போது ஒரு குடியிருப்பு வளவு என்றால், அதற்கு; புறவளவு, கோடி, மையப்பூமி, கிணற்றடி, என்றெல்லாம் பல பிரிவுகள் இருக்கும். வீடுகட்ட நிலம் எடுக்கும்போதே வளவை இவற்றிலெல்லாம் நிபுணத்துவம் வாய்ந்தவர்கள் பார்த்துக் கணித்துக் கணக்கெடுத்துக் கழித்துவிட்டுத்தான், அத்திவாரம் போடும் இடத்தைத் தெரிந்தெடுத்துச் சுள்ளி அடிப்பார்கள். அப்போது எங்களூரில் இளைய தம்பி ஓடாவி என்பவர்தான் இந்தத் துறையில் நிபுணத்

துவம் வாய்ந்தவராக இருந்தார். அவர் நல்ல யோக்கியன். இதை அவர் தொழிலாகச் செய்யவுமில்லை. எங்களுக்கு அவர் தூரத்து உறவுக்காரரும்கூட. இது அனேகமாக வெள்ளிக் கிழமைகளில் “குத்பா” சாய்ந்த பிறகுதான் நடக்கும். வீட்டுக் காரர் நிலம் எடுத்து முடிந்ததும், அவருக்கு – வாழைப்பழம், வெற்றிலைபாக்கு சாரன்சால்வை என்பவற்றை ஒரு வட்டா வில் வைத்து, அதை வெள்ளைச் சீலையால் மூடிக்கொடுப்பார் கள். அவர் முகமெல்லாம் மலர்ந்து வாங்கிக்கொண்டு போய் விடுவார். வேறு கூலிகள் கிடையாது. இந்தக்காலத்தில் புடுக் கறுப்பதற்கும் காசுகேட்பதைப்போல அப்போது கேட்க மாட்டார்கள். இப்போது எல்லாம் வியாபாரம்தானே! அப்போது அனைத்தும் சந்தோஷங்கள்.

இப்படிக் கணக்கெடுத்து, அதுக்கு இதுக்கென்று பூமியை விட்டுக்கொடுத்து வீடு கட்டுகின்ற காலம் இப்போது மலை யேறிவிட்டது. நாய் மூத்திரம் அடிப்பது மாதிரி நினைத்த இடத்தில் மடுவைத் தோண்டிக் கல்லைப் போடுவதுதான் இப்போது வேலை. ஒரு “அதவுகிதவு” எதுவும் கிடையாது. புறவளவும் கிடையாது. புழக்கடிக்கும் வேலையில்லை. இப்போது எல்லோரும் நடு வீட்டுக்குள்தானே “வறவறா”! ஒருவன் கக்கூசுக்குள் காத்துவிட்டுக் கொண்டிருக்க மற்றவன் பக்கத்து அறைக் கட்டிலில் கேட்டுக் கொண்டிருக்கிறான்! துர்நாற்றம் எங்கே இருக்கிறது வாழ்க்கையில் பார்த்தீர்களா! நடு வீட்டிற்குள்! புறவளவு புழக்கடி என்றெல்லாம் கழிக்கத் தற்போது வளவுகளும் கிடையாது. எல்லாம் ஓர் உள்ளங்கை. ஓர் அவுண்சுப் பூமி ஆயிரக்கணக்கில். இப்போது “பீப்பத்தை” என்றொரு பத்தையைக் காட்டினால் நான் பரிசாக எனது பேனையைக் கொடுப்பேன்.

இப்போது குடியிருப்பு வளவுகளுக்குள் இனிமைகளே இல்லை. புல்லைக்கூட சீமெந்துச் சட்டியில் நாட்டித்தான் அழகுபார்க்க வேண்டும். நான் சிறுவனாக இருந்த பொழுது எங்கள் வளவில் “அன்னாசிப்பத்தை” இருந்த இடத்தில், இன்றைக்கு நாலு குமருக்கு வீடுகட்டிச் சீதனம் கொடுத்து “நிக்கநிறுத்தல்” பண்ணலாம். அப்போது சீதனம் என்றால்கூட என்ன! இரண்டு ஏக்கர் முத்து விளையும் தரை. அல்லது எழுநூற்று ஐம்பதுரூபா காசு மட்டும்தான்! சில நேரம் ஆள் நல்ல தரமான சரக்கென்றால், இவையிரண்டும் அவ்வளவு தான்! “கொச்சிப்பழம் போல ஒரு கிளியைப் புடிக்க இவன்ட காசெதற்கு” என்று கேட்கின்ற ஆண்பிள்ளைகள் அந்தக் காலத்தில் அதிகம். அவர்களின் ஆண்குறியின் வீரியம்

அவர்களுக்கு அந்தக்காலத்தில் தெரிந்திருந்தது. இப்பொழுது ஆண்பிள்ளைகள் குறைந்துவிட்டார்கள். “மணி” வெறும் தோல் துண்டாகி இழுபடுகிறது. என்னையும் இதனை வாசிக்கும் உங்களையும் தவிர. ஊரில் இப்போது இருப்பதெல்லாம் வெறும் “மாப்பிள்ளைகள்”தான். ஓதிப்படித்த உலமாகூட உள்ளதும் ஒரு பெண்ணும், தொட்டுநக்கப் பசையும் உள்ள இடத்தைப் பார்த்து மாப்பிள்ளையாகிவிட்டு ஊருக்குச் சொல்லு கிறான், “நானென்ன கேட்டா வாங்கினேன், அவகட புள்ளைக்கு அவக குடுத்தாக, இதுக்கு நானென்னப்பா செய்யிற, எண்டு” தனது மருளைக் காட்டி மறையப்பார்க்கிறான். அனை வருக்கும் மருளும், மாசாலையும் கனத்துப்போன காலம்தான் இது! உப்புக் குடுக்கையையும் தங்கத்தால் வாங்கி இவர்கள் படுத்துற பாட்டுக்கு வண்டிலும் மாடும் வேற! வந்தவருக்கு இப்போது வந்த வீட்டிற்கென்று எதுவும் செய்ய விருப்ப மில்லை. எவனோ உழைத்து வைத்த ஓசியில் கிடந்து, தக்காளிப் பழத்திற்குத் தயிர் கடைவதுதான் அவரின் ஆண்மை. இந்த விடயத்தில் எழுத்தாளர்கள் இப்போது படுமோசம். எனக்குத் தெரிந்த ஒரு எழுத்தாளன், விடிந்து பொழுது கருகும் வரைக்கும் வெள்ளையும் வெள்ளையுமாய்த் திரிகிறவன், ஒரு பதவிக்கு வந்தபிற்பாடு, அந்த வெள்ளைபோட்ட கறுத்த பிராணி படுத்தியபாடுகள் எழுதி அடங்காது. அவன் முடிக்கப் போகும் பெண்ணின் “புல்லுத்திட்டியையும்” பொன் முலாம் பூசிக்கேட்ட கதைகள் இன்னும் ஊரில் அழியவில்லை. திருமணத்திற்குப் பல மாதங்களுக்கு முன்பே அவளின் “தகரக் கூட்டை” ஓடத்தொடங்கிவிட்டான். மோட்டார் சைக்கிள் ஓடுவதும் இப்போது அவருக்கு ஏளனமாகப்பட்டது. மேலும், அப்படிச் செய்துவிட்டு, பெட்டகம் போன்ற ஒரு வர்த்தக நிலையத்தைத் தரும்படி கேட்டுக் கலியாணத்தையே மறுத்தான். என்ன செய்வது, கொடுத்து அவனில் இவளைக் கொளுத்திவிட்டார்கள். அவள் இப்போது எரிகிறாள். இவன் நேர்முகவர்ணனையைப் பிறிதொரு இடத்தில் நிகழ்த்துகிறேன். அதுவரை பொறுங்கள்.

அந்த அன்னாசிப்பற்றைக்குள்தான் எங்கள் வீட்டுக்குப் பக்கத்தில் குடியிருந்த “சின்னான் போடியார்” என்ற சைக்கிள் திருடன், தான் திருடிவந்த சைக்கிள்களைப் பாகம்பாகமாகப் பிரித்தெடுத்துவிட்டு முக்கோணத்தை மட்டும் எறிந்து ஒளிப்ப தெல்லாம். முக்கோணத்தில்தானே சைக்கிளின் இலக்கம் இருக்கிறதாம். சின்னான் போடியின் குடும்பம் பரம்பரை சைக்கிள் திருத்துனர்களும், பரம்பரை சைக்கிள் திருடர்களும்.

இவரின் பிள்ளைகளும் இதே தொழிலை இப்போதும் செய்கிறார்கள்.

அடர்ந்த காடாகத் தெரிந்த எங்கள் அன்னாசிப் பற்றைக்குள், ஒருநாள் பொலிஸ்படையொன்று கட்டைக் காற்சட்டைகளும் கைகளில் பொல்களுமாக நின்று முக்கோணம் தேடியது, என் நினைவின் தலைவாசல் அடியில் வெண் மணலாகக் குவிந்து கிடக்கிறது. எம்பட்டு முக்கோணங்கள்! அனைத்தும் திருட்டுச் சைக்கிள்கள்! எத்தனைபேர் சின்னான் போடியாரால் நடந்து கால் தேய்ந்தனரோ! அந்தச் சின்னான் போடியார் தலைமறைவாகிவிட்டார். பொலிஸாரின் அன்றைய வேண்டுதலின் பிரகாரம் எங்கள் அன்னாசிப் பத்தையும் அழிந்து நிலம் துப்பரவானது. அதை அழிக்கும் போது ஓடிய எலிகள் என் நெஞ்சில் இப்போதும் ஊருகின்றன.

❖

வெறுவாய்க்கேடு வாசலிலே படுக்கிறது.

மூத்தம்மா அரிவாள்மணையில் குந்தி மீன் அறுப்பதென்றால், நான்தான் வீரைக்கொள்ளிச் சாம்பல் அள்ளிக் கொண்டு கொடுப்பது. அப்போது எங்கள் வீட்டில் வீரைக்கொள்ளிகளை மூட்டி எரித்தே சமைப்பது வழக்கம். எங்களுக்குச் சொந்தமாக 'தீவட்டைக்குள்' இருந்த பூமிக்கு முளைபிடிக்கும் வண்டிக் காரர் 'பல்லுக்கடியர்' வருடத்திற்கொரு தடவை புதிராகக் காட்டுக்குப் போய்வந்தால் கொண்டுவந்து வளவுக்குள் கெழிக்கின்ற வீரைக்கட்டைகளை மூச்சுப் பறக்க, மூச்சுப்பறக்க வீட்டிலுள்ள பெரியவர்கள் யாராவது கொத்திச் சுரண்டி எடுத்த கொள்ளிகள்தான் அவைகள். 'பல்லுக்கடியர்' நல்ல குணத்திற்கு நல்ல ஆள். பேண்டதை யும் அள்ளுவார். கோபம்வந்தால் கிட்ட நெருங்க ஏலா. பல்லைக்கடித்துச் சீறுவார். இதனால்தான் அவருக்குப் 'பல்லுக்கடியர்' என்று பெயர்வந்ததாம். 'அல்லியாத்தரை' ஆக்கள் எல்லோரும் அப்படித்தான். நேத்தைக்கு ஒரு குணம் என்று அப்போது வீட்டிலுள்ளவர்கள் கதைப் பார்கள். குடி ஆதிக்கம் அந்த நாட்களில் அதிகம். எதற்கும் குடிவழி பார்த்துத்தான் கால் எடுத்துவைப்பார்கள். அப்போது பல குடிகள் இருந்தன. படையாண்டகுடி, பணிக்கனார்குடி, ஆலிம்குடி, கொசுக்கெட்டைகுடி, மேற்சொன்ன, அல்லாத்தரையார்ரகுடி, ராசாம்பிள்ளை குடி, என்றெல்லாம். எனது தாய்வழிக்குடி ராசாம்பிள்ளை

குடி. தகப்பன் வழி கொசுக்கெட்டைகுடி. ஆக, நான் – ராசாம்பிள்ளைகுடியானாகவே இப்போதும் அடையாளம் காணப்படுகிறேன். தாய்வழியிலேயே குடிகளைப் பார்ப்பது மரபாக இருக்கிறது. இப்போது இந்தக் குடி ஆதிக்கம் மிகமிகக் குறைந்திருந்தாலும் தேவைக்கு அது தலை தூக்குகிறது. குறிப் பாகப் பள்ளி மரைக்கார்மார் தெரிவுகள் நிகழும்போது ஒவ்வொரு குடிக்கும் ஒவ்வொரு மரைக்கார் என்ற வீதத்திலேயே எங்கள் பள்ளி வாசல் நிர்வாகக் கட்டமைப்பும் இருக்கிறது.

வீரைக்கொள்ளியில் சமைக்கின்ற சோறுகறி நல்ல ருசி, மூத்தம்மாவின் பாஷையில் சொல்வதென்றால், “தின்றாலே நாக்கு இத்துப்போகும்”. இன்றையைப்போலப் போத்தல்கள் வாங்கி எட்டி நின்று தட்டிவிட்டு மூக்கைப்பொத்திக்கொண்டு ஒளித்துப்போய் இருந்துவிட்டு வந்து, இறக்கி எடுத்துத் தின்னும் பண்டங்கள் அத்தனையும் நோயின் மூத்த புதல்வர்கள். கொட்டைப்பாக்கைச் சுட்டுக்கரியாக்கிப் பிறகு அதை அரித் தெடுத்துப் பல்லுத்தீட்டியவன் எனது மூதாதையோன். நானும் மூத்தப்பா தரத் தீட்டியிருக்கிறேன். வேப்பங்குச்சியாலும் சிலர் தேய்ப்பார்கள். இப்போது வேப்ப மரமும் இல்லை. அதன்கீழே குச்சிகளும் கிடையாது. காகம் நிற்பதற்கு மரமே இல்லாமல் இன்றைய மாநகரில் பறந்தபடியே பதறித் திரிகிறது.

எங்கள் வளவில் வீரைச்சாம்பல் ஒரு மலையாகக் குவிந்து கிடந்தது. கிணற்றடியின் தட்டுவேலிக்கும் குமர்த்தென்னைக்கும் இடையில் இருந்த இடுவலில். அந்தக் குவியலில் ஏறித்தான் கிழைத்துக் கிழைத்து எங்கள் “மச்சான்டதம்பி” காரிய மாற்று வான், போட்டுக்கோழியுடன். மச்சான்டதம்பியும் எங்களின் இன்னுமொரு இளந்தாரிச் சேவல். அதற்கு “மச்சான்டதம்பி” என்று நாமம் வந்தது எனக்கு ஏனென்று இன்றுவரைக்கும் தெரியாது. பாணித் தலையும் பூவுமாக நல்ல அழகன். “சுனாமி” நிவாரணப் பணிகளுக்கு வந்த சில வெள்ளைக்காரிகளைப்போல. பெண்மையும் ஆண்மையும் கலந்த தோற்றம். அது அனேகமாகக் கோடிக்குள் நின்ற முருங்கை மரத்தில்தான் ஏறி அடையும். பொழுதுபட்டால் கூட்டுக்குள் ஒரே குடும்பமாக உறங்க அதற்குப் பிடிக்காது. பறந்தாலும் புறாமாதிரித்தான், உயர உயரப் பறக்கும். அதன் இறக்கை பட்டு முருங்கை நூல்கள் எத்தனையோமுறை விழுந்திருக்கின்றன. காய்கள் விழுந்தால் எங்கள் வீட்டில் கவலை வருவதில்லை. முருங்கை நின்றதே இலை ஆயத்தான். காய் “சுவாதம்” என்பதால் உம்மா தொடுவதே இல்லை. தம்பி பிறந்த பிற்பாடு உம்மாவுக்கு “சுவாதம்” முற்றி யிருந்தது. கைகால் எல்லாம் சூம்பி. அவ உடற்சூட்டோடும், கிறுகிறுப்புமாக ஆள் முள்ளாய்ப்போய்த் திரிந்தா. அப்போது

பிரபலமாக இருந்த "பொடியன் பரிசாரியின்" பொடியும், எண்ணெயும் உம்மாவுக்குக் கை கொடுத்தன. அவரின் ஆலோசனைகளில் ஒன்றுதான் முருங்கைக்காய் சாப்பிடக்கூடா தென்பது. அதில் விஷயம் இருக்கத்தான் செய்கிறது. "முந்தானை முடிச்சு" படத்தில் பாக்கியராஜாவும் முருங்கைக்காய்பற்றித் தானே பிரஸ்தாபிக்கிறார்! "திராய்" இன்னுமொரு கேடானது சுவாதத்திற்கு. உம்மாவுக்கு ஒத்துவராமல்போனதால் எங்கள் வீட்டில் முருங்கைக்காய்க்கு அப்போது அவ்வளவு மதிப்பில் லாமல்போனது.

முருங்கை இலையென்றால் அனேகமாக உம்மா தவிர, எல்லோரும் வெட்டுவார்கள். அதுவும், கூனி வறுத்துக்கொட்டிய முருங்கை இலைப் பாலாணம் ஆட்டிறைச்சிக் கறியைவிட டிமாண்டானது. கால்கொத்துக் கூனி மூன்றுசதம் அப்போது. நற்பிட்டிமுனையைச்சேர்ந்த "முத்துலாத்தா" கொண்டுதருவா. எங்கள் கறிவகையே தனிரகம். சோனி தின்று கெட்டான் என்று சொல்லுவது ஓரளவு உண்மைதான். மாட்டிறைச்சிக் குள் கத்தரிக்காய், அல்லது மரவள்ளிக்கிழங்கு, சுங்கான் கருவாட்டுக்குள் முருங்கைக்காய், வெள்ளையாப்பொடிக் கருவாட்டுக்குள் திராய் போட்டுச் சுண்டுவது என்று ஒவ்வொரு சோடியாக எத்தனையோ உண்டு இன்றும். எனக்கு இந்தச் சோடிகளிலெல்லாம் தனிவிருப்பம். மாரிக்காலத்தில் மாட்டுக் குடலுக்குள் பப்பாசிக்காயைப்போட்டு ஆக்கித் தாளித்து எடுத்தால் அதற்கு நிகர் ஏது! பொன்னான்கண்ணிக்குள் உழுவை மீனைப்போட்டுச் சுண்டிப்பாருங்கள், தனிருசிதான். உழுவை மீன் எடுத்தாலும் மாட்டுக்குடல் இப்போது எடுக்கவே முடியாது. அதற்கு இப்போது "கெப்பர்" வந்து பணக்காரன் வாய்க்குள்ளும் துளையத்தொடங்கிவிட்டது. ஏழைகளுக்கில்லாத சாமான் இப்போது மாட்டுக்குடல்தான். அந்தக்காலத்தில் அது ஏழைகளின் உணவு. பிள்ளைத்தாய்ச்சியும் ஆசைப்பட்டுத் தின்னும் பண்டம், செத்தாலும் பொழச்சாலும் எண்டு.

எங்கள் மச்சான்டதம்பியைத் தேடி அண்டைஅயல் கோழிகள் என்று பல வரும். குறிப்பாக மூத்தபிள்ளையின் "கண்கெழிச்ச மதினா, ஏறி உழுந்தான் கிழடு, வாட்டுரொட்டியர் பொண்டிட நெருப்புப்பறந்த கண்ணன், நினைத்தேன்வந்தாய்" என்று சொல்லிக்கொண்டேபோகலாம். வேண்டுமென்றே எங்கள் புறவளவுள் தங்கள் முட்டைச் சுரங்கங்களை இவர்கள் துரத்திவிடுவார்கள். அந்தஅளவுக்கு எங்கள் மச்சான்டதம்பி பிரபலம்பெற்றிருந்தான், ஏறிமிதிக்கின்ற விஷயத்தில். அவன் மிதிச்சால் முட்டைதான், நாளைக்கே என்று கதைக்காத

பொண்டுகளே கிடையாது! அந்த அளவுக்குக் கெட்டிக்காரன் எங்கள் மச்சான்டதம்பி! ஏறி ஒரு கொத்துத்தான். குறுக்கும் கொக்கரிக்கும். முட்டை என்றுதும்தான் இன்னொன்றும் இவ்விடத்தில் என் நினைவுக்குவருகிறது. அதாவது; அந்தக் காலத்தில், மருந்துக்குக்கூட மசண்டைக்குள் கோழிமுட்டை கைமாறமாட்டார்கள். அது நல்லதல்ல என்ற ஓர் அபிப்பிராயம் இருந்தது. இப்போதும் சிலரிடத்தில் உண்டென்று அறிகிறேன். வைத்திருப்பவள் வாட்டுரொட்டியையும் முடிஞ்சிதான் வைப்பாள். மெஷின்கோழியெல்லாம் பெருகிப் பல்லிமுட்டை இடுகின்ற இந்தக்காலத்தில் இது அதிசயம்தான்.

அப்படி நான் சாம்பலை அள்ளிக்கொண்டுவந்து மீனுக்குப் பக்கத்தில் போட்டுவிட்டு, மூத்தம்மா மீன் அறுப்பதைப் புதினம் பார்ப்பது எனது வழக்கம். சுங்கான், பனையான் அறுப்ப தென்றால் அவற்றின் தலைகளைத் தட்டுவது நான்தான். உசிர் இருந்தால் மூத்தம்மாவுக்குக் குத்தும். அப்போது வாப்பா தற்செயலாக அவ்விடத்தால் குறுக்கிடநேர்ந்தால், அந்தமனிசி படும்பாடு சொல்லி அடங்காது. அவட சீவன்கிடந்து பதறும். முக்காட்டை ஒரு கையால் அள்ளிப்போட்டு, மறுகையால் அடித்தொடையை மறைத்து என்று, காணும், அன்று பொழுது முழுக்க நின்றுவிடிவா! மனிசி. மாமியா மருமகன் உறவுக்கு ஒரு மரியாதை இருந்தகாலம் அது. இப்போது அடித்தொடை யில் வந்த விஷப்பருவைத் "தம்பி கொஞ்சம் நசித்துவிடு" என்று மாமியா திறந்து கொடுக்கிறாள் மருமகனிடம். தம்பியும் அழகாக மாமியின் மெதுமெதுப்பை நசிக்கிறான். இப்படி யான சந்தர்ப்பங்களிலெல்லாம் மூத்தம்மாவுக்குத் தெரியாமலே அந்த மனிசியின் கையை அரிவாள்மணை கொண்டுபோய் விடும். சரியானகூர் அது. மூத்தப்பா அடிக்கடி அரத்தால் உரஞ்சுவது.

மூத்தம்மாவுக்கு அப்படி ஏதாவது நேருங்கால் நான் ஓடிப்போய்ப் புறவளவு மூலைக்குள் நன்கு சடைத்துநின்ற எனக்குப் பெயர் தெரியாத மரமொன்றின் இலையை இணுங்கி அதால் வழியும் பாலைத் தங்கத்தின் காயத்தில் வைப்பேன். அடுத்தநாளே அது காய்ந்துவிடும். விஷம் எடுக்கும் மரமாம் அது. புறவளவு மூலையெல்லாம் இதுவும் "கள்ளி" யும் நின்றது. அது – வளவுக்குள் "கோடி" அடிக்காமல். "கோடி" என்றால் சாபம் விழுவதைப்போன்ற ஒன்றென்று நினைக்கின்றேன். இப்படிப் பல "கோடி" அடித்த குடும்பங்களை நான் அந்தக் காலத்தில் கண்டிருக்கின்றேன். "மையப்" பூமியில் வீடு கட்டினா லும் இப்படிக் "கோடி" அடிக்குமாம் என்பார்கள் அப்பொழுது.

இதையெல்லாம் புறக்கணித்தோ இப்போது நோய்நொடிகள்! "வெறுவாய்க்கேடு" வாசலிலே படுக்கிறது!

அதிகமாக மணலைமீன் அல்லது விரால்மீன்தான் எங்கள் வீட்டில் அப்போது வந்து செமிக்கும். மணலைமீன் அறுத்தால் எனக்கும் குஷிதான். கழுவிப்போட்டுக் கையை வைக்கவேண்டு மல்லவா அதன் உடம்பில்! கண் அழகு! பூனைக்கண்! இப் போதைய குமர்களுக்கு எடுத்துவைக்கலாம் வடிவுக்கு. ஓர் இளந்தாரியாவது பார்க்க. அதன் பொக்கணியைத் தின்னத் தின்னக் கருகருவென்று நல்ல ருசியாக இருக்கும். எண்ணெய் மீன். பொரித்தால் அவ்வளவு நன்றாகவராது. முறுகாது. வேறொன்றுமில்லை. அவித்தமீனைத் தின்பதைப்போல இருக்கும். நான் அறுக்கும்போதே பொக்கணி எனக்கென்று மூத்தம்மாவிடம் சொல்லிவிடுவேன். அவ கேட்டும் கேளாத மாதிரிக்குக் கொடுப்புக்குள் சிரிப்பா. விரால்மீன் அறுத்தால் சினையைத்தருவா மூத்தம்மா சுட்டுத்தின்ன. விரால்மீன் பொரிய லுக்கு நல்லது. அந்தக்காலத்தில் "பொண்கூட்டும்" மீன் என்றால் விரால்மீன்தான். அதுஎன்ன "பொண்கூட்டல்"? பிறகு சொல்லுகிறேன். விரால்மீனின் தலை சூப்பச்சூப்பச் சுவை. இப்போதும் எனக்கு இந்தத்தலை சூப்பும் பழக்கம் இருக்கிறது. ஆனால்; அந்தநாளைய தலைகள்மாதிரி இன்று பிடிக்கின்ற மீன்களுக்கு ருசியில்லை. பாண்போறணையில் செய்தெடுத்த தலைபோல! அந்த மீனின் சினையை ஒரு வாழை இலைக்குள்வைத்து சோற்று அடுப்புக்குள்தள்ளி எடுத்துச் சுட்டுத் தின்றால் இன்னும் கொஞ்சம் இல்லையா என்பதைப்போல இருக்கும். சினை இப்போது யாருக்குக் கிடைக்கிறது? அது முற்றும்பருவத்திற்கு முன்னமே பிடித்து விலையாக்கிவிடுகிறான் செம்படவன். விரால்மீன் எப்பொழு தும் ஆண்பெண் என்றுசொல்லிச் சோடிகட்டித் தான் மடுவுக் குள் வாழும். அதைக் கூடுகலைத்துவிடுகிறான் மனிதன்! நன்றாக இருக்கவேமாட்டார்கள். நான் விரால்மீன் தின்பவன் தான் அதற்காக எனது மனிதாபிமானத்தை ஈடு வைக்க முடியாது. பல செம்படவன் குடும்பம் தெருவில் நிற்கிறது.

எது எப்படித்தான் இருந்தாலும் எனக்குப்பிடித்தமான மீன் "செத்தல்மீன்"தான். நன்கு முற்றிய செத்தலின் சதையும் சினைமாதிரித்தான் இருக்கும். கிள்ளக்கிள்ளப் பால் ஒழுகும். "செல்வனும்" அந்த நாளையில் வரும். வந்தாலும் அதற்கு இன்று இருக்கின்ற கௌரவம் அன்று கிடையாது. ஆகக்கழிபட்ட மீன் அப்போது "செல்வனும்" சருகும்தான்.

இப்போது இதற்கெல்லாம் ஒரு குதிரைவாங்கும் காசும் கொடுத்து முட்டுக்காலில் நின்று ஒரு பாட்டும் பாட வேண்டும். செத்தல் மீன் கடுகு வறுத்துக்கொட்டிக் குலுக்கி எடுத்தால் ஏழு ஊட்டுக்கு அங்கால மணக்கும். "செல்வன்மீன்" வறுத்துக் கூட்டி ஆக்கினாலும் வடிவாக இருப்பது குறைவுதான். ஆனால் இதற்குத்தான் இன்றைக்கு மௌசு. செத்தலைவிட விலை அதிகம் சந்தையில். இது மீனுக்குள் மட்டுமல்ல. மனிதனுக் குள்ளும் அதுதானே நடக்கிறது. உயர்ந்தவனும் யோக்கியனும் ஓரங்கட்டப்பட்டு, கழிசடையும், காவாலியும் தலைதூக்கி விட்டான். தகுதி இல்லாதவன்தான் தலைவனாகி நமது தலைவிதியை எழுதுபவனாக மாறிவிட்டான். சந்தனக்கட்டை யும் சிவப்பு மாணிக்கமும் சாக்கடைக்குள். கேட்பார் பார்ப்பார் யாருமற்று.

❖

இப்போது உள்ளவள் கீரை நாக்கு

இப்போது நான் மூத்தம்மாவுக்கு அருகில் குந்திக் கொண்டிருந்தேன். மூத்தம்மா மீன் அறுத்தால் வழக்கமாக வருகின்ற எங்கள் உறவுக்காகம் "ஏளியாகவே" வந்திருந்தது. மீன்தலை, குடல் தின்று கொழுத்த இறுமாப்பும் அதற்கு. இப்படியான இளக்காரங்களுக்கெல்லாம் இறுமாப்பு வருவது சகஜம்தான்! மூத்தம்மா பாவாடையில் ஒரு சீலைத்துண்டைச் செருகித் தன் உடம்பை மறைத்தபடி மீன் அறுத்துக்கொண்டிருந்தா. அந்த மனிசியின் கையில் காதிலெல்லாம் ஒரே ஆபரணம். கையில் "ரேடியோக் காப்பு". கழுத்தில் "தென்னம்பாளை அட்டியல்", மோதிரம், தோடு என்று ஏராளம். ஆனாலும் மூத்தம்மா அணிந் திருப்பது ஒப்பீட்டளவில் குறைவுதான். எங்கள் பக்கத்து வீட்டுச் சின்னமரைக்கார்பொண்டி அணிகின்ற நகை களைப்பார்த்தால், ஆச்சரியம்வரும். ஒத்திக்குக் காணி புடிப்பவர்கள் அவர்கள். ஊருக்குத் தெரியாமல் நகை களையும் ஈடுபிடிப்பார்கள். அப்படிப்பிடித்து உரியவர் திருப்பி மீட்காமல் வந்துகுவிந்த உருப்படிகள் அனேகம். "ஹறாம்"; சேர்ந்தால் பணம் சேரும்தானே!.

சின்னமரைக்கார்பொண்டியின் காலில் "கறணை". சிலநேரம் "தண்டையும்" அணிவா. காதில் "அல்லிக்குத்து". சப்பை யான "துள்ளுமா" மூக்கிற்கு மூக்குத்தி. கழுத்தில் மூட்டான் கயிறுமாதிரி "கொடி" என்று இன்னும் எத்த னையோ! அவற்றைக் கழற்றி அடுக்க ஒரு "குஞ்சுப் பொட்டி" வேண்டும். இந்தக்காலத்துப் பொம்பளைக் கெல்லாம் இவைகள் சரிப்பட்டுவராது. இவைகளைப் போட்டால் இவள் இடுப்பாலே முறிந்து இருதுண்டாய்ப் போவாள். வெறும் நாக்குளிப்புழுக்கள்தானே இந்தக் காலத்துப் பொண்டுகள்! பொம்பளை என்றால் அப்போது வாழ்ந்தவள் தான் பொம்பளை! ஏழுமரக்கால் அரிசியை

ஒரு மூச்சில் தூக்கித் தனியே தலையில் வைப்பாள்! பிள்ளைத் தாய்ச்சியே உரலில் போட்டு நெல்லைக் குற்றுவாளப்பா! தைரியமாய். இப்போது உள்ள கீரைநாக்குகளுக்கு இது இயலுமா? ஒரு பிள்ளைக்கு இரண்டு பிள்ளை பெறுவதென்றாலே போராட்டம். புரிஷன் மாதக்கணக்காய் ஆஸ்பத்திரிக்குச் சோறு சுமக்க வேண்டும். அப்போது ஒரு குடும்பத்தில் பத்துப் பன்னிரண்டு பிள்ளைகுட்டிகள்தான் கிடக்கும். ஒன்றை ஒன்று தூக்கும். வட்டும் வழுதிலங்காயும்போல, வருஷத்துக்கு ஒன்று என்ற கணக்கில் பிறந்து. ஒன்றின் மூக்கை ஒன்று சீறவைக்கும். ஒன்றின் பீயை ஒன்று கழுவும்.

இப்போது ஆகக்கூடியது இரண்டுபேர். எத்தனையோ வெட்டுக்குத்துகளைத் தாயானவள் உடம்பில்வாங்கி. அந்தக்காலத்துப் பெண்களுக்குப் பிள்ளைபெறுவது என்பது சிரமமில்லை. கோழி முட்டை இடுவதுமாதிரி மிகவும் இலகுவான விடயம். எந்த V.O.G அவளைச் சோதித்தான்! எவளுக்கு இரத்த அழுத்தம் என்று கண்ணாடி அறையில் வைத்தார்கள்! ஒரு மருத்துவச்சியோடு வீட்டிலேயே விஷயம் முடிந்துவிடும். நாங்கள் ஐந்துபேர். அனைவரும் வீட்டிலேயே ஜனனித்தோம். அப்போது ஒவ்வொரு வீட்டிலுமுள்ள பொம்பளைச்சாப்புக்குள் ஒரு பெரிய கயிறு தொங்கிக்கொண்டே இருக்கும், ஒரு மூலைக் குள். பிள்ளை பெறும் நோக்காட்டு நேரத்தில் கர்ப்பிணி பிடித்துமுக்க, இப்போது கருக்கட்டிக் கையில் பெற்று எடுக்கும் வரை குளிசையும் மருந்தும்தான். ஆஸ்பத்திரிக்கு அடிக்கடி போகவேண்டும். அப்போது ஆஸ்பத்திரியில் பிள்ளைபெறுவதே ஓர் இளக்காரமான காரியம். இலவட மூத்தமகள் தட்டித்தவறி ஒரு பிள்ளையைப் பெறகப்போய், எத்தனையோ வருஷங்கள் வசைக்கு ஆளானாள்.

மூத்தம்மா ஊட்டுப்பாட்டுக்கு இப்படி உடுத்தாலும், அந்த மனிசிக்கு நல்ல “பச்சவடம்”, “முறிச்சோமன்” என்று நிறைய உடுபுடவை இருந்தன. “கட்டுப்பெட்டிதான்” அப்போது அலுமாரி. “கட்டுப்பெட்டி” என்பது ஓலையால் இழைக்கப் பட்ட ஒருபெரிய சப்பட்டைப்பெட்டியும், அதற்கான ஒரு மூடியுமாகும். இந்தப் பெட்டிக்குள்தான் அப்போது உடுப்புகள் வைப்பார்கள். மூத்தம்மாவும் இப்படியொரு பெட்டிக்குள் தான் சோமன் சக்கட்டையெல்லாம் மடித்துவைத்திருந்தா. மூத்தப்பாவுக்கு ஒரு “தைலாப்பெட்டி” இருந்தது. அதற்குள் அவரது ஆட்டஓட்டங்கள். தைலாப்பெட்டி பல அறைகளைக் கொண்ட பிரிவுகளாக இருக்கும். ஒவ்வொரு பிரிவுக்குள்ளும் ஒவ்வொரு இனப்பொருள். ஒன்றுக்குள் காசி, ஒன்றுக்குள் உடுப்பு, ஒன்றுக்குள் ஆவணங்கள் என்றமாதிரி. வீட்டிலுள்ள

அனைவருக்கும் பொதுவாக, கூடியமட்டுக்குப் பொம்பளையின் பாவனையில் “பெரியபெட்டகம்” இருக்கும். அதற்குள்தான், பாய்பறி உட்பட சகலதும். பாய்பறி என்னும்போது தகுதியானவை மாத்திரம். காலமில்லாக்காலம் வருகின்ற மனிசன் மான்சாதிக்கு எடுத்துப்போட என்று இருக்கின்ற பொட்டிப் பாய், பூப்பாய், மெத்தைப்பாய், என்கின்ற இனங்கள். நாளாந்தம் இழுத்துப்போடுவது “அசவில்” தொங்கும். அசவு என்பது ஊஞ்சல் மாதிரி ஒன்று. முகட்டுவளையில் கயிறுபோட்டுக் கட்டப்பட்டு, இருபக்கமும் தொங்குகின்ற அதற்குள் சிறு பலகையை வளர்த்தி, அதில் பாய்களை அடுக்கிவைப்பார்கள்.

மூத்தம்மா புடவைகளை அடிக்கடி உடுப்பதில்லை. ஆண்டில கார்த்திகையில எப்பொழுதாவது ஒருதடவை. அனேகமாக சோமனைத்தான் எடுத்து உடுப்பா. அது வெளியில் எடுத்தாலே “கும்மென்று” மணம்வரும். கட்டுப்பெட்டிக்குள் போடப்பட்டிருந்த “இலாமிச்சம் வேரின்” வாசம் ஒருபுறம். மறுபுறம், ஏகாலி சாமான்போட்டு வெளுத்ததால் கிளம்பும் மணம். இந்த இரண்டும் சேர்ந்து ஒன்றான தன்மை இங்கு விபரிக்க முடியாத ஒன்றாக இருக்கும். எங்கள் குடும்பத்து வெளுவைக்காக “தேவதாஸ்” என்ற ஏகாலி இருந்தார். அவர் பெண்குரலில் அழகாகப் பாடுவார். உடுப்புகளை எடுக்க, அல்லது வெளுத்ததைத் தரவந்தால், காரியம் முடியும்வரைக்கும் எங்கள் “வட்டியலில்” ஒருகாலைக் குத்தி நின்றபடி, கிணு கிணுவென வாய்க்குள் பாடிக்கொண்டே இருப்பார். “அழகான பெண்ணுதான் அதற்கேற்ற கண்ணுதான்,” “ஸலாம் பாபு ஸலாம் பாபு” என்ற பாடல்களே எப்போதும் ஒலிக்கும். தேவன்பொண்டியும் ஒரு ஏகாலிதான். தேவனுக்கு ஏதும் ஆகி, அவனால் வரமுடியாமல்போனால் தேவன்பொண்டிதான் வருவாள். ஒருநெடிய மனிசி. எங்கள் கட்டைத்தென்னையில் கொளுவி இழுக்கும் துறட்டிக்கம்புமாதிரி.

ஏதும், மௌத்து அயாத்து என்றால்தான் மூத்தம்மா அப்படி உடுப்பா. இல்லாதுபோனால் யாராவது கூப்பிட்டால் “பொண்டுகளுக்குப்போவா.” மூத்தம்மாவுக்குப் பொண்டு களுக்குப்போவது அவ்வளவு விருப்பமில்லை. காரணம், அவக்குக் குரவை இடத்தெரியாது. இருந்தாலும் மறுக்க இயலாத இட மாக இருந்தால் போய்த்தானே ஆகவேண்டும்! பலரும் விடுகின்ற குரவைக்குள் தானும் ஒருவாறு, சமாளித்துத் தப்பிக் கிட்டுவந்து கதைத்துச் சிரிப்பா. எங்ஙூரில் அந்தக்காலத்தில், “பொண்டுகள்கூட்டுதல்” என்பது ஒரு தொடரான வியாதி. எனக்குப் பொண்டுகள் கூட்டிக்கொண்டு நீ வந்தால், உனக்குப் பொண்டுகள் கூட்டிக்கொண்டு நான் வரவேண்டும். இல்லாது

போனால் "அத்தம்" இறுக்காத ஓராளாகிவிட நேரிடும். "அத்தக்காரி" பல பொண்டுகளைக் கூப்பிட்டு அழைத்து, ஓர் ஆராத்தியும் குத்தி எடுத்து, ஒருத்தி அதைத் தலையால் தூக்கிப்போக, மற்றைய அனைவரும் குரவைவிட்டபடி பின்னாலேபோய் அத்தம் இறுக்கும் வீட்டில் இறங்குவார்கள். தட்டு நிறையத் தன் தகுதிக்குத் தக்கவாறு காசு வைத்துவிட்டு வருவார்கள். அந்தக் காலத்தில் "சுன்னத்துக் கலியாணம்" நடந்தால், எத்தனை பொண்டுகள் தத்தியாம் வந்தது? என்று தான் விசாரிப்பார்கள். உள்ளவளுக்கு ஓராயிரம் பொண்டுகள் தத்தி! இல்லாதவளின் காலமும் ஓடித்தான் இருக்கிறது! மூத்தம்மாவுக்கு நிறையப்பேர் "அத்தம்" கொடுக்கவேண்டி இருந்தது. அதை அவவால் அறவிடமுடியாமலும் இருந்தது. காரணம் எனக்குத் தாய்மாமன் இல்லை.

அவ மீன் துண்டுகளை அள்ளிச் சட்டிக்குள் போட்ட போது எங்கிருந்தோ கூப்பிட்ட என்னுடைய தகப்பன், நான் போவதற்குச் சுணங்கப் பாக்குமரத்தின் கீழ்வந்து நின்றார். ஏதோ ஒன்றை என்னிடம் வினவுகின்ற எண்ணத்துடன். என்னவாக இருக்கும்? எழுந்தபடி நடந்தேன். டேய், தம்பி ஓடடா! அந்தாள் ஒரு சாதியான பொறப்பு. சுணங்கினால் அடிச்சுப்போட்டிடுவான். என்று மூத்தம்மா சொல்லியபடியே சட்டியைத் தூக்கியவாறு, அரிவாள்மணை அவ்விடத்திலேயே கிடக்க, கிணற்றடிப்பக்கம் போனா. நான் வாப்பாவை அடைந்துவிட்டேன். அடைந்ததுதான் தாமதம், அவர் ஆத்திரமாகவே இருந்தார். கையில் ஒரு பிரம்பு. என் கண்ணில் அது பளபளத்தது. அந்தப் பளபளப்புக்குள் நான் காலையில் சாப்புச்சுவரில் ஒட்டிய எம்.ஜி.ஆர் படம் வாப்பாவின் மறுகையில் இருப்பதும் – தெரிந்தது. எண்ட நாயனே!

❖

அவல் ஒரு கொத்து என்ன விலை மச்சி

வாப்பா கூப்பிட்ட குரலுக்கு நான் ஓடிவந்து அவருக்குப் பத்து முழத்திற்கு அங்காலே நின்றேன். நான் நின்ற சூடு ஆறும்முன்னமே அவர் எட்டி எனக்கு அடித்தஅடி, அடிமாதிரித் தெரியவில்லை. நெருப்புத் தணலை எடுத்து எனது உடம்பில் தேய்த்தமாதிரி இருந்தது. புதுப்பிரம்புதானே! அது தேயும்வரைக்கும் இப்படித்தான் உறைக்கும். அது – முந்தாநாள் இரவு. சாப்பாட்டிற்குக் கறி பற்றாமல்போக முச்சந்திக் கடைக்குச்சென்று சோறு கரைக்கக் "கிண்ணம்பழம்" வாங்கிவரும்போது மிச்சக் காசிக்கு அங்குத் தொங்கிய பிரம்பு ஒன்றையும் வாங்கிவந்து வாப்பா, அவரின் கலியாணப் புகைப்படம் தொங்கிய கண்ணாடி இடுவலுக்குள் ஒளித்துவைத் திருந்தார். எனக்கும் பூனைக்குமாக என்று சொல்லி.

ஆம், எங்கள் வீட்டில் ஒரு கடுவன் பூனையும் இருந்தது. தேர்தலில் வென்று பதவிக்கு வந்தபின்பு ஓடி விறைத்துப்போன இந்தக்காலத்துத் தகுதியில்லாத அரசியல்வாதிகளின் முகத்தைப்போல அதன் முகமும் விகாரம்கூடி விறைத்துப்போய் இருந்தது. நான் அறிந்த வகையில் அது எலிபிடித்துத் தூக்கிக்கொண்டுபோன சரித்திரமே இல்லை. அது செய்ததெல்லாம் திருட்டு. நேர்மையாகத் தொழில் செய்ய அதற்குத் தெரியாது. ஊரெல்லாம் அது மேய்ந்து, ஆங்காங்கே திரிந்த பெட்டைப் பூனைகளுக்குக் குட்டி ஈனும் பாக்கியத்தை வழங்குவதும், கள்ளக்கோழிகள் பிடித்துத்திரிவதும்தான் வேலை. இரவெல்லாம் மேய்ந்து தூக்கம் கெட்டதால், பகலெல் லாம் அது எங்கள் மரக்குடிலுக்குள் உறங்கி ஊதும்.

எங்கள் சமையல் கட்டுக்கும் அது அடிக்கடி வரும். சமைத்து வைத்திருக்கும் ராசாவுக்குக் காய்ச்சிய பாலை என்றாலும் அது பயபக்தி இல்லாமல் திருடி, வீட்டிலுள்ளவர்கள் வெறுப்பை யெல்லாம் சம்பாதிக்கும்.

ஒருநாள் உம்மாவின் பிள்ளைப்பேறு முடிந்ததும், “மிளகுதண்ணி” காய்ச்சிக் கொடுக்கவென்று “சுறாக்குட்டி” வாங்கிப்பிளந்து எத்தனையோ நாள் மினக்கெட்டு வெயிலில் காயவைத்து அடுப்புக்கல்லுக்கு மேலே கட்டித்தூக்கிப் பத்திர மாய் வைத்திருந்த அந்த அருமருந்தை எங்கள் அத்தனைபேரின் கண்களுக்கும் மண்தூவி, “குரு” படத்தில் வருகின்ற கமல்ஹாசன் செய்கின்ற வேலையைச் செய்திருந்தது. அன்றிலிருந்து அது எங்கள் வீட்டிலுள்ளவர்களுக்கு மிக எதிரியாகிவிட்டது. அது எப்போதாவது எங்கள் கண்முன்னால் நடந்துவரும்போது ஊரிலுள்ள ஒருபெரிய திருடனின் பெயரைச்சொல்லி “அவன்” வருகின்றான் என்று சொல்லும் அளவுக்கு அதன்மீது வெறுப்புக் கூடி இருந்தது. வாழ்க்கையிலேயே அதை நாங்கள் ஒருபோதும் கூப்பிட்டு அழைத்ததில்லை. ஆனால் அது அழையா விருந்தாளி யாக அவ்வப்போது வந்துதான்போனது. இந்தக்கால அரசியல் வாதிகளும் இப்படித்தானே! தேர்தல் திகதி காலத்தால் மிதந்து வந்தால் ஊரார் புறக்கணித்தாலும் ஒரு செத்துப்போன புன்னகை யையாவது தம் முகத்தில் ஒட்டிக்கொண்டு மக்களுக்குள் எப்படியோ நுழைந்து மிக்க இளக்காரமாகிவிடுகின்றார்கள். மானம் ரோசம் என்பன இப்பொழுது அவர்களில் பலருக்குக் கிடையாது. இன்றைக்கு ஒரு கட்சி, நாளைக்கு ஒரு சின்னம். இன்றைக்கு ஒரு நிறம். அடுத்தநாள் புதுக்கலர்! என்ன ஓணானா இவர்கள்! அரசியல் கலாச்சாரம் மிகவும் சீரழிந்துபோய் இருக்கின்ற பிரதேசம் ஒன்றில் இருந்துதான் நான் இப்போது பத்திக்கை விட்டு என் நெஞ்சுக்குள் இருந்து நினைவள்ளி வீசிக்கொண்டிருக்கிறேன். நீங்களும் பருக.

நேற்றுப்பகல் “குரு” கமல்ஹாசன் வாசலில்வந்து குந்திப் போயிருந்தான். பூனை பேண்டால் தோண்டிப்புதைக்கும் என்று கூறுகிறார்கள். ஆனால் எங்கள் கடுவனுக்கு அது அவ்வளவாகத் தெரியாது. அரையும்குறையுமாகக் காலால் மண்ணைச்சாத்திவிட்டு அவசரமாய் ஓடிவிடும். அதற்கு நேரமே இல்லை. இந்த மன்மதராசனைத்தேடிக் கற்பிழந்த பல தேவடியாள் பூனைகளும் எங்கள் மரக்குடிலுக்குள் வந்து போவதும் நடக்கத்தான் செய்தது. இதை வைத்திருந்தாலே “முசீபத்து” பிடிக்கும் என்று மூத்தம்மா புறுபுறுப்பா. ஆனால் அதற்கு ஒரு முள்ளுக்கம்பால்கூட அவ ஓங்கி அடித்ததில்லை. பூனைக்கு அடிப்பது பாவமாம்; நாம் அடித்து அதன்

உரோமங்களில் எத்தனை உதிருதோ அத்தனைக்கும் சமமாக ரொட்டி சுட்டு ஊருக்குப் பகிர்ந்துதான் அந்தப் பாவத்தை அழிக்க வேண்டுமாம், என்று – நான் அந்த கறுப்பு ராஜாவுக்கு ஏதாவது செய்ய முனையும்போது கூறித்தடுத்துவிடுவா. பஞ்சமாபாதகங்கள் செய்யாத மனிசி அவ. அதுதான், இறக்கும் வரைக்கும் அவ ஒரு பச்சைக்கிளிமாதிரித்தான் தெரிஞ்சா! இப்படிப்பட்ட வாரிசான எனக்கும் இந்தக் கழிசறைப் பூனைக் கும் என்று வாப்பா பிரம்பு வாங்கியது பெரிய கவலைதான்.

வாப்பாவுக்குக் கிண்ணம்பழக்கரையல் எப்போதும் விருப்பம். விளாம்பழம், புளியம்பழம், தேசிப்புளிவிட்டுக் கரைப்பது, வாழைப்பழம்போடுவது, பனாட்டு அல்லது பனம்பழக் காலங்களில் அதன் பாணி பிழிந்தெடுத்துக்கரைப்பது, என்று அவர் தினசரி கரைத்துக் குடித்துக்கொண்டே இருப்பார். அவர் சோற்றையெல்லாம் தின்றுவிட்டு, தண்ணீரை பீங்கானைத் தூக்கிக் குடிக்கும்போது, அது அவரின் முழங்கையால் ஒழுகும். எனக்கும் அவர் சில வேளைகளில் ஒரு கோப்பைக்குள் ஊற்றித் தருவார், குடி என்று. வாப்பா கரைத்தால் ரசமாக இருக்கும். குடித்ததும் நாக்கு ஒருதரம் எழும்பி அமரும் ருசியில்.

தயிர் போட்டுக்கரைப்பது வாப்பாவுக்கு அவ்வளவாக விருப்பம் இல்லை. அதற்குள் வாழைப்பழமும் விடுவதென் றால் ஓரளவு இணங்குவார். இந்தக் கூட்டுகளைச் சேர்த்து வைப்பதில் உம்மாவுக்கும் வாப்பாவுக்கும் இடைக்கிடை குழம்புவதும் உண்டு. அவல் பினைவதென்றால் வாப்பாவுக்கு வாழைப்பழம் கட்டாயம் இருக்கவேண்டும். வெறும் அவலை அவர் தேங்காயுடன் ஒருபோதும் சப்புவதில்லை. தேங்காய் என்றாலும் அவருக்குப் பழத்தேங்காய் வேண்டும். கலட்டிக் காயை இடந்து சப்புவார். மரத்தில் ஏறியவன் தேங்காயா இல்லையா என்று பார்ப்பதற்குப் போட்டுப் பார்க்கும் காய் சில நேரம் கலட்டிக்காயாக விழும்.

கறியில் இருக்கின்ற கூட்டுகளைப்போல எங்களுக்குள் கரையலிலும் கூட்டுகள் உண்டு. எம்.ஜி.ஆர் சரோஜாதேவி, சிவாஜி சாவித்திரி, சுதாகர் ராதிகா, கார்த்திக் ராதா, சிறிகாந் சிநேகா என்று பல சோடிகள் தமிழ் சினிமாவில் காலத்திற்குக் காலம் வந்து கூட்டுக்குலைந்துபோயிருந்தாலும், எங்கள், கீரைக் கடையலுக்குத் தோலிக்கருவாடு, பயற்றங்காய்ச் சுண்டலுக்குச் சூடைமீன், சுரைக்காய் நசிப்பதென்றால் கூனி என்கின்ற கூட்டுகளெல்லாம் இன்றும் குலையாதபடிக்குப் பல்லாண்டு வாழ்வதைப்போல், இந்தக்கரையலின் கூட்டுகளும் இன்னும் வாழ்ந்தபடிதான் இருக்கின்றன. சாமான்கள் தரங்கெட்டுப் போனாலும்.

நல்ல தயிர் இப்போது வாங்கவே முடியாது. வெறும் சுண்ணாம்புக்கட்டியைப் போல, கையில் எண்ணெய்படாத தயிர்ப்பேணிகளின் பவனிதான் இப்போது ஊர்முழுக்க, கடைக்குக்கடை. அப்போது கடைகளில் தயிர் வாங்குவதே யில்லை. தயிர் கடையில் விற்கும் பொருளாக அன்று இருக்க வில்லை. வீட்டுக்குவீடு எருமைகள் இருந்தன. இப்போதும் இருக்கின்றன, மனித எருமைகள். அவற்றில் இருந்து கறந்தெடுத்த பாலைக் காய்ச்சிக் குடிப்பதில்லை. தயிர்தான் போட்டார்கள். எருமைப்பால் குடித்தால் வயிற்றுக்குள் வலிக்கும். பசுப்பாலே காய்ச்சிக் குடிக்கும் அமுது. தண்ணீர் கலக்காத பசுப்பால் இப்போது கிடையாது. மனிதன் கலப்படத்தின் மொத்த வடிவமாகவே போய்விட்டான்.

தங்கம் விற்பவன் செம்பைக் கலந்தே ஆக வேண்டும் இது இக்கால நியதி. கடியன் தூளுக்குள் நீறு. இவர் கைகள் அழுகமாட்டாதா!

அப்போது அரிசிகூடக் குற்றிவிற்கும் ஒன்றாக இருக்க வில்லை. நான் வளர்ந்து ஓரளவுக்குவந்த காலத்தில்தான் அரிசி குற்றிவிற்கும் தொழில் உண்டானது. அந்தக்காலத்தில் அது கணவனை இழந்த விதவைகளின் தொழில். குஞ்சும் குராலுமான பருவத்தில் ஆண்பிள்ளை மோசம்போய்விட்டால் பெண்டாட்டி என்ன செய்வாள்! கூலிக்குக்குத்தும் தொழிலை ஆரம்பித்தாள். வழியற்றுப்போக. இப்போது பெரியபெரிய முதலாளியெல்லாம் "கைம்பெண்டாட்டி" ஆகிவிட்டான். அனேகமானவன் இப்பொழுது கூலிக்குத்தான் குத்துகிறான்! அவர்களுக்குச் சாரம் உடுப்பதற்குப் பதிலாக ஒரு சேலை கொடுக்க மனம் இருக்கிறது எனக்கு, வாங்குவார்களா!

ஓசியில் வருகிறதென்றால் சிலநேரம் வாங்கக்கூடும். "சுனாமியில்" நிவாரணம் வாங்கியவன் பணக்காரன்தானே! ஏழை எங்கே பெற்றான்? அவனுக்குக் கிடைத்ததெல்லாம் நாலைந்து பழைய, காலாவதியாகிப்போன "பிஸ்கட்" பெட்டிகள் தான்.

அவல்காரி அப்போது அத்தைக்கொருக்கால்தான் வீதிகளால் திரிவாள். இப்போது அவல் மெஷினில் இடித்து வருகிறது. அது – கஞ்சிக்கிவரும் அவலாம். சப்பவே இயலாது. ருசியில்லை. தண்ணியில் இளகப்போட்ட கடதாசிமாதிரி. அப்போ சப்பும் அவலுக்கு எங்குப்போவதாம்? தேவையற்றவன் தேவையில்லாத வேலைகள் பார்த்துத் தின்பண்டங்கள்கூட இன்று திரிவடைந்து தேய்ந்து திரிமுடியாகிவிட்டன. அவல் விற்றவள் அன்று பொம்பளை. இன்று பட்டறை முதலாளி! இருப்பவையெல்லாம் காற்றில் பறந்த ஒரு காலத்தில், பழைய

இனிமைகளை நினைத்து நினைத்து ஓடித்திரிகின்ற ஒரு மரங்கொத்திபோல ஒவ்வொன்றிலும் கொத்திக்கொத்தி என் சொண்டுடைந்துபோகின்றேன். அவல் ஒரு கொத்து என்ன விலை மச்சி? என்ற கனிவான காலம் மலையேறி, மச்சோய், அவல் ஒரு கிலோ எம்பட்டோ! என்கின்ற, வெம்பிப்புழுத்த காலம் பூத்துச் செழிக்கிறது. விசாரிப்பில்கூட வேருமில்லை, உசிருமில்லை. ஆண்கள்தான் இன்று புருஷனை இழந்த "கைம்பொஞ்சாதிகள்". இடியப்பப் பெட்டியைத்தூக்கித் தலையில் வைத்துக் கூறித்திரியாத குறைதான். சைக்கிளில் கட்டி ஓடித்திரியத் தொடங்கிவிட்டான், வெட்கம் கெட்ட ராஜா. ஓர் இடியப்பம் இரண்டுரூபாய். இதற்குப் பெயர் கடையப்பம். தூக்கினால் ஆடும். இரண்டு கம்பியை வளைத்துப் பீச்சி, நடுவில் ஒரு கம்பியை முறித்துவைத்துச் சமைத்தது. அப்போது இடியப்பம் இப்போதைய வண்டப்பம்மாதிரி. வண்டப்பம்; இரட்டைமாட்டு வண்டிலில் சில்லுதான், சரியாகச் சொன்னால். அவ்வளவு பெருப்பம். இந்த அப்பங்களென்ற சாதிசனங்களெல்லம் எங்களின் கூட்டுக்குடும்ப வாழ்க்கை யென்ற தேனாற்றின் குஞ்சுகுரால்கள்தான். இவைபற்றியெல்லாம் என் பத்திக்கை நீண்டு நீரள்ளி இறைத்து ஊர் நனையாமலா இருக்கப்போகிறது!

❖

வண்டப்பம்தான் ஊருக்கு அழகு

அப்பத்தை எழுதத்தொடங்கினால் அதை ஆறப் போட நேரமே இருக்காது. அப்பமும் நாங்களும் ஒரு ஜாதி. அப்பம் என்ற தின்பண்டம் எங்களை ஆட்டிப் படைக்கின்றமாதிரி, வேறெதுவும் இல்லை. அப்பம் பலரை உயர்த்தியிருக்கிறது. அது அனேகமானவரை நடுத்தெரு வுக்கும் கொண்டுவந்து நிறுத்தியுமிருக்கிறது. அப்பம் சுட்டு விற்றுப் பிழைத்தவளின் பிள்ளை, இன்று பெரிய பணக்காரன். அல்லது படிப்பாளி. தினம் அப்பம் வாங்கித் தின்றுதீர்த்த குடும்பத்துச் செல்வங்கள் எத்தனையோ இன்று நாதியற்று நடுத்தெருவில். ஆக, அப்பம் ஓர் அதிசயமான சாமான். அது – அணுகுண்டுமாதிரி. அப்பம் ஆக்கியும் இருக்கிறது, அழித்தும் இருக்கிறது ஊரை. இந்த அப்பங்கள்பற்றி விரிவாக ஆராய்வோம்.

அப்பங்களில் பல இனங்கள் உண்டு. பலபல தேவை களுக்குமான அப்பங்களை அந்தக்காலத்திலிருந்தே கண்டுபிடித்துப் பசியாறத்தொடங்கிய வயிற்றுப் பிராணி களுக்கு என் வணக்கங்களும் இவ்விடத்தில் உரித்தாகட்டும். அந்த அளவுக்கு அப்பத்தின் பொருத்தங்கள் ஆச்சரியம் தரும்.

காலையில் எழுந்து சம்பிச்சவுத்த குடலுக்குத் தேத்தண்ணியோடு ஏதாவது கொடுக்கவிரும்பினால் பாலப்பம் நினைவுவரும். ஒரு நன்மை தீமைக்குச் சோற்றுக்குப்பதிலான உணவாக எதையும் எடுக்க வேண்டுமென்றால், இடியப்பம் இருக்கிறது இதோ நான் என்று. புனிதநோன்புவந்தால் வண்டப்பம்தான் ஊருக்கு அழகு.

வயல் என்றால் "புளிச்சப்பணியாரம்". இதுவுமொரு அப்பம்தான். விதைப்புக்காலம் ஆரம்பித்து வயல்

வெட்டிக்கரையேறி வீட்டிற்கு வரும்வரைக்கும் பல அப்பக் குடில்கள் வட்டைக்குள் முளைக்கும். காசுக்கு விற்கவல்ல. நெல்லுக்குக் கணக்கு வைத்து விளைந்தவுடன் அறவிட.

இப்படியான அப்பங்கள் ஆதிக்கம் அன்றும் இருந்தன. இப்போதும் உள்ளன. சுடுகின்ற விதங்களில் சில மாற்றங்கள் மேற்கொண்டு.

அந்த நேரத்தில், எங்கள் சுற்றுப்புறத்தில், "கண்டும்மா" என்ற ஒரு அப்பம் சுடும் நிபுணி நல்ல பிரசித்தம். மிகவும் துப்பரவுக்காரி அந்தக் கண்டும்மா. எப்போது பார்த்தாலும் தலையை வார்ந்துசீவி வண்டோடுமாதிரித்தான் வைத்திருப்பா. கண்டும்மாவின் கை நகங்களுக்குள் ஊத்தையென்ற திரவியமே கிடையாது. வெள்ளை முறிப்பாதியை உடுத்த வண்ணம் பசபச வென அவ கதைக்கின்ற அழகே தனி.

நான் கண்டும்மாவை விரும்பி ரசிப்பதுண்டு. ஒரு கட்டை மனிசி. காலில் மிதிவடியும், கையில் சிறு கம்புமாகத்தான் நடப்பா. அவ நடக்கும்போது எந்தச் சிறுவனாவது காலுக்குள் வந்து விழுந்தால், அடிக்க. கண்டும்மா எனக்கு ஒருபோதும் அடித்ததில்லை. "நாசமறுப்பான் காலுக்குள்வந்து உழுந்திட்டான்" என்று திட்டியிருக்கிறா. ஒருநாள் பந்து உருண்டு ஓடி அவ காலுக்குள்போக, நான் அதை எடுக்க ஓடி அவ காலுக்குள் சிக்க.

இந்தக் கண்டும்மாவின் அப்பக் குடிலுக்குள் போனால் நம்மால் திரும்பிவர முடியாதபடி இருக்கும். எனது மூத்தம்மாவின் கிளிக்கூட்டைப்போல அவ்வளவு அழகும், சீரும் சிறப்பும். ஒரு எலி ஓடி எதனை முகரவும் அங்குச் சந்தர்ப்பம் இல்லை. சுளகும், தட்டும் நல்லமுறையில் செத்தை களில் தொங்கும்.

குடிலுக்கு வெளியாலே இரண்டு தென்னை மரம். அவற்றில் காகம் அடைந்து கழிக்காதவண்ணம் அடியிலும் நுனியிலுமாக இராவணன் மீசை. அள்ளிக்குடிக்கும் கிணற்றைப் பார்த்தால், பக்கத்தில் இருக்கும் முருங்கையின் இலைகூட விழாதபடிக்குப் பாதுகாத்துத் தண்ணீர் பால்மாதிரி தெளிந்திருக்கும். அதன் துலாவின் தலையிலும், பைத்தியக் காரியின் தலையில் பத்திரக்கொத்து வைத்தவண்ணமாய் இராவணன் மீசை! இராவணன் மீசைதான்! இதனால் கண்டும்மாவின் இடம் காகம் குந்தித் தரிக்காத பஸ் ஸ்டாண்ட். கூரையும் கிடுகால் வேயப்பட்டு, ஓர் ஆள் நிமிர்ந்து போகாத படிக்கு, குனிந்துபோகவே தோதான கண்டும்மாவின் குடிசைக் குள் போனால், அவ அப்பச்சட்டிக்கு முன் இருந்து தொழில்

செய்கின்ற நேர்த்தி, இன்றைய டாக்டர் பொம்பளைக்கும் கைகூடவில்லை. இதனால்தான் அவ தனது குடிசையின் வாயிலைப் பணித்துவைத்தாவோ! தன் திறமையை மதித்து வாடிக்கையாளர்கள் எப்போதும் தலைகுனிந்தபடியேதான் வரவேண்டும் என்று!

எங்கள் வீட்டில் இடைக்கிடைதான் அப்பம் வாங்குவது வழக்கம். மூத்தம்மாவுக்கும் கண்டும்மாவுக்கும் இடையில் ஒருநெடிய நட்பு நிலவிக்கொண்டிருந்ததால், “மூத்தம்மா அப்பம் தரட்டாம்” என்று நான் எப்போதுபோய்க் கேட்டாலும் கண்டும்மா புணையல் புணையலாய் வைத்துத்தருவா. மற்றவர்கள் “முன்” சொல்லியிருக்க வேண்டும்.

கண்டும்மாவின் பாலப்பம் நல்ல பழத்தேங்காய்ப் பால்விட்டு நெய் ஒழுகும்விதமாக இருக்கும். அதைத் தொட்டுத் தின்னச் சீனி தேவையில்லை. தின்று கைதுடைத்துக் காயும் வரைக்கும் அதன் எண்ணெய்ப் பிசுபிசுப்பும் மணமும் சீவிக்கும். அவ்வளவு புளிக்கப்போடுவதில்லை கண்டும்மா பாலப்பத்தை. அவ சட்டி சுட்டுச்சுட்டுத் தேய்ந்து தேர்ச்சிபெற்றதால் அப்பம் பிள்ளைமாதிரிக் கிளம்பும். போராடத் தேவையில்லை.

ஆலாத்திக்காரியென்ற ஒரு மனிசியும் இன்னொரு தெருவில் இதே தொழிலை நிகழ்த்திவந்தா. தொழில் நேர்த்தி தெரியாத காரணத்தால் நான் முன்சொன்ன இக்கால டாக்குத்தர் அம்மாமாதிரி சனம்போவது குறைந்திருந்தது. அப்பக் குடிலுக்குள் போனால், கும்மென்று கிளம்பும் ஒருவகைக் கருவாட்டு நாற்றம். குடிலின் வட்டியலில் நாய் படுக்கும். குடைமாதிரி வாசலில் நின்ற “ஜேம்” மரத்துக்குக் கீழே கோழி கிழைத்துப் புழுத்திருக்கும். இந்தப் பாலப்பம் தின்னாதுபோனால் மனிதன் என்ன செத்தாமடிந்திடுவான்! கோப்பைக்குக் குரைச்சி மாதிரி, அப்பக்காரிக்கு அழகான குடில் தேவை. அதுவும் இறந்தது இந்த ஆலாத்திக்காரிக்கு. கூரைக்கம்புகளில் நாம் தூக்குப்போட்டுச் சாகும் அளவுக்கு விளைந்து வீரமாய் முறுகி நிற்கும் ஒட்டறைகள் ஒரு காடு.

ஆக, ஆலாத்திக்காரியின் வியாபாரம் “டல்”.

கண்டும்மா செய்த இன்னுமொரு வியாபாரத் தந்திரம் தான், தன் கிணற்றடியில் புகைமூட்டுவார்த்து முட்டியிலே வருவோர் போவோர் குடிக்கவென்று வைத்திருந்த “புகைத் தண்ணீர்”. குளிர்ந்து கமகமவெனப் புகைமணத்தோடு இருக்கும் அந்தத் தேனான அமிர்தத்தை அருந்தாமல் சென்றவர்கள் கிடையாது. குடம் மினுக்கி வாழைப்பாத்திக்குள் அது இருக்கும். நான் எத்தனையோ தடவைகள், எத்தனையோ குடம் அளவுக்கு,

கண்டும்மாவின் புகைத்தண்ணீர் குடித்துள்ளேன். அதுதானா நான் இப்போது கறுத்திருப்பது! இருக்கும், என் இரத்தத்தோடு கலந்ததல்லவா அது!

நோன்புவந்தால் கண்டும்மா வண்டப்பச் சட்டியைத் தூக்கிவைத்திடுவா. நோன்புக் காலத்தில் பாலப்பம் சுடுவ தில்லை. மல்லிகைப்பூவின் மேனி, முழுநிலவின் பருமனென்று, கிள்ளித்தின்றால் வாய்க்குள் கரைந்துவிடும் அளவுக்குப் பஞ்சுப் பொதியான கண்டும்மாவின் வண்டப்பம் ஊருக்கு நல்ல செப்பு. கோவிச்ச மாப்பிள்ளையைக் கூட்டிவரும் கண்டும்மா வின் வண்டப்பம் என்று புகழப்பட்டது. இதில் இரண்டை வாங்கி, ஒரு தட்டாலே மூடி, வெள்ளைத்துண்டு ஒன்றை மேலாலேபோட்டுச் செப்புச் சுமக்காத பொண்புரசு எங்கள் அக்கம்பக்கத்தில் அக்காலம் கிடையாது. அது நோன்புக்கும் ஓர் அழகு என்று முன்னரே சொல்லிவிட்டேன். கண்ணுக்கு மை அழகு என்பது பொய்.

இப்போது யார் செப்புப் பரிமாறுவது? ஒரு சிலுசிலுப்புப் பைக்குள்ளே எதையாவது போட்டுக் கடமைக்குக் கைமாறிக் கொள்வதை அன்புப் பரிமாற்றம் என்று கருதலாமா!

❖

மீன்களுக்குச் சிலைவைத்தால் நாறவா போகிறது

அது ஒருபுறம் இருக்க – வாப்பா அடித்த கையோடு எதையெதையோ சொல்லிப் பொரியத்தொடங்கினார். எண்ணெய் இல்லாமல் பொரிவது சோளப்பொரி. இவர் கண்ணால் கனல்பறக்க வாயால் பொரிந்து தள்ளியது வார்த்தைவெடி. இவர் எனக்கு என்ன சொல்லி இறைத் தாலும் எனது சிறகு துடித்தபடியே இருந்தது. எனது திசையில் அது அடித்துப்பறப்பதை எனக்கே கட்டுப் படுத்த முடியாத காலம் ஒன்று உருவாகிவந்ததை நான் இப்போது அப்போதைய பல சந்தர்ப்பங்களைவைத்து உணர முடிகின்றது. இந்தக் கிணற்றுத் தவளைக்குக் கொம்பு முளைக்கத் தொடங்கிய காலம் அது. இந்தக் கோழியை இனி அடைத்து வைக்க முடியாது. குயில் களின் கூட்டாளியாகி இந்தக் கிராமத்துப் பையன் மரக்கொப்புகளுக்கு ஏறத்தொடங்கினான். பழம் ஆய மட்டுமல்ல. இருண்ட இந்தப் பூமி விடிவதற்கு இவனும் சற்றுக் கூவிக் குரலெழுப்ப.

இந்தக் காலத்தில் நான் அதிகமாகக் கழித்த இடம் வயல்வெளிதான். எங்களுக்குக் கொஞ்சம் வயல் நிலம் இருந்ததென்று எப்போதோ சொன்ன ஞாபகம். அந்த வயலின் விதைப்புக்காலம் தொடங்கினால் எனக்கும் உள்ளம் பூக்கும்காலம் ஆரம்பமாகிவிடும்.

மூத்தப்பா தெரித்துப்பார்த்து வாங்கிய முளைநெல்லை எங்கள் ஊருக்குப்பின்னால் சிரித்தபடி கிடந்த குளத்திற் குள் இளகப்போட்டு முளைக்கவைத்து, பல்லுக்கடியரின் வண்டிலில் ஏற்றிப்போய் விதைத்து அறுவடை செய்து வீட்டிற்குக் கொண்டுவரும்வரை நானும் ஒரு வயற் கோழியாகிப் பசிய வைக்கோலுக்குள் வாழ்ந்து முட்டை யிடத்தொடங்கிவிடுவேன்.

எங்கள் வயல்வெளியின் "தாராப்பிட்டியில்" நாங்கள் அமர்ந்துகொண்டு சாப்பிடுவது ஓர் அழகு. எனக்கு ஆமைகள் அழகாகத் தெரிந்த இடம். எங்கள் தாராப்பிட்டிதான். அப்போது எங்கள் ஊரில் ஓடிய "மைனர் மச்சானின்" மைனர்கார்மாதிரி ஆமைகள் நல்ல அழகு. இந்த மைனர் மச்சானின் காரில்தான் நாங்கள் அப்போது அதிகமாகப் பிரயாணம் செய்வோம். வாடகைக்கூலியும் குறைவு. மைனர் மச்சானின் குணமும் நல்லது. ஒரு நெடிய ஆள். சிலும்பிய கோழிச்சேவலின் வால்மாதிரி, வார்ந்தும் அடங்காத சிலுப்பாத் தலை. இவர்தான் மைனர் மச்சான். இப்போது இவர் இல்லை. சீனிவருத்தம் வந்து ஆள் சுக்காகவற்றி மடிந்துவிட்டார். இந்தமண்ணில் எத்தனை மனிதன் தோன்றி எத்தனை மனிதன் மடிந்துவிட்டான். அவர்கள் எல்லோருக்கும் ஆத்மசாந்திக்காக இவ்விடத்தில் பிரார்த்திப்போம்.

எங்கள் கிராமத்திற்கே ஒரு நடைச்சித்திரம்போலச் "செத்த ஆடு வித்த இலவை" என்ற ஒரு மனிதர் வாழ்ந்துவந்தார். தத்துவவாதிகளும் இந்தப் பொய்யான வாழ்க்கையைச் சரியாகப் புரிந்த மனிதர்களும் சமூகத்தில் ஏளனமாகத்தான் பார்க்கப்படுவார்கள். என்பதை இவரும் நிரூபித்துவிட்டுப் போனவர். எப்போது பார்த்தாலும் இந்த வாழ்க்கையைப் பற்றிய மிக அற்புதமான தத்தவங்களை உதிர்த்தபடிதான் திரிவார். பள்ளிவாசல் வளவுகளுக்குள் ஆலமரங்களை நாட்டுவதுதான் இவரது தீராத பணியாக இருந்தது. இந்த மகாத்மா நாட்டிவிட்டுச் சென்ற ஆலமரங்கள்தான் நான் பிறந்த ஊரில் உள்ள கடற்கரைப்பள்ளி வளவுக்குள் நிற்கின்ற பெரியபெரிய ஆலமரங்கள். "செத்த ஆடு வித்த இலவை" என்று இவர்கள் அவரைக் கிண்டல்பண்ணி மகிழ்ந்தாலும், உண்மையில் செத்த ஆடுகள் நாங்கள்தான். திருமணமாகாத அந்த உயர்ந்த மனிதன் செய்த அரும்பணியான ஆலமர நடுகையைப் பின்பற்ற இன்று ஊரில் யாருமில்லை. மரம் என்றாலே பிடிக்காத பிறவிகள் இப்போது மலிந்துவிட்டார்கள். இந்த இலவைக்காக்காவை நான் பின்நாட்களில் எழுதிய வானொலி நாடகமொன்றிற்குள் கொண்டுவந்து அவரை வாழவைக்க முயற்சித்திருக்கின்றேன். அவர் செய்த துரதிஷ்டம், அந்தப் பாத்திரத்தில் நடித்தவர் அவரைக் கொன்றுவிட்டார். என்ன செய்வது நமது நடிகர்கள் கத்தப்பழகிய காகங்கள்தானே. நான் வானொலி நாடகம் எழுதிய காலத்தில் என் ஆத்மாவைத் தொட்ட சில விடயங்களை அவற்றின் மூலமாகப் படம் பிடிக்க முயற்சித்திருக்கிறேன். சில நான் எதிர்பார்த்தபடி வெற்றியடைந்தன. பல தோல்விதான். நான் ஒன்றை நினைத்துக் கொண்டு எழுத, நடிகர் வேறொன்றை நினைத்துக்கொண்டு

கடிப்பார், சொற்களை. இந்தக் கிழக்கு மண்ணின் அற்புதமான வார்த்தைகள் பலருக்கு அல்வாமாதிரி வருவதில்லை, இனிப்பாக. இரப்பர் துண்டுகளைப்போல் அவர் நாக்குகளில் ஒட்டி, பிய்ந்து பிய்ந்து அரையும்குறையுமான துண்டுகளாக வந்து விழும். சரி சரி, என் மண்ணின் மணமே தனிரகம். அதன் மணத்தைக் குடித்து அதில் குளித்து வாழ்ந்தவனால்தான் அதன் இனிமையைப்பருக முடியும்.

இந்த ஆலமரம் நட்ட இலவைக்காக்காபோல வாழ்ந்து மடிந்த எனது ஊரின் இன்னுமொரு மேதைதான் "இலங்க மஸ்தார்". பச்சை நிறத்தில் உடை அணிந்து நெடிய தலைமுடி வளர்த்து, அத்தர் வியாபாரம் செய்தபடி சமூகத்தை தன் நல்ல சிந்தனைகளை முன்வைத்து விமர்சனம் செய்த மாமனிதர் அவர். ஒல்லியான தோற்றத்துடன் எந்த விடயத்தையும் கிண்டலும் கேலியுமாக நையாண்டி பண்ணிய, கோமாளி இல்லை, மாமேதை. இவர் கண்ணில் பட்ட சமூகத்தின் சிறுமைகள் எல்லாம் அவர் பாணியில் பாட்டாக மலர்ந்தன.

இலங்க மஸ்தார் என்றால் எங்கள் ஊரின் குழந்தைப் பிள்ளைக்கும் இப்போதும் தெரியும். தெருத் தெருவாய் அலைந்து திரிந்தது அவர் நம்மைத் திருத்த அல்ல. அவரைப் புடம்போடத் தான்.

இவரெல்லாம் பிறந்த இம்மண்ணில் நானும் பிறந்ததை நினைத்தால் பெருமையாக இருக்கிறது.

அந்த மைனர் மச்சானின் காரைப்போன்ற ஆமைகளுக்கு வயல் வரம்பில் எத்தனை வேகம்! ஆமை இறைச்சி "அக்கரம்" என்ற வியாதிக்கு மிக்க நல்லதென்று மூத்தப்பா அடிக்கடி சொல்வார். நான் இன்னும் ஆமை இறைச்சி தின்னவில்லை. காரணம் எனக்கு "அக்கரம்" என்கின்ற வியாதி இன்னும் ஏற்படவில்லை.

ஒரு கவிஞனுக்குக் கூடுவிட்டுக் கூடுபாய்கின்ற வித்தைகள் தெரிந்தால் மட்டும் போதாது. முட்டை இடும்போதே அதைப் பொரிக்கவும் தெரிந்திருக்க வேண்டும். அந்தக் குஞ்சுகளை உடன்வளர்த்து ஆளாக்கவும் தெரிந்திருக்க வேண்டும்.

இந்தப் பயிற்சிகளையெல்லாம் எனக்குத் தந்தது எங்கள் வயற்பரப்புத்தான். அங்குள்ள பச்சைக் கதிர்களில் ஊஞ்சல் ஆடிய இந்தப் பாமரக் கவிஞன், அன்று நினைக்கவில்லை, தன் தொழிலே கவிதையாக ஒரு காலத்தில் இருக்கப்போகிற தென்று. தெரிந்தால் தன்னைக் கவிஞனாகப் படிப்படியாக மாற்றிய அந்த வயற்கோழிகளை, கானான் குருவிகளை, சிவத்த யானைத் தும்பிகளை, பச்சைப் புழுக்களை, வக்கடைக்குள்

துள்ளி நீரில் நுரை எழுப்பிப் புதினம் பார்த்த பனையான், சுங்கான், குறட்டை, விரால் என்கின்ற மீன் இனங்களை விட்டிருப்பானா! அவை ஒவ்வொன்றுக்குமாகவே ஒவ்வொரு சிலை எழுப்பியிருக்கமாட்டான்! மீன்களுக்குச் சிலைவைத்தால் நாறவா போகிறது!

ஆம், மீன்களுக்கும் சிலை எழுப்ப வேண்டுமென்று நினைப் பவன் கவிஞன்தான். மீன்களுக்கு மட்டுமென்ன தன்னோடு வாழ்ந்த துரும்புக்கும் மனதில் இடம்கொடுத்து முடிசூட்டி மன்னன் ஆக்க நினைக்கும் ஆத்மா கவிஞனுடையது. இந்தக் கவிஞனைப்போய் வாப்பா திட்டி என்ன பயன். ஓதுகிறான் படிக்கின்றான் இல்லை என்று. அவன் படித்துக்கொண்டுதான் இருந்தான். அவனுக்கே தெரியாமல். அது ஒருவகைப் படிப்பு. வாப்பா நினைப்பதைப்போல, டாக்குத்தர், எஞ்சினியர் ஆகும் படிப்பு அல்ல அது.

பொரிந்துவிட்டு வாப்பா கிணற்றடியில் நன்றாகக் கொழுத்துத் துளிர்த்து நின்ற “நீர்வம்மி” மரத்தை அண்ணாந்து பார்த்தபடி நின்றார். எம்.ஜி.ஆர் படம் கசங்கி எங்கோ கிடந்தது. இந்த எம்.ஜி.ஆர் கசங்கிப்போனால் இன்னுமொரு எம்.ஜி.ஆர். அவர் இரட்டை வேடத்தில் நடிப்பவர் அல்லவா! எம்.ஜி.ஆருக்கு யாரும் அடிக்கவே முடியாது. அவர் நடித்த “குடியிருந்த கோயில்” என்ன அற்புதமான படம். நான் இப்போது பார்க்க வில்லை. பாடசாலையில் சில நண்பர்கள் சொல்லுவார்கள்.

நீர்வம்மி மரத்தை ஆசையுடன் பார்த்துநின்ற வாப்பா, கத்திக்கொக்கையைக் கொண்டுவா என்றார். என்னில் இருந்த எல்லாக் கோபங்களும் ஆறி நான் கொண்டுவந்து கொடுத்தேன். இலைகளை இணுங்கத் தொடங்கினார்; “நீர்வம்மி” கைகால் கடுப்புக்கு, வாதத்திற்கு எல்லாம் நல்ல சாமான்.

❖

எனது ஊர் என்ற கொய்யாமரம்

கொட்டைப்பாக்கும் பட்டாம்பூச்சியாகித் திரியும் தன்மைவாய்ந்தது. பாலும் தேனும் தயிரும் நெய்யுமாக ஓடி மகிழ்ந்த நாங்கள் பிறந்த மண். தாம் பெற்ற பிள்ளைக்கு மட்டுமென்ன, வளவில் நாட்டி வளர்த்த தென்னம் பிள்ளைக்கும் அது பாளை விரித்தால் "பூணாரம்" போட்டுக் கொண்டாடிய மக்கள் நிறைந்த அந்தக்காலத் தில் தேனுக்குள் எறும்பாக நானும் என் இலையை விட்டிருக்கிறேன் என்பதை உணர உணர என் கிண்ணத் துள் பெருமை நிறைகிறது.

திருமணமென்றாலே மாதக்கணக்காகச் சடங்குகள் சம்பிரதாயங்கள் என்று அப்போது நடக்கும். பெண் கருவுற்று வாந்தி எடுக்கத் தொடங்கினால் போதும் "தலைப்பிள்ளைக் கலாச்சாரம்" ஆரம்பமாகிவிடும். அது பத்தாவது காலாக இருந்தாலும் முதற் பிள்ளைக்கு நடந்தமாதிரியே நடந்து சிறப்பிக்கும். என்ன அற்புதமான சிந்தனைகள் அந்தக்காலத்தில்! திருமணம் நடந்து ஆறு மாதங்களுக்கு "ஆறுமாதச் சோறு" கொடுத்து மண மகனுக்குக் குடும்பப் பாரத்தை ஏற்றாமல் அவனின் வாழ்க்கையைக் கொஞ்சமாவது நிம்மதியாக இருந்து அனுபவிக்கச் செய்ததுடன் அவன் உழைக்கின்ற பணத்தைக் குறிப்பிட்ட பருவத்திற்குள் செலவழிக்காமல் சேமிக்க வைத்துத் தூக்கிவிடும் பண்பும் நிறைந்த தலை முறையொன்று இப்போது யார் கனவுகளிலும் வரலாம். நிஜமாகக் காணமுடியாது. ஆம். அற்புதங்களை நாங்கள் காணுவது அருகியே வந்தபடி இருக்கிறது.

அப்போது குலம் பார்த்துக் கோத்திரம் அறிந்து பெண் பெண்ணாகத்தானா இருக்கிறாள் என்று நோட்டம்விட்டு, அவற்றிலெல்லாம் திருப்தி கண்டபிறகு

தான் செய்த திருமணத்திற்கு முக்கியமான ஒன்றாகக் "கிளியும், கிளியைப் பெற்றெடுத்த வம்சமும்தான்" தொனிப் பொருளாக இருந்தன. சீதனம் இரண்டாவது காய்தான். இப்போது இவைகள் இருக்கின்றனவோ? கிளியைப்பற்றியும் கிளியைச் சமைத்தெடுத்த குடும்பத்தைப் பற்றியும் யாருக்கும் கவலையில்லை. அவள் நக்குகின்ற பாத்திரம் தங்கமா பொன்னா என்ற ஒன்றுதான் தேவை. அட ஆண்டவனே தெருவில் படுத்த ஒருத்திக்குத் தெரு ஒழுங்கைக்குள் உண்டான பிள்ளையென்றா லும் பாதகமில்லை. பாலாறு அவள் திண்ணைக்குள் பாய்ந்தால் போதும். அதை நாக்கைவிட்டுக் குடிக்க மாப்பிள்ளைப் பூனைகள் தயார். இவனுக்கெல்லாம் அன்னத்தை அவித்துக்கொட்டி அவன் முகத்திற்கு நேரே மூட்டுப்படைப்பதே ஒரு பாவம்; இப்போது ஆறுமாதச் சோறு தேவையுமில்லைதான்.

அப்போது தலைப்பிள்ளைச் செலவையும் பெண்ணின் தாயடியே செலவழித்து மகிழ்ந்தது. இதுவும் அப்படியொரு தூக்கிவிடும் சங்கதிக்கும், கூட்டுக்குடும்ப ஒற்றுமைக்குமான அடையாளத்துக்கான அடித்தளங்கள்.

இப்போது கூட்டுக்குடும்பம் என்றாலே என்னவென்று தெரியாது. "இறால் தலையர்கள்" காலம். தனித்தனிக் குடுக்கை களாக வைத்துக் காய்ச்சிக் கொறிக்கின்ற அணில்களால் நிறைந்துபோனது எனது ஊர் என்ற கொய்யாமரம்.

எங்கள் வீடு அப்போது ஏழெட்டுப்பேர் என்ற சனத்தொகை யால் நிறைந்தது. பாசநதி ஓடிய ஒரு மலை. எப்போது பார்த் தாலும் யாராவது செப்புக் கட்டி, சரிகைப் பட்டை உடுத்த வண்ணம் வந்தவிதமாகவே இருப்பார்கள். அவர்கள் கொண்டு வந்த "செப்பைத்" திரும்பி அவர்கள் சென்று கடப்புக்குள்ளால் மறையும் முன்னமே நான் ஓடிச்சென்று வெள்ளையை அவிழ்த்துத் தட்டைக்கிளப்பிக் கையைவிட்டு அதற்குள் இருக்கும் தேன்குழலை அல்லது அல்வாவை அல்லது சோவிகளை எடுத்து வாய்க்குள்விட்டால் வருகின்ற இன்பம், இனி எங்கே எனக்குக் கிடைக்கப்போகிறது! என் பெண்ணின் வதனத்தில் கூட நான் அத்தகைய இன்பத்தை நுகரவேயில்லை. தங்கம் ஏற்றிவந்த என் பாரிய கப்பல்களைத் தெருவில் நேற்றுப் பெய்த மழைக்குத் தேங்கி நின்ற சுருப்புத் தண்ணிக்குள் தாழக் கொடுத்த பெரும் கவலை.

பிள்ளைக்கொழுக்கட்டைச் செப்பு அப்போது நாள் குறைந்தாலும் எங்கள் வீட்டிற்கு வராத நாட்கள் இல்லை. பெண் பிள்ளை உண்டானவுடன் அவளது தாய்க் குடும்பம் பெட்டி பெட்டியாகத் தின்பண்டங்களைச் சுட்டுத்தள்ளி,

சுட்டவற்றையெல்லாம் பெட்டி பெட்டியாக அள்ளிக்கட்டி, அதில் ஒரு பெட்டியாகக் கொழுக்கட்டைப் பெட்டியும் சேர்த்து, அந்தக் கொழுக்கட்டைப் பெட்டிக்குள் இருக்கின்ற உருப்படிகளின் நடுவில் ஒரு பெரிய கொழுக்கட்டையைச் செய்து அதன் வயிற்றுக்குள் சிறிய கொழுக்கட்டை ஒன்றையும் வைத்து அவித்து, ஒரு பிள்ளைத்தாய்ச்சிமாதிரி கிடத்திக் கொண்டு மாப்பிள்ளையின் தாய் வீட்டில் இறக்குவதுதான் பிள்ளைக் கொழுக்கட்டைச் சடங்கின் ஆரம்பம்.

வாங்கித் தின்றவள் சும்மா விடுவாளா. நக்குண்டு நாவிழந்த மனிதர்கள் வாழாத காலம் அது. உடனே சம்மந்தி வீட்டில் இருந்து வந்த பெட்டிகளை அவிழ்த்துத் தட்டுத் தட்டாக உறவினர்களுக்குப் பிரித்துப் பகிர்ந்துவிட்டு, ஒரு தினத்தில் அறிவிப்பைவிடுப்பாள்; மாப்பிள்ளையின் தாய். "தம்பிக்குப் பிள்ளைக் கொழுக்கட்டை கொண்டுபோவதாம் விருப்ப மென்றால் வரட்டுமாம் என்று"

உறவினர்கள் தத்தம் தலைகளுக்கு ஒவ்வொரு பண்டமாக எடுத்துவர, மணமகனின் தாய்க்காரியும் பல பெட்டிகளாகச் சோடித்து, தத்தியாகப் பெண்டுகளைக் கூட்டிக்கொண்டு பெண்வீட்டில் இறங்குவாள். என்ன கலகலப்பு! இருவீட்டாருக் கும் மகிழ்ச்சி தாண்டவமாடும். அப்போது எழும்புகின்ற குரவையின் இனிமைதான் என்ன! குருவி எதற்கப்பா!

இப்போது தூள்பறப்பது சண்டைகளும் சச்சரவுகளும் தான். திருமணம் நடந்து ஓரிரு மாதங்களுக்குள் சம்மந்திகளுக்குள் சண்டை. தாய்க்கும் மகளுக்கும் இடையில் மல்லு. மாப் பிள்ளையும் ஒரு பிள்ளையைப் பெற்றெடுக்கும் வரைக்கும் நாற்பது தடவை கோபித்துக்கொண்டு கோச்சியில்போய் வந்திருப்பான்.

இப்படிப்பல தினிசுகளாகப் பீத்தல்களும், பொத்தல்களும் தான் இப்போது வாழ்க்கை. சேர்ந்து வாழவே தெரியாத பிறவி இன்று மனிதன்தான். மாடுகள் இவர்களைவிட உயர்ந்து நிற்கின்றன. அவை எந்தக் கல்லூரிகளில் பயின்றன. அதைக் கட்டாயம் நான் அறிந்தே ஆகவேண்டும். என் பிள்ளைகளைக் கொண்டு அந்தக் கல்லூரியில்தான் பெயர்பதிக்க வேண்டும். என்ன அழகான புல் மேய்ச்சல் மாடுகளுடையது. அவை உயர்நிலைப் பள்ளியாகத்தான் இருக்க வேண்டும்.

மனிதனின் இந்தச் சீரழிவுகளுக்கெல்லாம் முக்கியக் காரணம் பணம்தான். மாப்பிள்ளையை வாங்கிக்கட்டி வீட்டிற்குள் வைத்திருப்பவன் நினைக்கின்றான், இன்னும் ஏன் இவர்களைத் தூக்கித் தலையில் வைப்பான் என்று,

சம்மந்திக் குடும்பத்தை. என் தலையில் இருந்த மயிரையும் பிடுங்கிச் சீதனமாக எடுத்தவர்கள் இவர்கள். இவர்களுக்கு இன்னும் ஏன் அடிபணிவான். இது நியாயமும்தான்; மகனை நல்ல விலைக்கு விற்று, பெண்ணின் தாயின் தலைக்குள் இருந்த பேனைக்கூடச் சீதனமாக உருவி எடுத்துத் தனது தாயின் தலைக்குள் விட்டுத் தன் மாப்பிள்ளைக் குணத்தைக் காட்டியவர் இப்போது எதிர்பார்க்கிறார், பெண் தரப்பு வரவரப் படுமோசம் முன்னர்போலத் தங்களை மதிப்பதில்லை என்று. ஆக, குழப்பம் கூப்பிடாமலே வந்துவிடுகிறது. கூட்டுக்குடும்பம் குரங்குகளுக்குச் சரிவருமா?

இந்தச் சின்னாபின்னங்கள் தெரியாத காலத்தில் நான் தும்பியாக இந்த ஊரில் மொய்த்துத் திரிந்தேனே. அது போதாதா! என் நிறைவான வாழ்க்கையை எழுப்பி வைக்க. நான் இப்போது பல விடயங்களை அப்போதைய சங்கதிகளோடு ஒப்பிட்டுப்பார்க்கின்றேன். அவைகள் எல்லாமே வண்ணங் களாகவும், இப்போதைய நிகழ்வுகள் வெறும் கரிக்கட்டியால் இழுக்கப்படும் கோடுகளாகவுமே தெரிகின்றன. பூதக்கண்ணா டியை வைத்துத்தான் பார்த்தாலும் இந்தக்கால இழவுகளில் அதிகம் கிருமிகள். நோய் வராமலா இருக்கும்!

❖

புல்வெளி உண்டாக்கப்போன பொன்னிவண்டு

இந்தப் பருவத்தில்தான் கடற்கரையும் என்னைக் கவரும் இடமாக மாறுகிறது. அதன் கொந்தளிக்கும் நுரைப் பூக்களைப்போன்று என் மனதுள்ளும் அதுவும், இதுவும், எதுவோவெல்லாம் என்று எனக்குத் தெரியாத எத்தனையோ தினிசுகள் முளைத்துக் கொப்பளித்தன. குறிப்பாகக் கலையின் பக்கமே இந்தக் காகத்தின் கண் பார்க்கத் தொடங்கியது.

மாலை வானத்தின் அழகு இதற்கு மிகவும் பிடித் திருந்தது. வானத்தில் ஆடை களைந்து குளிக்கும் முகில் அழகி யாரெனத் தனக்குள் வினவிக் காகம் சிரித்தது.

கடலின் இனிய நீலநிறம் எவள் கண்ணில் இருந்து கரைந்ததோ! கடற்கரையில் மேய்கின்ற எட்டுக்கால் சிங்காரங்களாம் நண்டுகளை நுகத்தில் பூட்டி ஒரு "வில்லுக்கரத்தையில்" பவனிவர வேண்டுமென்று போடியார்க் கனவுகளிலெல்லாம் நான் மூழ்கலானேன். அந்தக் கனவு மணிகளின் வெற்றியில் கிடைத்ததோ இந்தக் கவிதை வாகனம்!

எங்கள் அழகிய கடற்கரையில் பல காதல் புறாக் களை நான் அப்பொழுது கண்டிருக்கிறேன். அவர்கள் தனித்துப்பேசிக் காற்றில் கயிறு திரிக்கக் கடற்கரை ஒரு சிறந்த இடமாகத் தெரிந்திருக்க வேண்டும். அடர்த்தி யான தாழம்பற்றைகள். முயலுக்குத் தீனாக அமைந்த அடம்பன் கொடிகள். இராவணன் மீசைகள் என்ற எத்தனையோ கடற்கரைப் பாசறைகள். மறைந்து காதல் பரிமாறிப் பலகாரம் பண்ண அற்புதமான இயற்கையின் உதவிகள்.

மறைவிடங்களில்தான் மனதுகள் ஒன்றாகும். இல்லையென்றால் இந்த உலகத்தை வெறுத்துத் துறந்து ஓர் ஒளியை நாடிப்போகும் மனிதன், மலையடிவாரங்களிலும், குகைகளுக் குள்ளும் சென்றிருந்து ஞானப்பால் குடித்திருக்கமாட்டான். இறைவனின் மனதோடு மனிதனின் மனதைப் பொருத்த மறைவிடங்கள்தான் "கம்மாலை". இது உலக வரலாற்று நியதிகள். ஏன், நமது கவிதைகூட ஊறிப்பெருக்கெடுத்துப் பாய்வதற்குத் தனிமையும் மறைவிடமும் தேவைப்படுகிறது. கவிஞனென்ன நல்ல மனிதன்கூடக் கூட்டத்தோடுகூட்டமாக வாழ்ந்து தொலைப்பதைப்போல நமக்குத் தெரிந்தாலும், அவன் நமக்குள் மறைந்தபடி தனிமையில்தான் வாழுகின்றான். மனிதனால் மட்டும்தான் முடியும் கூட்டத்திற்குள் தனித்திருக்கவும் முடியும்.

தனித்து வாழுதல் என்பதும் ஒரு கலைதான். இந்தக்கலை தெரிந்தவனால் மாத்தரம்தான், ஒரு மனிதனாக, ஒரு கவிஞனாக, ஏன், ஒரு குயவனாகக்கூட வரமுடிகிறது. குயவனென்றால் அவன் ஆற்றல்மிக்கவன் இல்லையா! வனைதலோடு சம்மந்தப்பட்டவன் தெய்வத்திற்குச் சற்றுத்தான் குறைவானவன். தெய்வத்தால் உயிர் கொடுக்க முடியும். இவனுக்கு உயிர் கொடுக்க முடியாது, மற்றும்படிக்கு வனைதலில் இருவரும் சமம்தான்.

இப்போது கடற்கரைக்குக் காதலர்கள் வருவதே அரிது. காதலர்கள் கடற்கரைக்குப் போவதென்பது பழைய நாகரிகமாக இருக்கக்கூடும். அப்போது அவன் வெண்மணலில் படுத்து அவள் தலையைக்கோதி, விரலால் கன்னத்தில் கிள்ளியபோது வெள்ளி கூவுமாம். இயற்கை வாழ்த்திய காதல்கள் அப்போது இருந்தன. இன்று தொலைபேசிதான் கூவுகிறது. இருவரும் தத்தம் படுக்கையறையில் இருந்தபடியே காதல் பயிர் செய்கிறார்கள். காட்டிற்குள் கள்ளத்தனமாகக் "கஞ்சா" நடுவதைப் போல்.

என் கடற்கரையில் இப்போதும் மிஞ்சியிருப்பது நானும் நிலவும்தான். கடல் சிங்கமாகி ஊருக்குள் சீறிப்பாய்ந்த பிறகு கரையில் வசித்துவந்த தென்னை மரங்கள் ஓடிஒளித்தன. மயில்கள் கூட்டமாக வந்திறங்கி நின்றால் எப்படி இருக்குமோ, அப்படி; பார்த்தால் கரைமுழுக்கத் தெரிந்த பல வர்ணத் தோணிகள் மாண்டுபோன வரலாறு ஆழ்கடல் படகுகள் வந்ததில் இருந்து எழுதப்பட்டாயிற்று. ஆனால் ஒன்றுமட்டும் இன்னும் மாறவேயில்லை. அது – கடற்கரையில் பேண்டு கழிக்கும் நிலை. மனிதன் சில பழக்கவழக்கங்களில் பூஞ்சணம் பிடித்தே இருக்கிறான் என்பதற்கு இது நல்ல உதாரணம்.

எப்படி அவனைப் பூசிக்கழுவினாலும் அவன் வெளுக்கவே மாட்டான். நமக்குப் புளிதான் நட்டம்.

ஒரு கவிஞனின் குருத்து நெஞ்சு பல வண்டுக்கடிகளுக்கும் இலக்காகும். என் நெஞ்சையும் பல வண்டுகள் கடித்தன. அந்தப் பருவத்தில் “பீ” வண்டு என்கின்ற ஒன்றை நம்கண்கள் காணாது. எல்லாம் பொன்னிவண்டுகளாகவே தோற்றமுறும். இளமை அப்படி! தாரைப் பாலாக்கிப் பருகும் அறியாமை மிகுந்தது. மூளை மனிதனுக்குச் சுணங்கித்தான் வளர்கிறது.

என் அந்தக்காலப் “பொன்னிவண்டு” இப்போது உயிருடன் இல்லை. சொர்க்கத்தில் எனக்கொரு புல்வெளி உண்டாக்க, இங்கிருந்து விதை எடுத்துப்போயுள்ளாள். என்னைவிட அவள் இரண்டு தசாப்தங்கள் மூத்தவளாய் இருப்பாள். இதில் ஒன்றும் ஆச்சரியப்படுவதற்கு இல்லை. எவனுக்கும் தனது முதன்முதலான மடத்தனமான விருப்பம் முற்றிய கொட்டை களில்தான் வரும். இதற்கு நானொன்றும் விதிவிலக்கல்ல.

இந்தக் காதல்களைப்போல, திட்டமில்லாதவனே கவிஞன். திட்டம் தீட்டக்கூடியவன் கட்டிடக் கலைஞனாகத்தான் இருக்க முடியும்.

திட்டம் தீட்டத் தெரிந்தவன் வாழ்க்கையில் பல அனுபவங் களுக்கு ஆளாகமாட்டான். அவன் போத்தலுக்குள் ஊற்றி வைத்த தண்ணீர்மாதிரி. யாரும் திறந்து குடித்தால்தான் பிறந்த பாக்கியம். கவிஞன் நிலத்தில் சிந்திய நீர். சிறு கொசுவும் மொய்க்கலாம், நாயும் நக்கலாம். தண்ணீரின் தேவை தன்னால் பிறர் சுகம் அடைவது.

உலகம் கிட்டத்தட்ட ஒரு நடிகையைப்போன்றது. அது, கவர்ச்சியும் காட்டும், கலையும் நிகழ்த்தும். இதில் கவிஞன் ஒரு தேர்ந்த ரசிகன். அவன் அதன் கவர்ச்சியைப் புறக்கணித்துக் கலையை விரும்புவான்.

நான் இந்த இரண்டாவது அம்சத்தை விரும்பும் ஒருவ னாக மாறுவதற்கு என் “இருப்பு” இனிமையாக இருந்திருக் கின்றது. சுருங்கச் சொல்வதானால், “பச்சைக்குள் விளைந்த பயிர்” நான். இதனால்தான் நான் அப்போதே “முல்லைச் சகோதரிகள்” பாடிய “பாடுபடு நண்பா பரிசுதரும் பூமியைக்” கேட்டுக், கேட்டு, மகிழ்ந்திருக்கிறேன்.

என் பாடல் ரசிப்பு நம்நாட்டு “ஈழத்துப் பாடல்களில்” இருந்துதான் தொடங்குகின்றது. அது ஒரு நல்ல ஆரம்பம் என்றே நான் இப்போதும் உணர்கிறேன். இப்போது மெல்லிசைப் பாடல்கள் நம்நாட்டில் இல்லை. கார்த்திகைபோய் மார்கழி

வந்தால் பறந்து மறைகின்ற பூச்சிகளைப்போல மடிந்து மறைந்து விட்டன. "பூரண நிலவில் பொற்குடம் ஏந்திவந்த" எம்.ஏ.எம். அன்சாரே நீ எங்கே இருக்கிறாய்! "தன்னந்தனி மூங்கில்" என்று மெல்லிசையால் உள்ளம் கவர்ந்த சாரதா வாசுதேவனே மீண்டும் ஒருதரம் வரமாட்டாயா! கே.எஸ். பாலச்சந்திரன், வீ. முத்தழகு, ரீ. கிருஷ்ணன், சத்தியமூர்த்தி போன்றவர்களே ஏன், மூலவியாதிவந்து முனகுவோரிடம் ஓர் அற்புதக்கலையை ஒப்படைத்துவிட்டு வேடிக்கை பார்க்கின்றீர்? வயிற்றுவலி உள்ளவனும் பாடுகிறான், பாடல் வரிப் பிச்சைக்காரன் பாட்டெழுத, கழுதை இசையமைக்கக் காணுகிறேன், பரா! என்ற சிங்கம், பொன் சுபாஷ்சந்திரன் என்ற சிறுத்தை எங்கே?

யாரும் பாடலாம் என்ற ஒரு காலம்தான் இது. என்றாலும்; எல்லோரும் ரசிப்பார்கள் என்ற ஒரு காலம் இல்லை இது. குயில் தொலைந்து காகம் கூவினால் கல்லெறிபோட உலகில் ஒருவனாவது எழுவான்.

❖

தொட்டுக்கொள்ளக் கொஞ்சம் சுண்ணாம்பும் மடித்து வாய்க்குள்வைக்க ஒரு வெற்றிலையும்

மெல்லிசைப் பாடல்கள் என்றவுடன் எனக்கு எப்போதும் நினைவில்வருவது "கதிரவன் ஆதவன்" என்கின்ற ஓர் இசைக்குழுதான். இந்த இசைக்குழு எங்கள் பிரதேசத்தில் சுமார் இருபத்தைந்து முப்பது வருடங்களுக்கு முன்பு நிகழ்த்திய சாதனையைப் பின்னர் யாராலும் தொடர முடியாமல்போய்விட்டது. அதற்கு என்ன காரணம் என்று ஆராய்ந்து பார்த்தால் அதற்குப் பதிலாக வருவது, இப்போது இந்தத்துறைக்குள் வந்து திணிந்தவர்களின் நம்பிக்கையற்ற தன்மையும், திறமை யின்மையும்தான். மயிர்க்கொட்டிப்புழுவிற்கு வானத்தில் ஊர என்ன ஆசையோ!

"கதிரவன் ஆதவன்" இசை நிகழ்ச்சியென்றால் அப்போது ஊர் திரண்டுவிடும். அனேகமாகக் காற்று எங்கும் சுதந்திரமாக வீசியகாலம் அது. அதன் வாலில் பெரும் கருங்கல்லைக்கட்டி "முக்கிச் சும" என யாரும் அதை நோவிக்கவில்லை. இப்போது அதை வெட்டி வெட்டித் துண்டு மீனாக்கி நாய்க்கும் நரிக்கும் போடு வதைப்போன்று. எந்தவிழா என்றாலும், எவள் பெரியவள் ஆனாலும், "கதிரவன் ஆதவன்" இன்னிசை மழைபொழி யும். எங்ஞூரில் "பொல்லடிக்" கலாச்சாரம் சற்றுச் சோர் வடைந்து மக்கள் மனங்களில் இளைப்பாறத் தொடங்க,

இந்தக் "கதிரவன் ஆதவனின்" கச்சேரி நிகழ்த்தும் கலாச்சாரம் மெல்ல ஓங்கியது. அவர்களின் சொந்தப் படைப்புகளை ஒலிபெருக்கிகளில் போட்டு ஊரெல்லாம் ஓடித்திரிந்த "சுன்னத்து மாப்பிள்ளைகள்" ஏராளம்பேர்.

இந்தக் "கதிரவன் ஆதவன்" இசைக்குழு ஓர் அற்புதமான இசைக்குழு. அதைப்போன்ற இன்னுமோர் இசைக்குழு என்னைப் பொறுத்தவரை இதுவரை இலங்கையில் முளை விடவே இல்லை. அதற்கான சாத்தியப்பாடுகளும் இல்லை. நம்மை இசையில் குருடனாக்கிவிடுகின்ற குரலற்ற குருவிகள் தான் மாம்பழம் கொத்தவருகின்றன தமக்குச் சொண்டுகளே இல்லாமல்.

இந்த இசைக்குழுவின் சிறப்பு என்னவென்றால், அது – தனது சொந்தப்பாடல்களால் மட்டுமே ஒரு முழுக்கச்சேரி யையும் நடத்தி மகத்தான வெற்றியைப் பெற்றிருந்தது. எந்தக் காப்பியடிச்சான் பாடல்களும் கிடையாது. ஒருவனைப்போல் இன்னொருவன் பாடி நமக்கென்ன லாபம் என்று வெட்கம் ரோஷத்துடன் அந்தக்குழு வலம் வந்துகொண்டிருந்தது. இந்த இசைக்குழுவின் சொந்தப்பாடல்களினால் அப்போது சினிமாப் பாடல்கள் ஓரங்கட்டப்பட்டிருந்தன. "கதிரவன் ஆதவனின்", "மாநகராம் மட்டுமாநகராம்", "மினியடிக்கும் மீனா", "கந்தசாமி ராமசாமி", "பள்ளிமாணவி புள்ளிமானைப்போல்", "கந்தனை என்றும் கைதொழுவோம்", "ஆலம் படைத்தவனே ஆதி றகுமானே" போன்ற ஏராளம் பாடல்கள் எங்கு பார்த்தாலும் ஒலித்துக்கொண்டே இருந்தன.

நான் இந்த இசைக்குழுவின் நிகழ்ச்சி எங்கு நடந்தாலும் விடியவிடிய நின்று ரசித்துவிட்டுத்தான் கண்ணுறங்குவேன். இந்த இசைக்குழுவின் பிரதான வாத்தியக் கலைஞர் திரு. யோகன் என்பவர் இன்று உயிருடன் இல்லை. ஆனால், இன்றும் அவர் என் மனதில் இருந்து சாகவே இல்லை. நம்நாட்டில் பூத்த ஒரு பெரிய இசைக்கலைஞன் அவர். அவரின் இசையில் எந்தத் தழுவல்களும் கிடையாது. எவனின் தேமலும் அவரின் உடம்பில் படர்ந்திருக்கவில்லை. அவர் தனது வாத்தி யத்தை மீட்டிக்கொண்டு மேடையில் கச்சேரி செய்வது இன்றும் என் கண்களுக்குள் மங்காமல் ஒளிர்கிறது.

இந்த இசைக்குழுவின் பிரதானப் பாடகர்தான் திரு. ஞானப்பிரகாசம் என்கின்ற மரியாதைக்குரிய பாடகர். அவர் இப்போது எங்கிருக்கிறாரோ எனக்குத் தெரியவில்லை. இந்த மண்ணில் உண்டான ஒரு முத்து அவர். அவரின் வெண்கலக் குரல் இப்போது எவனுக்கும் இல்லை. காகம் விக்குவதைப்போன்ற பாடகர்கள் வாழத்தான் ஞானப் பிரகாசத்தை ஆண்டவன் மறைத்தானா! இவர் பாடுகின்ற

ஒரேஒரு சினிமாப்பாடல் மதுரை சோமு அவர்களின் "மருதமலைமாமணியே முருகையா" என்ற பாடல்தான். ஞானப்பிரகாசம் பாடினால் மதுரை சோமுதான் மேடையில் பாடுவார். மற்றவை எல்லாம் தமது சொந்த வார்ப்புகள்தான்.

இப்போதெல்லாம் சில "நிகழ்ச்சி வியாபாரிகள்" இந்த உண்மைகள் தெரியாமல் கூறிவருகிறார்கள்; தென்னிந்திய சினிமாப்பாடல்களைத்தவிர நம்நாட்டுப் பாடல்களை இங்குள்ள மக்கள் ரசிக்கவேமாட்டார்கள் என்று. மக்களை இப்படித் திசைதிருப்பியதே குறிப்பிட்ட இந்தக் கூலிக்கு மாரடிக்கும் குரல் சிங்கங்கள்தான். கூழையும் காய்ச்சுகின்ற விதமாக, இதமாக, பதமாகக் காய்ச்சிக்கொடுத்தால் குடிப்பவன் மீசையில் படும்படியாகத்தான் குடிப்பான். அது அந்தக் குருட்டுப்பயல்களுக்கு இன்னமும் விளங்கவில்லை. விளங்கவும்மாட்டாது, ஒரு பொறுப்பும் பெறுமதியும்வாய்ந்த இடத்தில் இருந்துகொண்டு, ஒரு திரைக் கவிஞனிடம் "உங்கள் கண்ணைப்பற்றிச் சொல்லுங்கள்" என்று கேட்பதும், அதற்கு அவர், "என் கண்ணைப்பற்றிக் கேட்டீர்கள், கவனித்துக்கொள் கிறேன்" என்று பதிலிறுப்பதுமாக வானொலி நடத்தும் நமது நாட்டில் ஞானப்பிரகாசம் பிறந்தது தவறுதான். மிகவும் சிறு பையன்கள்தான் மிகப்பெரிய புள்ளிகளாக நமது தேசத் தில். ஒரு தென்னிந்தியப் பாடகரின் புதல்வன் இங்கு ஒரு தொலைக்காட்சி நிகழ்ச்சி நடத்துகிறாராம். அவர் நடத்து கின்றவிதம் மிக அற்புதமாம். எந்த அளவுக்கு என்றால் "தன்னால் கூட அப்படிச்செய்ய முடியாத அளவுக்காகுமாம்" என்று ஒரு தொலைக்காட்சிப்பெட்டிக்குள் இருந்து பேசுவது – குறிப் பிட்ட பாடகரின் குடும்பத்தையும் வைத்துக்கொண்டு – எந்த அளவுக்குப் பெரியதனமோ எனக்குத் தெரியவில்லை. அவரின் அளவை அவரே அளவுக்கு அதிகமாகப் போட்டு வைத்திருக்கின்ற அசிங்கத்தைக் கேட்டுநான் காதைப் பொத்திச் சிரித்திருக்கிறேன்.

இப்படிப்பட்டவர்கள் உண்மையாகவே வரலாறு தெரியாத வர்களாகவே இருக்கிறார்கள். அதற்குப் பல வாய்க்கால்களில் குளித்திருக்க வேண்டுமல்லவா! கோமாளிகளாக மாறினால் மட்டும் போதுமா!

இப்போது யார் நம்நாட்டில் மெல்லிசை பாடுகிறான்? உயிரைக் "கொல்லிசையைத்தான்" வெந்நீராகக் கொப்பளித்து விடுகின்றான். இன்னும் விரிவாகச் சொன்னால்; பாடுகின்ற பாடகனுக்குக் குரலும் இல்லை. அவன் பாடுகின்ற பாடல் வரிகளுக்கு உயிருமில்லை. செத்த எலியைப் பூனை சப்புகின்ற மாதிரி, வேகம் விறுவிறுப்பு எதுவுமே கிடையாது.

ஒரு பாடலுக்கு அதன் பாடல்வரிகள் பலமாக இருக்க வேண்டும். அப்படிப்பட்ட பாடல்கள்தான் சினிமாவில் என்றாலும்சரி, நம்நாட்டு மெல்லிசையில் என்றாலும்சரி மக்கள் கேட்டு மகிழ்ந்து நிலைக்கக்கூடியதாக இருக்கின்றன. நம் மெல்லிசைப்பாடல்களில் வரிகளே இருப்பதில்லை. பாடகன் அழுது முடிந்தால் கேட்டவன் துடைப்பதற்குக் கண்ணீரும் இல்லாதமாதிரி ஒன்றுமே நினைவில் இல்லை. இப்போது மெல்லிசை பாடுகிறவன் என்ன பாடினான், எது பாடுகிறான், சரி, ஆண்டவனிடம் கேட்டுப்பார்ப்போமா! கேட்டால் ஒரு வேளை அவரும் சொல்வார், "சில பயல்களுக்கு வாயைக் கொடுத்தது தவறு என்று இப்போதுதான் உணருகிறேன் என்று".

எந்தப்பாடலாக இருந்தாலும் அதனை எழுதுவது ஒரு கவிஞனாக இருப்பதுதான் சிறப்பாக இருக்குமென்று தாழ்மையுடன் நான் கருதுகின்றேன். நம்நாட்டில் தமிழை ஒலிவாங்கிக்கு முன்னால் நின்று விழுங்கி அதன் முள்ளை மட்டும் துப்புகின்றவன்கூடப் பாடல் எழுதுகின்றான். "காதல் என்னைக் காதலிக்கவில்லை" என்று எங்கோ ஒருவன் எழுதி னால், இங்குள்ளவன் "கூதல் என்னைக் கூதலிக்கவில்லை" என்று எழுதிவிடுகிறான். இவன் பிறவி என்ன அவனில் இருந்து ஒட்டுப்பிடித்ததா! "கறுத்தக்கொழும்பான்" கவிஞனா இவன்!

இது பாடலாசிரியனுக்கு ஏற்பட்ட நோய் என்றால்; இசையமைப்பாளனின் நிலைமை மிகக்கவலைக்குரியது, எங்கோ இருந்து ஒருவன் "தகரத்தில்" அடித்தால், நம்நாட்டு இசையமைப்பாளன் அதன் சாயலில் "சிரட்டையில்" கொட்டி அவனாகவே இவனைக் கற்பனைபண்ணி மகிழ்கிறான். இவர் களின் கருக்கள் கலப்படம்மிக்கவையா! கலப்படம் கலப்பட மாகவே வாந்தி மழை பொழிகின்றார்களே!

இவை எல்லாம் நமது "கதிரவன் ஆதவனிடம்" இல்லை. அவனது கரு மிகச்சுத்தமானது, தனித்துவம்மிக்க திறமை கொண்டது, அந்த நாட்களில் வானொலியில் இடம்பெற்ற "அரங்கேற்றம்" என்ற நிகழ்ச்சியில் இந்த இசைக்குழுவின் பாடல்கள்தான் முதலிடத்திற்கு வாராவாரம் வந்து வெற்றி பெறும். அது நேயர்களின் வாக்குகள் பெற்று வெற்றியாளரைத் தீர்மானிக்கும் நிகழ்ச்சி. ஆதலினால், கதிரவன் ஆதவனையும், திரு. ஞானப்பிரகாசத்தையும் எல்லோருமே தெரிந்துதான் வைத்திருந்தார்கள். இந்தக் "கதிரவன் ஆதவனுக்கு" நிகழும் இக்கட்டு என்னவென்றால், நிகழ்ச்சியை நடத்திக்கொண் டிருக்கும்போது ஆசைக்கு ஒரு பாடலாகக் குழுவில் பெண் குரல் மன்னன் என்று புகழ்பெற்றிருந்த திரு. லோறன்ஸ்

என்பவர் "நானே நானா யாரோதானா" என்ற வாணி ஜெயராம் அவர்களின் பாடலைப் பாடவந்தால் ரசிகர்கள் கிண்டலும் கூச்சலுமாகப்போட்டு ஆரவாரப்படுவது மட்டும்தான். அப்போது திரு. ஞானப்பிரகாசம் மேடையில் தோன்றிப் "பள்ளிமாணவி" அல்லது "மினியடிக்கும் மீனா" போன்ற ஏதாவது சொந்தத் தினிசை எடுத்துவிட்டால் கரகோஷம் எழும்பிவிடும். பாட்டு எங்கேயடா இருந்திருக்கிறது, பார்த்தீர்களா!

இந்தக் "கதிரவன் ஆதவனை" அடியொற்றிப் பிற்காலத்தில் சொந்தக்காலில் நிற்கும் இசைத் தார்ப்பரியம் இங்கு வளர்த்தெடுக்கப்படவில்லை. என்பதை மீண்டும் நான் சொல்ல வேண்டி ஏற்படுகிறது. நாம் ஏறிவந்த ஏணியை இடையில் நாமே முறித்தெறிந்துவிட்டு எவனோ ஒருவனின் தோளில் தொங்குவதுமாதிரியான ஒரு நிலை இப்போது மேலோங்கி யிருக்கிறது. இதற்கு இங்குள்ள சிலர் நன்றாகவே கூலிக்கு நீரிறைத்துத் திரிகின்றார்கள்.

இந்த இழிநிலைக்குள் நமது அபிமான வீ. முத்தழகுவும் இடைக்கிடை ஆட்பட்டு, காலாவதியாகிப்போன தென்னிந்தியப் பாடகிகளுடன் அவர்களது சினிமாப்பாடல்களைப் பாடுவது, பசியெடுத்த சிங்கம் ஓடிவற்றிய நதிக்கரைக்கு வந்து புல்லை முகர்ந்துபார்ப்பதைப்போல இருக்கிறது எனக்கு.

வீ. முத்தழகு நம்நாடு தந்த ஒரு திறமைமிக்க பாடகர். அவரின் நம்நாட்டு "அநுராகம்" திரைப்படப்பாடல்களை நான் இன்றும் விரும்பிக்கேட்பதுண்டு. "எண்ணங்களாலே இறைவன்தானே பொன்வண்ணத்தாலே வரைந்துவிட்டானே", "உன்னை வரைந்தேனே உள்ளமதிலே" போன்ற பாடல்களால் நானும் திரு. வீ. முத்தழகு அவர்களை என் உள்ளத்தில் வரைந்து வைத்திருப்பதை அவர் அறியவேமாட்டார். எந்தக் கலைஞனும் தனது ஒளிவட்டத்தை அறிய முயற்சியெடுக்கக்கூடாது. ஒரு கலைஞனின் ஒளிவட்டம் அவனை வீழ்த்த விரிக்கப்பட்டிருக்கும் பாரிய வலை. அதில் சிக்கி அவன் சீரழிந்துவிடக்கூடாது, ஒரு நல்ல கலைஞனுக்குத் தேவை இந்த ஒளிவட்டங்களல்ல. தொட்டுக்கொள்ளக் கொஞ்சம் சுண்ணாம்பும், மடித்து வாய்க்குள்வைக்க ஒரு வெற்றிலையும்போல, சப்பிச்சிவந்தாலும் துப்பி எறியக்கூடிய ஓர் எளிமையான வாழ்க்கைமட்டும் தான்.

❖

திருந்தாத சனங்கள்தான் இந்த உலகத்தின் செங்கல்

மெல்லிசைப் பாடல்கள்பற்றிய எனது அறிவு கொஞ்சம் ஆழமானதும் அகலமானதும் என நான் இங்கு சொல்லிக்கொள்வதில் வெட்கப்படாமல் பெருமைப்பட்டுக்கொள்ள மனம் துடிக்கிறது. மனம் ஒரு வெட்டுக்கிளி. இப்படியான சந்தர்ப்பங்களில் அது துள்ளிக்குதிப்பது சகஜம்தான். ஓர் அற்புதக்கலை யாம் மெல்லிசை என்கின்ற வடிவத்தைப்பற்றி என் "பத்திக்கை" குடம் குடமாக அள்ளி இறைக்கும். வாரக் கணக்காக. இருந்தாலும் கொஞ்சம் சுருக்கிக்கொள்வது நல்லதுதான். எந்தப் பதுமைபோன்ற பெண்ணுக்கும் பத்துமுழத்தில்தான் சேலை உடுப்பிக்க வேண்டும் என்ற ஒரு கணக்கிற்கு.

அந்த அளவுக்கு அதனோடு சம்மந்தம் உண்டு எனக்கு. எங்கள் வீட்டு வானொலிப்பெட்டி பாடிய பாடல்களில் நம்நாட்டு மெல்லிசைதான் அதிகம். இதற்கு அடுத்தபடியாகத்தான் ரீ.எம். சௌந்தரராஜனும், பி. சுசீலாவும் வந்துபோவது எல்லாம்.

நான் கட்டைக்காற்சட்டை அணிந்துகொண்டு வாய்க்குள் எதையாவது திணித்தபடி ஒரு சந்தைமாடு மாதிரி திரிந்த என் பூந்தென்றல் பருவத்திலேயே வீ. முத்தழகுவைப்பற்றி எனது நண்பர்களுடன் நான் கதைப்பதுண்டு.

நான் அவரைப்பற்றி எப்படி வியந்து, கரைந்து கதைத்தாலும் என் நண்பர்கள் அதைப் பொருட் படுத்தவே மாட்டார்கள். நான் கதைக்கக்கதைக்க அவர்கள் பொறுத்துப்பொறுத்துப் பார்த்துவிட்டு

என்னிடம் வெறுப்பாகக் கேட்பார்கள் நீ சொல்லுவது நமது ஊரில் மரங்களில் ஏறித் தேங்காய் ஆய்ந்துதிரிகின்ற முத்தழகுவைப்பற்றியா என்று!

எனக்கு உண்மையாகவே இதைக்கேட்கக் கவலைவரும். நான் வீ. முத்தழகுவைப்பற்றிக் கதைத்தால், இவர்கள் வேறு ஒரு முத்தழகுவைப்பற்றிப் பேசுகிறார்களே என்று. என் மனம் அப்போது சொல்லும், மெல்லிசை பாடுவதைவிட, மரங்களில் ஏறித் தேங்காய் ஆய்வது சிறப்புத்தான். இந்த முத்தழகுவிற்கு இருக்கின்ற பிரபலம் வீ. முத்தழகுவிற்கு இருக்கவில்லையே என்றும்!

இதற்கெல்லாம் நாம் மனம்வருந்திக் கவலைப்பட்டுக் காணப்போவதுதான் என்ன! திருந்தாத சனங்களைச் செங் கல்லாகப்பாவித்துக் கட்டி எழுப்பியதுதான் இந்தத் தோடம்பழ உலகம். அதனால்தான் நமது வானொலியில் இப்பொழு தெல்லாம் தச்சனின் மரம்சீவும் கருவிகளால் இசையமைத்து, சயரோகம் பிடித்துச் சாகப்போகின்ற காகங்கள் பாடலென்ற பெயரில் விம்முகின்றன.

தென்னிந்தியாவில் "பார்த்தேன் ரசித்தேன் பக்கம்வரத் துடித்தேன்" என்று ஒரு பாடலாசிரியன் பாடல் எழுதினால், இங்குள்ள கானமயில் "இசைத்தேன் மழையில் நனைந்தேன்" என்று எழுதித் தேனுக்குப்பதிலாக நமக்குத் தீயை வார்த்து விடுகிறது. நமது மெல்லிசைக் கலாச்சாரத்தில் ஆடைக் குறைப்புச் செய்ததே இப்படியான கானமயில்கள்தான்!

இந்தக் கானமயில்களால்தான் நமது தனித்துவமான மெல்லிசை என்கின்ற வடிவம் காலக்கிரமத்தில் அழிந்து போனது. அற்புதமாக வளர்த்தெடுத்த நமது மெல்லிசைச் செடியை வேரோடு பிடுங்கி எறிந்துவிட்டு, எவனோ தயாரித்த "இறப்பர் செடிகளை" இங்குக் கொண்டுவந்து நம் செவிகளின் முற்றத்தில்வைக்க இந்தக் கானமயில்கள் ஆற்றிய பணிகள் நாம் செத்துச்சருகானாலும் மாறிப்போகாதது.

இதற்கெல்லாம் ஆடாதவன்தான் கலைஞன். ஒரு ஞானப்பிரகாசம் மறைக்கடிக்கப்பட்டால், ஓராயிரம் ஞானப் பிரகாசங்கள் இனிவருவார்கள். இப்போது கிழக்குமேற்கென்ற எல்லைகள் கிடையாது. உலகமே இப்போது ஒரு குடிசை, இதற்குள் கிழக்கென்ன மேற்கென்ன!

அப்போது "நித்திரையில் தோன்றும் நித்திலமே வாராய், சத்தியமாய் உன் நினைவால் சாகிறேனே பாராய்" என்று ஒலிக்கும் நம் இசையைக்கேட்டால், தானாகச் சுகமான தூக்கப் புறா இமைகளில் வந்து குந்திவிடும்.

சி. மௌனகுரு அவர்கள் வடித்திருந்த "சின்னச்சின்ன குருவிகள் எங்கள் சிறுவர் சிறுமிக் குருவிகள் வண்ணவண்ணச் சட்டைபோடும் வாயாடிக் குருவிகள்" என்ற குருவிப்பாடல், நம்மையும் ஒரு குருவியாக்கிப் பூவில் குந்தித் தேன் அருந்தச் சொல்லும்.

இவைகளைப் பாடல்கள் என்று சொல்ல முடியாது. "பாட்டுப் பழங்கள்" என்பதுதான் பொருத்தம்.

இன்றைய மெல்லிசைப் பாடலாசிரியன் எங்கேபோய் நிற்கின்றான்? தென்னிந்திய சினிமாப்பாடலை மாற்றிப்போட்டு வரிகள் செய்வதில் மாத்திரமல்ல, தன் புனைப்பெயரையே அவர்களைப்போல வைத்துப்பார்த்து மகிழும் ஓர் இளக்கார இடத்தில்தான்!

அங்குக் "கண்ணதாசன்" என்று ஒருவர் பெயர்வைத்துப் பாடல் எழுதிப் புகழ்பெற்றதற்காக, இங்குள்ள ஒருவன் "சிறைதாசன்" என்று தனக்குப் பெயர்வைத்து நமது தலையில் சிறுநீர்விடலாம் என்று முயற்சிக்கிறான். அவனை அவனே சிறைப்படுத்திக்கொண்டு.

நல்ல நேயர்கள் இப்பொழுதும் வானொலியைக் கேட்பதற்கு ஆயத்தமாகத்தான் இருக்கிறார்கள். அவர்களைக் கேட்காதபடிக்கு ஆளாக்கியவர்கள் அதற்குள் ஒளித்திருந்து கனைக்கின்ற ஜீவராசிகள்தான். வார்த்தைக்கு வார்த்தை "தேனிசைத் தென்றல்" என்றும், "இசை ஞானி" என்றும், "இசைப் புயல்" என்றும் வாந்தி எடுத்து உயர்மட்ட ரசனை கொண்டோரையெல்லாம் ஒளித்தோடச் செய்துவிட்டார்கள்.

ஒரு கலைஞனைக் கௌரவிக்கத்தான் வேண்டும். அதற்காக அவனை நாளாந்தம் நாற்பத்தெட்டுத் தடவைகள் தோல்கரையச் சவர்க்காரம்போட்டுக் கழுவிக் குடிக்கலாமா! அவர்களின் தேகங்களில் சிரங்கு ஏற்படாதா!

அப்போது வானொலி அறிவிப்பாளன் கணக்காகத்தான் கதைத்தான். தன் மூளைக்கும் வாய்க்குமான ஒரு தொடர்பை அவன் வைத்திருந்தான். இந்தக்கால வானொலிவாயன், தன் வாயால் கதைக்கிறானா, அல்லது வாளியில் கொண்டு வந்து உடுப்புக்கழுவிய அழுக்கு நீரைக் காற்றலைகளில் அள்ளி ஊற்றுகிறானா என்று தெரியவே இல்லை.

கவிஞன் என்கின்ற பதத்தைக் "கவிஞ்சன்" என்றும் விஞ்ஞானி என்கின்ற சொல்லை "விஞ்சானி" என்றும் வர்த்தகம் என்பதனை "வருத்தகம்" என்றும் பத்திரிகையை "பத்திரிக்கை" என்றும், துப்பிவிடுகிறான் பாவிகள், இவர்களெல்லாம் நன்றாக

இருப்பார்களா, நாசமாய்ப்போகாமல்! என்று நான் கேட்க வில்லை, எனக்குள் இரத்தத்தோடு ஓடிப்பேசுகின்ற என் தமிழ் கேட்கிறது, தாழ்மையாகத்தான். ஏனெனில், தலைக் கனம் வராத ஒரேஒரு மொழி என் தமிழ் மொழிதான் உலகத்தில். அதற்கு ஆங்கிலத்தைப்போலத் திட்டமிட்டுப் பரவவும் தெரியாது. நீ படி, நீ படி எனப் பிறரைத் தூண்டிப் படிக்கவைத்துவிட்டு, நான்தான் மகான் என்று மார்புதட்டி நிற்கவும் முடியாது. என் இனிமையில் மயங்கினால் வா, இல்லையென்றால் போ என்ற தனித்துவத்தை இழக்காதது அது.

❖

கற்பனையில் ஒரு கொம்பும் கூழ்முட்டை நாற்றமும்

மனம் பொறுக்கமுடியாமல்; மீண்டும் குப்பையைக் கிளறினால் –

நமது வானொலி ஒரு முதலைமாதிரி. தான் ஈன்ற குட்டியை தானே தின்று ஏப்பம்விட்டுக்கொள்வது முதலை. நமது வானொலியும் அப்படித்தான். மிகநீண்ட பாரம்பரியத்துடன் மணிமணியாகக் கட்டி எழுப்பிய தனது தனித்துவத்தைப் பிற்காலத்தில்தானே விழுங்கி முதலைபோலாகிவிட்டது.

சரியான உச்சரிப்பு இல்லாதவன் அந்த நாளில் செய்தி வாசிக்கவேமாட்டான். இப்போது செய்தியை நடித்துக்கொண்டு சிறுவர்களுக்குக் கதைகூறுவதைப் போலக் கூறுபவன்தான் செய்திவாசிப்பாளன். மிக்க அனுபவமும் வானொலியோடு நீண்டகாலத்தொடர்பும் உள்ளவன் என்று கூறிக்கொள்ளும் கோவேறுகழுதை கூட, ஒரு சொல்லை இரண்டு மூன்றாகப் பிரித்துக் கேட்டிருக்கும் நம்மைக் குழப்பிவிடுகிறது.

இப்படி எழுதிக்கொண்டிருக்கும்போது நேற்றிரவு ஒரு தொலைபேசி அழைப்பு வந்தது. அது – எனது அன்புக்குரிய ஆசான் கலாநிதி சி. மௌனகுரு அவர்களுடையது. அவர் அதில் தெரிவித்தார்.

“நீங்கள்” “பத்திக்கையில்” கடந்தவாரம் தெரிவித்த “கதிரவன் ஆதவன்” இசைக்குழுவின் பாடகர் திரு. ஞானப்பிரகாசம் அவர்கள் இங்கு எனக்குப் பக்கத்தில் உயிருடன்தான் இப்பொழுதும் இருக்கிறார். நாங்கள் சில மாதங்களுக்கு முன்பு அவரைக்கொண்டும் “லயம்” என்ற ஒரு நிகழ்ச்சியை எங்கள் கிழக்குப்

பல்கலைக்கழகத்தில் நடத்தினோம். என்ன அற்புதமான குரல் அவருடையது!" என்று.

இதைக் கேட்க எனக்குப் பெருமையாகவே இருந்தது. தொலைந்துபோன ஒரு மாணிக்கத்தைத் தேடி எடுத்ததைப் போன்ற ஓர் உணர்வு ஏற்பட்டது. அந்தச் சங்கீதக் கருவியின் ராகத்தை அப்போது வீதியோரத்துச் சிறுவனாக நின்று ரசித்து வந்தவன் நான். இப்போது ஞானப்பிரகாசத்தின் அந்தப் பாடல்கள் எல்லாம் எனக்கு வேண்டும்.

இதை நான் எனது ஆசானிடம் கோரிக்கையாக விடுத்தேன். அந்தப் பாடல்களையெல்லாம் போட்டுக்காட்டி, கொழும்பு மேடைகளில் சினிமாப் பாடல்களைத்தவிர வேறு எதையும் பாடிக் கச்சேரி செய்ய முடியாது என்று கூறிப் பிழைப்பவர்களுக்கு விளக்கி உண்மைகளைத் தெரியப் படுத்த வேண்டும். நாம் தொடர்ந்து "தத்துக்" குட்டிகளை வளர்த்துக்கொண்டிருக்க முடியாது.

சி. மௌனகுரு அவர்கள் நீண்டநேரமாகவே தொலை பேசியில் கதைத்துக் கொண்டிருந்தார்கள். திரு. ஞானப்பிரகாசத் தின் கைப்பட ஒரு கடிதம் எழுதச்சொல்லி அதை எனக்கு அனுப்பிவைப்பதாகவும் கூறினார்கள். கூடவே இன்னுமொன்றை யும் சொல்லிவைத்தார்கள்;

திரு. ஞானப்பிரகாசம் அவர்கள் நன்றாக வயதேறிப்போய் இருப்பதாகவும், இருந்தாலும் அவரது குரல் "குரலாகத்தான்" இருக்கிறது என்றும்.

பொய்க்குரல் இல்லைதானே! அது எப்போதும் தன் சுயம் குன்றாமல்தான் ஒலிக்கும். துலாவை வெட்டிச்செதுக்கிப் பாட்டுப்பாடவைத்த குரலா அது!

வயதைப்பற்றி நமக்கென்ன கவலை. தோல் சற்றுக் கருகினால்தான் வாழைப்பழம் இனிக்கும். மீண்டும் ஞானப் பிரகாசத்தை எல்லோருமாகச்சேர்ந்து மேடைக்குக் கொண்டு வரவேண்டும். இது திரு. மௌனகுரு அவர்களால் அதிகமாக முடியும். அவரும் ஒரு பல்கலைக்கழகம். அவர் சார்ந்து தொழிலாற்றுவதும் ஒரு பல்கலைக்கழகம்.

அப்போது "பிறந்தநாள் வாழ்த்து" நிகழ்ச்சியில் இப்போது போன்றுதான் தென்னிந்திய சினிமாப்பாடல்களே இடைக் கிடை ஒலிபரப்பாகிவந்தன. அதனில் ஒரு மாற்றத்தைக் கொண்டுவரவேண்டும் என்பதற்காகக் கலாநிதி அவர்களின் துணைவியார் அங்குப் பணிபுரிந்தபோது வடித்தெடுத்து ஒலிபரப்பிவந்த பாடல்தான் சி.மௌனகுரு அவர்கள் எழுதிய

“சின்னச் சின்ன குருவிகள் எங்கள் சிறுவர் சிறுமிக் குருவிகள், வண்ண வண்ணச் சட்டைபோடும் வாயாடிக் குருவிகள்” என்ற அற்புதம்.

இந்தத் தகவலையும் இப்போதுதான் இந்தப் பாடலின் கவிஞர் தெரிவித்தார். எங்கே இருக்கிறது உண்மை பார்த்தீர்களா! இப்படித்தான் “அழகான ஒரு சோடிக் கண்கள்” என்ற பாடலும் முதலில் வானொலி மெல்லிசைக்காக எழுதவில்லையாம். அது ஒரு கவிதையாகப் பத்திரிகையொன்றில்தான் முதலில் வெளிவந்ததாம். பிற்காலத்தில் ஒரு வர்த்தக விளம்பர நிகழ்ச்சிக்காகக் காவலூர் ராஜதுரை அவர்களால் அது மெல்லிசையாக்கப்பட்டு அதன்பின்பே அதன் தரம் உணர்ந்து மெல்லிசைப்பாடலாகச் சேர்க்கப்பட்டதென்று குறிப்பிட்ட பாடலின் கவிஞரான மர்ஹூம் பஸீல்காரியப்பர் அவர்கள் என்னிடம் தெரிவித்திருக்கிறார்கள்.

இருப்பவன் இருக்கும் இடத்தில் இருந்தால் இதுவும் நடக்கும் இன்னமும் நடந்தேறும். இன்று இருக்கும் இடத்தில் இருக்கின்றவனுக்கு எதுவும் இல்லை. கற்பனையில் ஒரு கொம்பும், கனவாகத் தன்னைச் சுற்றிப்போட்டுக்கொண்ட ஓர் ஒளிவட்டத்தையும் தவிர. அது – கூழ்முட்டை அடித்து நொறுக்கப்பட்டு வழிந்துகிடக்கும் நாற்றத்தைப்போல.

❖

அப்பன் மடியும் பூத்தட்டு

மெல்லிசைப் பாடல்களில் எனக்கு எந்த அளவுக்குப் பற்றும் பாசமும் ஏற்பட்டதோ அந்த அளவுக்கு அப்போ திருந்தே எனக்கு சினிமாப்பாடல்களிலும் திரைப்படங் களிலும் பிரியமும் அவற்றைப் பிசைந்து தின்னும் ஆசையும் ஏற்பட்டது. நான் பார்த்த முதல் திரைப்படம் "தெய்வத் திருமகள்" என்பதாகும். எனது தகப்பனார் ஒரு நோன்புப் பெருநாள் தினத்தில் திரையரங்கிற்குக் கூட்டிச்சென்று காட்டினார். நான் அன்றுதான் முதன் முதலாக ஒரு தியேட்டருக்குள் எப்படி இருக்கும் என்று அறிந்தேன்.

வெள்ளைவைத்த வீட்டின் சுவரைப்போல என்ன பெரிய திரை! திரையின் அடியில் படம் ஓட ஆரம்பிக்கும் வரை அழகிய பச்சை வெளிச்சம்! யுத்தம் வந்தால் ஊருக்கு மேலால் சடக்குசடக்கு என்ற சத்தத்தோடு பறக்கின்ற "ஹெலி"மாதிரி தலைக்கு மேலே "கடக்கு புடக்கு" என்கின்ற மின்விசிறிகள். அவற்றிற்குத் தேங்காய் எண்ணெய்போட்டுத் துடைத்து அதிகக் காலம் ஆகி யிருக்கும். நாங்கள் இருந்த ஆசனங்களுக்கு முன்னால் பலர் "வாங்குகளில்" இருந்துகொண்டு புகைத்துக்கொண்டு விசில் அடித்துக்கொண்டிருந்தார்கள். வாப்பா அதனை "கலரி" என்று எனக்கு விளங்கப்படுத்தினார். அவர்கள் இழுத்துவிடும் புகை எனது கண்களுக்குள் புகுந்து சிவக்கச்செய்தது.

நாங்கள் இருந்தது இரண்டாவது வகுப்பு என்று நினைக்கிறேன். எங்களுக்குப் பின்னாலும் சிலர் இருந் தார்கள். அவர்களின் தலைக்குமேலும் பலர் இருந்தார்கள். அவை – முதலாவது வகுப்பும், பல்கனியுமாகும். எல்லோரும் சடசடவென அடித்தொடைகளைச்

சொறிந்தவண்ணமே படம் பார்த்தார்கள். எனக்கு முன்னிருந்த ஒருவனின் தலை பெரிய பானைமாதிரி இருந்ததால் திரையில் விழுந்த படம் சரியாகத் தெரியாமல் மறைக்கப்பட்டதால், நான் முன்கதிரையைப் பிடித்துக்கொண்டு எழுந்து நின்ற வண்ணம் படம் பார்த்தேன். தியேட்டர் என்றால் மூட்டைப் பூச்சிகள் இல்லாமல் இருக்காது என்ற தத்துவத்தையும் அன்றுதான் உணர்ந்தேன்.

"தெய்வத் திருமகள்" திரைப்படம் எனக்கு அன்று அற்புதமாகத்தான் இருந்தது. அதில் இடம்பெற்ற "சந்தையிலே நான்கண்ட சரக்கு" என்ற பாடலின் இனிமை இன்னும் என்னால் மறக்கமுடியாமல் இருக்கிறது. இப்போது அந்தப்பாடலைக் கேட்பது அரிதான காரியமாகிப்போய் விட்டது. இருந்தாலும், அவ்வப்போது எங்காவது அபூர்வமாக அதைக்கேட்க நேர்ந்தால்; அந்த எனது கட்டைக்கால் சட்டை யும், அந்தத் தியேட்டர் புகையும், மூட்டைக்கடியும், வாப்பா தூக்கிவைத்துப் படம் காட்டிய அவரின் அற்புதமான "மடியும்" உடன் எனக்கு நினைவுக்கு வந்துவிடுகின்றன.

உயிருள்ள ஞாபகங்கள் என்றுமே சாவதில்லை.

நான் பார்த்த இரண்டாவது திரைப்படம் "பெரிய இடத்துப் பெண்" என்ற எம்.ஜி.ஆர் நடித்த படம். இத்திரைப்படத்தையும் வாப்பாதான் என்னை அழைத்துப்போய் இன்னுமொரு பெருநாளைக்குக் காட்டியிருந்தார். நான் அப்போது நினைத் திருக்கிறேன்; பெருநாளைக்குப் பெருநாள் திரைப்படம் கட்டாயம் பார்க்க வேண்டுமாக்கும் என்று. அது தவறு. வாப்பாவின் மனநிலை அப்போது அப்படித்தான் இருந்திருக் கிறது.

பெரிய இடத்துப்பெண் திரைப்படத்தில் வரும் நாகேஷ் போட்ட தூண்டிலில் அங்கு மீன் அகப்படாவிட்டாலும், அவரின் தூண்டிலில் நான் அகப்பட்டுவிட்டேன். இன்றுவரை அவரின் விசிறியாகவே இருக்கின்றேன்.

பிற்காலத்தில் அவர் நடித்து நான் பார்த்த கல்யாண ஊர்வலம், உலகம் இவ்வளவுதான், நீர்க்குமிழி போன்ற திரைப் படங்களெல்லாம் என்னைக் கவர்ந்தன. நாகேஷ் பெரிய இடத்துப்பெண் திரைப்படத்தில் அணிந்துவந்த ஒரு தொப்பி யைப் போன்ற தோற்றம்கொண்ட தொப்பியொன்றை நானும் என் பிள்ளைப்பருவத்தில் வாங்கித் தலையில்போட்டு மகிழ்ந் திருக்கிறேன். நாகேஷ்மாதிரியா என்றால் அதுதான் இல்லை. ஏனோதெரியாது; நாகேஷின் தோற்றம்போல் என்று சொல்லு வது இன்றுவரை அவர் ஊதிப்பெருத்து உருண்டையாகித்

திரைப்படங்களில் வந்தபிறகும் வெட்கமாகத்தான் இருக்கிறது. பெரிய இடத்துப்பெண் பார்க்கும்போதுதான் எனக்கு இன்னுமொன்றும் விளங்கியது; அது – எனது சின்னவகுப்பில் கற்பித்துவந்த அந்த – அடிக்கடி பாடசாலைக்கு வராமல் விடுகின்ற – மெலிந்த தோற்றம்கொண்ட ஆசிரியருக்குச் "சொண்டங்கீரி" ஏன் நாகேஷ் என்று பெயர்சூட்டி மகிழ்ந்தான் என்பது. என்ன கற்பனைவாதி அவன்! அவ னல்லவா பிற்காலத்தில் கவிஞனாகி இருக்கவேண்டும்! எல்லாம் தலைகீழாகத்தான் நடந்திருக்கிறது. அவன் இன்று பாரிய முதலாளி! நானின்று பறவை! ஒருவேளை சொண்டங்கீரி இப்போதுதான் தலைமறைவாக இருந்துகொண்டு கவிதை எழுதிவருகின்றானோ, அதுவும் தெரியவில்லை! அவன் பாணியில் பல கவிதைகள் நமது பத்திரிகைகளில் அவ்வப்போது வெளிவந்துகொண்டிருக்கின்றன! துண்டாக் காரக் கவிதைகள்! படிக்கும்போதே தூள்கிளம்புகிறது!

இந்தத் திரைப்படங்களையெல்லாம் நான் பார்த்து மகிழ்ந்தது எங்களூரில் இருந்த "தாஜ்மகால்" என்ற திரை யரங்கில்தான்.

எங்களூரில் அப்போது பல திரையரங்குகள் இருந்தன. ஹரிசன் தியேட்டர், ராஜ் தியேட்டர், இம்பிரியல் சினிமா என்றெல்லாம் அழகான மனதில் பதியும் பெயர்களுடன் அவை இருந்தாலும், தாஜ்மகால் தியேட்டர்தான் எனது இளவயதோடு மிகவும் நெருங்கியது.

இதற்குப் பல காரணங்கள் இருந்தன. இந்தத் தாஜ்மகால் என்கின்ற தியேட்டர்தான் இவை அனைத்தையும்விடத் தோற்றத்தில் அழகானது. இந்தத் திரையரங்கில்தான் படம் ஓடுகின்றபோது முக்கியமான கட்டங்களின் கதைவசனத்தை வெளியிலுள்ள ஒலிபெருக்கியில்போட்டு அங்கு அதைக்கேட்டு ரசிக்கக் காத்துநிற்கும் என்னை மகிழவைப்பார்கள். ஏனைய தியேட்டர்களுடன் ஒப்பிடும்போது இந்தத் தியேட்டரில்தான் மூட்டைகளும் வெகுகுறைவு. இவை எல்லாவற்றையும்விட முக்கியமானவை. தாஜ்மகால் தியேட்டரில் படம் ஓடுவதற்கு முன்னதாகத் தவறாமல் ஒலிபரப்பாகும் "வாங்கிப்போடு சோப்பு சீப்புக் கண்ணாடி" என்கின்ற பாடல் என் மனதை அன்று கவர்ந்தது. அதற்குள் படம் ஓடும்போது தட்டில் ஏந்தியபடி கடலை விற்றுத்திரிந்த "சாச்சா" என்ற பணி யாளனின் மிடுக்கு என்று அடுக்கிக்கொண்டே போகலாம். இந்தச் "சாச்சா" என்கின்ற பணியாளன்தான் பிற்காலத்தில் குறிப்பிட்ட தியேட்டரின் படவிளம்பரங்களைப் பிரச்சாரம் செய்கின்ற ஒருவராகமாறிப் பதவிஉயர்வு பெற்றிருந்தார்.

இவரின் மொழி ஆற்றலைப்பற்றி இங்குச் சொல்லாமல் என்னால் இருக்கவே முடியாது. அப்படி அற்புதமானது அவரின் மொழி அறிவு!

"சாச்சா" தாஜ்மகால் தியேட்டரில் எந்தத் திரைப்படம் திரையிடப்பட்டாலும், அதை ஊர்ஊராக, தெருத்தெருவாக, காரில் ஒலிபெருக்கிகட்டி விளம்பரம் செய்கின்றபோது தனது படவிளம்பரத்தின் இறுதியில் "எல்லோரும் தவறாமல் குடும்பத்துடன் பார்த்து மகிழக்கூடிய தீன்தமிழ்க் காவியம் தான்" இன்னபடம் என்று சொல்லித்தான் முடிப்பார். எந்தத்திரைப்படமும் சாச்சாவுக்கு தீன்தமிழ்க் காவியம்தான். இந்த தீன்தமிழ்க் காவியம் ஒருநாள் எங்குபோய் முடிந்த தென்றால், நாங்கள் அவர் விளம்பரம் செய்துவந்த வாகனத் திற்குக் கல் எடுத்து வீசும் அளவுக்காகும்.

ஒருநாள் தாஜ்மகால் தியேட்டரில் அபூர்வமாக சிங்களத் திரைப்படமான "கதறத நம சூறயா" என்கின்ற திரைப்படத்தைத் திரையிட்டிருந்தார்கள். சாச்சாவின் விளம்பரக்கார் "கதறத நம சூறயாவைப்" பிரச்சாரம் செய்தபடி வந்துகொண் டிருந்தது. நாங்கள் "நோட்டீஸ்" பொறுக்கும் ஆவலுடன் காத்துநின்றோம். எங்களை அண்மித்தபடிவந்த காரிலிருந்த சாச்சா வழக்கமாக விளம்பரத்தைத் தான் முடிக்கின்ற பாணியில் "நீங்கள் அனைவரும் தவறாமல் குடும்பத்துடன் சென்றுபார்க்க வேண்டிய தீன்தமிழ்க் காவியம்தான் 'கதறத நம சூறயா'" என்றார். எங்களுக்கு வந்த சிரிப்பு உடனே நின்று கோபமாகமாறியது. தெரு ஓரத்தில்கிடந்த கற்களை எடுத்து காரை நோக்கி வீசினோம். சாச்சா ஓடிவிட்டார். மறுபடியும் மறுபடியும் அப்படியே விளம்பரம் செய்துகொண்டு.

ஒருநாள் "அதே கண்கள்" திரைப்படத்தைப் பிரச்சாரம் செய்துவந்தார். "அன்பார்ந்த ரசிகப்பெருமக்களே, இப்பொழுது தாஜ்மகால் திரையரங்கில் உங்களுக்காகத் திரையிடப்பட்டிருக் கிறது எம்.ஜி.ஆர், நம்பியார் நடித்த அதிபயங்கரச் சண்டைப் படமான 'அதே கண்கள்'."

இதுதான் சாச்சா! இவர் "உயர்ந்த மனிதன்" திரையிடப் பட்டபோதும் மயிர்க்கூர்ச்செறியும் சண்டைக்காட்சிகள் நிறைந்த திரைப்படம் என்றுதான் பிரச்சாரம் செய்தார். காரணமென்ன! கடலை விற்றவன் கன்னித்தமிழ் பேச முனைந்ததுதான்.

இப்போது யோசித்தால் எனக்குச் "சாச்சா" அப்படியொரு பாரிய தவறைச் செய்தவராகத் தெரியவில்லை. சாச்சா செய்த தவறுகள் எல்லாம் வேப்பெண்ணெய் நிரப்பிய சின்ன

சீசாதான். நமது வானொலிகளில் அறிவிப்பாளர்கள் தற்போது செய்கின்ற தவறுகளுடன் யோசித்துப்பார்த்தால், சாச்சா ஒரு சிறப்பான தமிழ்வாதி! நல்ல உச்சரிப்பு! புத்திசாலித் தனமான வார்த்தைவளைப்புக்கள்!

சாச்சா இப்பொழுது உயிரோடு இருந்திருந்தால், அவரை நமது வானொலிகளில் இப்பொழுது கொண்டுபோய்ச் செருகி இருந்தால், சாச்சா இப்பொழுது ஒரு பிரபல அறிவிப்பாளன்! சிலநேரம் அவர் ஒரு கட்டுப்பாட்டாளனாக, அல்லது பணிப்பாளனாக, ஏன், தமிழ் ஒலிபரப்புக்குரிய ஆலோசகனாகக்கூட வந்திருக்க முடியும். சேற்றையும் செஞ்சந்தனத்தையும் சேர்த்துப் பிசைந்த உலகமாக இது இருப்பதனால்.

❖

எத்தனை மூடைகளாம் பொன்குருவிப் பூஞ்சிறகு.

இவை தாஜ்மகால் தியேட்டரும் சாச்சாவும் என்றால், ஹரிசன் தியேட்டரும் "ஜக்பூலும்" மற்றொருபுறம்.

இந்த ஹரிசன் தியேட்டரில் அனேகமாக ஆங்கிலப் படங்கள்தான் ஓடும். தமிழ்ப்படம் ஓடினால் புதுப்படங் களாக, அதுவும் எம்.ஜி.ஆர் படங்களாக ஓடும். நல்ல நேரம், குடியிருந்த கோயில், காதல் வாகனம், தாலி பாக்கியம், என்று சொல்லிக்கொண்டே போகலாம்.

"ஹிஜ்ரத்தால் ரசூல்" என்ற, எங்களூர் வாசிகள் ஒருவர்விடாமல் பார்த்து ரசித்த இஸ்லாமியத் திரைப்படமும் இந்த ஹரிசன் தியேட்டரில்தான் ஓடியது.

நான் ஹரிசன் தியேட்டரில் முதன்முதலில் பார்த்த ஆங்கிலத் திரைப்படம் "தண்டர்போல்". இதற்கு முதலே நான் ஆங்கிலப்படத்தைப் பார்த்து ரசித்துவிட்டேன். அது – "ஹட்டாரி" என்ற மிருகங்களோடு சம்மந்தப்பட்ட திரைப்படம். இப்படத்தை நான் பாடசாலைக் காட்சி யாக, என் பள்ளிக்கூட ஆசிரியர்கள், மாணவர்களோடு சம்மாந்துறையில் இருந்த "ஈஸ்ரன்" என்ற திரையரங்கில் தான் கண்டுகளித்தேன்.

ஒருபக்கம் இந்தத் திரைப்படத்தைப் பார்க்கும்போது வியப்பும் மலைப்புமாக இருந்தாலும், மறுபக்கம் அதில் வந்த கரடி, சிறுத்தை, காண்டாமிருகம் போன்றவற்றைப் பார்த்துப் பயமாகவும் இருந்தது. எனக்கு அப்போது தெரியாது, நான் மனிதனாக வளர்ந்து இந்த மிருகங்கள் நிறைந்த வனத்திற்குள்தான் வாழப்போகிறேன் என்பது. தெரிந்திருந்தால் நான் அன்றே என் வளர்ச்சியை ஒரு

குரங்கிற்குக் கொடுத்துவிட்டு, அப்படத்தில் வந்த காடுகளில் மலர்ந்திருந்த ஒரு வண்ண மலராக மாறியிருப்பேன்.

எனது அன்புக்குரிய அப்போதைய ஆசிரியர்கள் பாடங்களை மட்டும் சொல்லித்தரவில்லை. வாழ்க்கை இப்படித் தான் – இந்த மிருகங்களோடுதான் சீவிக்க வேண்டும் – என்று அப்போதே எனக்கு உணர்த்தத்தான் "ஹட்டாரி" திரைப்படத்தைக் காட்டியிருப்பதாக நான் உணருகின்றேன். அப்போதே திரையில் என்னைப்பார்த்து ஒரு "காண்டாமிருகம்" முறைத்திருக்கிறது. அது இன்னும் சாகவில்லை. தன் சந்ததி களைப் பல்கிப்பெருக்கி இப்போதும் அது ஊருக்குள் வந்து என்னை அச்சுறுத்திக்கொண்டுதான் இருக்கிறது. அன்று திரையில் பாடிய சின்னகுருவிகள் என் கண்களில் இன்னும் தென்படவில்லை. எங்கே போயின! தம் சிறகுகள் உதிர்த்தி அவற்றால் ஒரு மெத்தை செய்தெடுத்துத் தினமும் இந்த வனாந்தரத்துள் இன்னல்படும் இவனுக்கு நிம்மதியாக உறங்கு என்று சொல்லி வழங்க, இறகு உதிர்த்தப்போயினவோ! எத்தனை மூடைகளாம் பொன்குருவிப் பூஞ்சிறகுகள்! இன்னும் உதிர்த்தி முடிக்கவில்லையாமோ!

ஹரிசன் தியேட்டர் ஒரு சுவாரஸ்யமான திரையரங்கு. படம் ஓடத்தொடங்குவதற்கு முன்பு அதன் திரைக்குப்பின்னால் விளக்கு எரிவதும், மனிதர்கள் நடமாடுவதுமான பிம்பங்கள் தெரியும். அவர்களின் கதைபேச்சுகள்கூட அரங்கில் உள்ளவர் களின் காதுகளில் எட்டும். படம் ஓடும்போதுகூடத் திரைக்குப் பின்னால் வசித்து, மேற்படி கோளாறுகளைக் காட்டிக்கொண் டிருப்பவர்கள் தம் குடும்பச்சண்டையைத் தொடங்கிவிடுவார்கள்.

ஒருநாள் இப்படித்தான் நாங்கள் ஏதோ ஒரு படம் பார்த்துக்கொண்டிருந்தபோது, திரைக்குப்பின்னால் வாழ்ந்தவர் களுக்கிடையில் சண்டை முற்றி அதன் சாறு தெறித்தவிதமாக, மனைவி கணவனுக்குத் தலையைக்குறிபார்த்து எறிந்த கத்தி குறிதவறிப் படக்காட்சி நிகழும் திரையில் வந்துவிழுந்ததால், திரை நாயின் நாக்கைப்போல் கிழிந்து தொங்கியது. மண்டபத்தில் கூச்சல் அதிகரிக்க படக்காட்சி நிறுத்தப்பட்டது. எங்களுக்கு வேறுபடமொன்று போட்டதைப்போல, கிழிந்து தொங்கிய திரையைப் பிய்த்துக்கொண்டு கணவனை மனைவி துரத்தியபடி அரங்கிற்குள் ஓடிவந்தாள். நான் கற்பனைபண்ணிப் பார்த்தேன், இப்படித்தான் நம்பியார் ஒருநாள் பொறுமை கடந்து எம்.ஜி.ஆரைத் துரத்திவரக்கூடுமென்று. அவ்வளவுக்குத் திரையில் அடித்துநொறுக்கிவிட்டார் எம்.ஜி.ஆர் நம்பியாரை! நம்பியாரின் வீட்டில் குறைந்தது மிளகாய் அரிகின்ற சிறுகத்தி யாவது கிடையாதா!

இப்போது நினைத்துப்பார்த்தால் கற்பனை எனக்குள் அப்போதே குட்டிபோட ஆரம்பித்திருக்கிறது. அதுஈன்று, ஈன்று இப்போது நான் ஒரு கற்பனைத் தோப்பு!

இது ஒரு மனிதனுக்கு ஆண்டவன் கொடுக்கின்ற அருட்கொடை என்றுதான் சொல்லுவேன். அருட்கொடைகள் ஆழமாகவும் விசாலமாகவும் இன்னுமின்னும் கிடைக்கப்பெற நாம் நம்மைத் தூய்மையாக வைத்துக்கொள்ள வேண்டும்.

ஒழுங்குதவறி, நெறிமுறைகளைச் சீரழித்துக்கொண்டு கற்பனை செய்யப் புறப்பட்டவன் இன்று காணாமல் போய் விட்டான். அதிலும் கவிஞனுக்கு மிக முக்கியமானது அவனது கவித்துவத்தைவிட நாணயமும் நல் ஒழுக்கமும்தான். இப்படித் தான் வாழவேண்டும் என்ற நெறிமுறைக்குள் அவன் கட்டாயம் சிக்குப்பட வேண்டும். இந்தச் சிக்குப்படுதலில்தான் அவன் சிறகுகள் சிக்குப்படாமல் மேலும், மேலும் பரந்துவிரிகின்றன.

எந்தவித நாணயங்களும் இன்றிச் சமூகத்தில் செல்லாக் காசான ஒருவனால் பாடப்படும் அமரத்துவமான கவிதை கூட இங்கு நாயும் முகர்ந்து பார்க்காத பண்டமாகிவிடுகிறது.

தன் ஒழுக்கத்தில் இருந்து கட்டி எழுப்பப்படுவதுதான், கவிதையும் கத்தரிக்காயும். ஒழுக்கம் மிகுந்த ஒருவனால்தான் இந்த உலகத்திற்கும் அப்பால்சென்று அங்குள்ள செல்வங்களைத் தன் கவித்துவத்தால் அள்ளிவரமுடியும். கவிஞன் ஒவ்வொரு நாளும் தன் கௌரவத்தைப் பூசிமினுக்கிக்கொள்ள வேண்டும். கத்தரியும் இப்படித்தான். பருவத்திற்குப் பருவம் அளவாகக் கத்தரித்துவிட்டால்தான் பூத்துக்காய்க்கும். நெடுநாட்களுக்கு நின்று சீவித்துப்பயன்கொடுக்கும்.

இறைவன் தான் நாடியவனுக்குத்தான் மானத்தையும் மதிப்பையும் வழங்குகிறான். அவன் நாட, இவன் அவனை அடைய நகரவேண்டும் அல்லவா!

ஹரிசன் தியேட்டரின் வரலாறு எனக்கு ஓரளவு தெரியும். எனக்கு மூத்தவர்கள் சொல்லக் கேள்விப்பட்டிருக்கிறேன்.

ஒருகாலத்தில் செல்வச்செழிப்பு மிகுந்த ஒருவர் பசிய வனப்பு மிகுந்த ஒரு திரையரங்காகத்தான் அதை அமைத்து நடத்திவந்தாராம். இது மெய்யாகத்தான் இருக்கவேண்டும். நான்கூட இந்தத் தியேட்டரின் அந்திமக்காலத்தில் இதன் முன்வாசலில் ஒரு தண்ணீர்த் தடாகத்தையும், அதற்குள் முதலைக்குட்டிகளைச் செல்லமாக வளர்த்துவந்ததையும் கண்டிருக்கிறேன் பிற்காலத்தில்தான் இதன் சொந்தக்காரர் பலகெட்ட நடத்தைகளுக்கு ஆளாகி, தான்கட்டிய மனைவியும்,

குழந்தைகளும் வீட்டில் இருக்க நிதானம் இழந்து துர்நடத்தை வாதியாக அவர்மாறி அவரது அழிவை அவரே தேடிக்கொண் டாராம். எந்த அளவுக்கு அவர் தேய்ந்திருந்தார் என்றால், இருந்த புதுமெஷினை விற்றுவிட்டு ஒரு நெல்குற்றும் இயந் திரத்தைப்போட்டுப் படம் ஓட்டும் அளவுக்கு.

இதனால்தான் ஹரிசன் தியேட்டர் பிற்காலத்தில் ஒரு ஊத்தை மடமானது. அதன் உச்சக்கட்டம்தான் இந்தத் திரைக்குப்பின்னால் வாழ்ந்த குடும்பம்.

❖

குருவியின் படுக்கைக்கு ஒரு காதல் கடிதம்

படம் ஓடும்போது துண்டுகள் வெட்டப்படுவதும், அதனால் ரசிகர்கள் கூச்சல்போடுவதும் ஹரிசன் தியேட்டரில் வழக்கமாக இடம்பெறும் விடயங்கள். இவ்வாறு துண்டறுந்து ரசிகர்கள் கூச்சல்போட்டால் அதனை அடாவடித்தனமாக அடக்க அதன் நிர்வாகம் பணிக்கு அமர்த்தியிருந்த மனிதர்தான் "ஜக்பூல்".

"ஜக்பூல்" ஒரு விசித்திரமான கதாபாத்திரம். நீளக்காற்சட்டை சப்பாத்து அணிந்து, கையில் ஒரு டோச்லைட்டையும் தூக்கிக்கொண்டு அவர் அந்தத் தியேட்டருக்குள் காட்டிய அட்டகாசம் பார்க்கப் பார்க்கச் சுவையாக இருக்கும்.

எடுத்ததற்கெல்லாம் அடிதடிதான் அவரது கலை. அதனால் காட்சிகள் முடிவுற்று அவர் வீடுசெல்லும் வழியில், அவரால் தியேட்டருக்குள் பாதிக்கப்பட்ட ரசிகர்களால், வழிமறிக்கப்பட்டு அவரது தலை உடைக்கப்பட்ட கதைகள் ஏராளம்.

இந்த ஹரிசன் தியேட்டருக்கும் எனக்கும் இடையில் நெடிய காலங்கள் பெரியதொரு பிணைப்பே இருந்தது. அது – அறுந்த படச்சுருள்களை இலகுவாக இரண்டு மூன்று பத்துச்சதங்களுக்கு வாங்குகின்ற உறவு.

குடியிருந்த கோயில், புதிய பூமி, நில் கவனி காதலி, கலாட்டா கல்யாணம், காதல் வாகனம் போன்ற படங் களின் அறுந்த துண்டுகளை நான் ஹரிசன் தியேட்டரில் இருந்துதான் பெற்றிருந்தேன்.

எனக்கு அப்போது அறுந்த படங்களின் துண்டுகளைச் சேகரித்துப் பாதுகாப்பதில் தனிவிருப்பம் இருந்தது. அதைவிடப் பெறுமதியான ஒருபொருள் இருப்பதாக எனக்கு அப்போது தெரியாது. ஒரு கண்ணைமூடி ஒரு கண்ணால் அந்தச் சுருள் களை நான் பார்த்துப்பார்த்து மகிழ்ந்திருக்கிறேன். "ஒளிவிளக்குத்" திரைப்படத்தில் எம்.ஜி.ஆர் வருத்தம் பிடித்தவனுக்கு வைத் தியன் போடுகின்ற ஊசியைத் தூக்கி வைத்திருக்கும் படத் துண்டை நான் எத்தனை தடவைகள் பார்த்திருப்பேன் என்பது எனக்குத் தெரியாது.

காலக்கிரமத்தில் அவற்றைக் கட்டம் கட்டமாக நறுக்கி வெற்றுத் தீப்பெட்டிகளுக்குள் அடுக்கித் தியேட்டர்களுக்கு வந்திருக்கும் படப்பெட்டிகளைப்போலத் தயார்செய்தேன்.

என்னிடம் பல திரைப்படப்பெட்டிகள் இருந்தன. திரைப்படப்பாடல் புத்தகங்களும் இருந்தன. "என் தம்பி" திரைப்படத்தில் இடம்பெறும் "முத்து நகையே" என்ற பாடலுக் காக அப்புத்தகத்தில் மூன்று பிரதிகளை வாங்கியிருந்தேன். ஒன்று தவறினாலும் மற்றொன்று என்று மனம் சொல்ல. நீலவானம், தெய்வமகன், சிவந்தமண், விவசாயி, பரிசு என்று கட்டுக்கட்டாகப் பாடல் புத்தகங்கள்!

திரைப்படப்பாடல் புத்தகங்களை வைப்பதற்கென்றே என்னிடம் ஒருபெரிய கறுத்தபெட்டி இருந்தது. எனது மூத்த வாப்பா என்றழைக்கப்படும் தாயின் தந்தை தந்த தைலாப்பெட்டி அது.

அவரது இளமையில் அதற்குள் அவர் எந்தெந்தப் பொருட் களை வைத்துப் பாதுகாத்தாரோ, அது எனக்குத் தெரியாது. அந்தப்பெட்டியின் கள்ள "இலாட்சிக்குள்" சில கடதாசித் துண்டுகள் இருந்தன. அவற்றைத் தொடக்கூடாது என்று அவர் உத்தரவு போட்டதுடன், அதற்கான திறப்பையும் அவரே என்னிடம் தந்துவிடாமல் வைத்துக்கொண்டார்.

அவை என்னவாக இருக்கும்! எனது மூத்தம்மாவுக்கு எழுத அவ்வளவாகத் தெரியாது. அதனால் அது மூத்தப்பாவுக்கு எனது மூத்தம்மா எழுதிய காதல் கடிதமாகவும் இருக்கச் சாத்தியம் இல்லை. எனது மூத்தவாப்பா எங்கள் "மச்சான்ட தம்பி" மாதிரி எடுப்பான மனிதன்தான். மூத்தம்மாதான் அவருக்குக் காதல் கடிதம் எழுதவேண்டும் என்றுமில்லை. அன்றும் இன்றும் என்றும் அழகுகளால் நிரம்பி வழிகின்ற மண் என்னுடைய மண். மற்றைய ஊர்களைவிடக் காக்கைக் கும் எங்களூரில் மௌசு அதிகம்.

இப்படி நான் எழுதுவேன் என்று தெரிந்துதானோ என்னவோ எனது அகம்பாவத்தைக் கட்டுப்படுத்த இறைவன் எனது சொந்த ஊரில் எனக்குப் பெண்ணைப்படைத்துக் கொடுக்கவில்லை. அல்லது எல்லாம் மாடும் மனிதனும் நிலவும் வானமும் வாழுகின்ற ஊர்கள்தான் என்று உணர்த்தும் அறிவை மக்களுக்கு விளக்கவா என்னைக் குறியீடாகப் பாவித் தான் !

எல்லாம் நன்மைக்கே! அவன் நாட்டப்படியே அனைத்தும்.

படப்பெட்டிகளைத் தயாரித்த நான் ஏன் ஒரு படச் சாலை அமைக்கக்கூடாது என எண்ணினேன். மறுநாளே ஒரு கிடுகுத் தியேட்டர் கட்டிப் படம் காட்டினேன்.

எனது புறவளவுத் தியேட்டரில் நான் முதலில் திரை யிட்ட திரைப்படம் "நேர்வழி" ஜெய்சங்கர், மாஸ்டர் பிரபாகர் நடித்தது. வெற்றிகரமான காட்சிகளாக அது ஓடியது. அடுத்து நான் திரையிட்டேன் "காதல் வாகனத்தை". அது ஓடிய ஓட்டம் அபாரமானது. இத்தனைக்கும் என் தியேட்டரின் திரையில் சும்மா கல்லுமாதிரித்தான் நிற்பார் எம்.ஜி.ஆர். ரசிகர்கள் அவர் முகத்தைக்கண்டாலே கை அடிப்பார்கள். எம்.ஜி.ஆர் எம்.ஜி.ஆர்தான் ! அவர் கல்லுமாதிரி நின்றாலும் காசு! வயதாகித் திரையில் வந்து நடுங்கினாலும் காசு! காசு கொட்டிய மனிதர் அவர்!

இந்தப்படத் துண்டுகளையெல்லாம் பெற்றுக்கொள்வதற்கு நாங்கள் ஹரிசன் தியேட்டருக்கு வந்துபோகின்ற வழி, குறுக்குப் பாதையாக இருந்த பற்றைக்காடுகள் நிறைந்த பேய் உறங்கும் பாதை. நேர்மையாகப் பிரதானப் பாதையால் வருவதே இல்லை. உறவினர்கள் யாராவது கண்டுகொண்டு வீட்டாரிடம்போய்ச் சொல்லிடுவார்கள் என்ற பயம்.

இவ்வழியால் வரும்போது என்னில் முட்டிப்பறந்த வௌவால் களின் நாற்றம் இன்னும் என் மூக்கிற்குள் உறைந் திருக்கின்றது. எத்தனை பறவைகள் என் காதை உரசிப் பறந்திருக்கும். சில பீச்சியும் இருக்கின்றன. நாறவே இல்லை. ஏனெனில் நானும் குருவியும் ஒரு ஜாதி!

அந்தப் பிரதேசத்தில் நின்ற மாமரங்களில் அப்போது நாங்கள்தான் அணில்கள். நாங்கள் காராமல் அந்த மாமரங் களின் காய்கள் பழுப்பதே இல்லை.

ஒருநாள் நாங்கள் ஹரிசன் தியேட்டருக்குப் பொன் பூத்துச்சொரிந்து நிழல் விளைந்த நிலமான இவ்வழியால் வந்துகொண்டிருந்தபோது ஒரு குருவிக்கூடு நிலத்தில் விழுந்து கிடந்தது. என் நெஞ்சு படபடத்தது, இரக்கத்தில். கூடவே ஓர் ஆசையும் துளிர்விட்டது. இதற்குள் குருவி முட்டை

இருக்குமே! கூட்டைக் கைவிட்டுப் பார்ப்போம் என்று மனம் சொன்னது. கைவிட்டபோதுதான் எனக்கு இன்னுமே மறக்காத அந்த ஆச்சரியம் கையில் வந்தது. அது ஒரு காதல் கடிதம்.

பறக்கின்ற விமானத்தில் திருமணம், ஓடும் ரயிலில் சுயம் வரம், ஆடம்பரக் கப்பலில் கல்யாணம் என்றெல்லாம் நாம் கேள்விப்பட்டிருக்கிறோம். குருவிக்கூட்டுக்குள் காதல் கடிதம் என்பதை நாம் அறிந்திருக்கிறோமா! நான் அனுபவித்திருக் கிறேன்.

அதைவிரித்து வாசிக்க இன்பமாக இருந்தது. வாசித்து முடித்தபிறகு அது துன்பமாக மாறியது. இது காதல் கடிதங் களுக்கு உள்ள இயல்புதான். ஒவ்வொரு வாசிப்பிற்கும் ஒவ்வொரு தோற்றம் காட்டக்கூடியது காதல் கடிதம். காதல் கடிதம் சாதாரணமானவர்களால் எழுதவே முடியாது. காதல் கடிதம் எழுதிய சாதாரணமானவன் கவிஞனாகவே மாறி விடுகிறான்.

ஒவ்வொரு காதல் கடிதமும் ஒவ்வொரு கடல். அதற்குள் முத்து மாத்திரமல்ல, மனம் கழித்த மூத்திரம்கூடத் தேனாகி ஓடுகிறது. நண்டுகள் ஊருகின்றன. பொங்கி எழும்பும் பெரிய அலையும் நமது காலை முகரும் குட்டி அலைகளுமாக, எழும்ப, எழும்பப் பெயர் தெரியாத மீன் இனங்கள் பாடியும், அழுதும் துள்ளுகின்றன. அவற்றைப் பிடிக்கப் பட்சி பறக்கிறது.

எனது கைக்குக் கிடைத்த காதல் கடிதத்தில் முதலில் இனிப்புவந்து கடைசியில் புளிப்பு நிறைந்திருந்தது.

பலநாட்களாக இந்தக் காதலியை அவன் சந்திக்கவே இல்லை. துக்கமான சமாச்சாரம்தான். சிலருக்கு மனைவி அல்லது கணவன் சந்திக்காதுவிட்டால் மகிழ்ச்சி இருக்கும். தன் காதலி அல்லது காதலன் சந்திக்காதுவிட்டால் உள்ளம் பூரிக்குமா? இவளுக்கும் அப்படித்தான் இருக்கிறது போலும்!

பலநாட்களாக அவன் ஏமாற்றிவருகிறான். இத்துடன் இந்தக் குருவிக்கூட்டிற்குள் என் உள்ளத்தை வைப்பதை நிறுத்த நினைத்திருக்கிறேன் என்றும் எழுதியிருக்கிறாள்.

தங்கள் உள்ளத்தை எங்கெல்லாம் மனிதர்கள் வைத்து விடுகிறார்கள்! இவள் குருவிக்கூட்டிற்குள் வைக்கிறாள். பொருத்தமான இடம்தான்! தேவையென்றால் அந்தக்கூட்டுக் குரிய குருவியைக்கூடத் தூதுவிடலாம். அல்லது அந்தக் குருவி யின் படுக்கைக்காவது அந்தக் கடிதம் பூமாதிரி உதவுமே!

❖

என் வாலிப ஆமை

யாராக இருக்கும் அவன்! எந்த அழகனாக அவன் இருக்கக்கூடும்! இப்படி ஒருத்தியை ஏமாற்றிக்கொண் டிருக்கும் அந்தச் சூரியனுக்குப் பகலாகி விடிய மன மில்லையா! அவள் யாராக இருப்பாள்! கையெழுத்து; அப்பொழுது C.W.E என அழைக்கப்பட்ட கடைகளில் "கியூ" வரிசையில்வைத்து இரண்டுரூபா பன்னிரண்டு சதத்திற்கு விற்கப்பட்ட அழகிய சீத்தைச்சீலைகளில் போடப்பட்ட பூக்கள்போன்று அற்புதமே! நகத்திற்கு அவள் மைதீட்டுபவளாய் இருக்க வேண்டும். கடிதத்தின் ஓரிடத்தில் அதில் கொஞ்சம்பட்டு, தேன்குழலுக்கு ஊற்றிய பாகு பக்கத்தில் சிதறி, அதன் கம்பிக்குக்கீழே படிந்ததுமாதிரி இருந்தது.

கடிதத்தை மேலும் வாசிக்க எங்களுக்கு மனம் இல்லை. அது குருவியின் பூம்படுக்கை. மெல்லமடித்து அந்தக் கூட்டிற்குள் வைத்துவிட்டு, விழுந்துகிடந்த அந்தக் கூட்டையும் தூக்கி மாமரத்தின் பணிவில் இருந்த கொப்பொன்றில் வைத்துவிட்டு, மெல்ல நகர்ந்துவிட் டோம். இருந்தாலும் அது மனதுக்குள் பல கேள்விகளை எழுப்பிக்கொண்டே இருந்தது. நம்மை ஒரு பெண் இப்படி எதிர்பார்த்தால் எப்படி இருக்கும் என்று என் வாலிப ஆமை முட்டையும் இட்டது.

என் வாலிப ஆமைக்கு அப்போதுதான் ஓடு முற்றிக்கொண்டிருந்த பருவம். உள்ளே புழுவும் பூச்சியு மாகப் புறாக்களும் மயில்களும் வந்துவந்து தம் நகங் களால் மனவளவைக் கிழிக்கத்தொடங்கிய நேரம். விதை விழுந்தாலும் பயிர் முளைக்கத் தவறுகிறது. முளைத் தாலும் அது சடைத்து வளரும் முன்னமே பல காரணங் களினால் துளிர்த்தண்டால் முறிகிறது.

காதல் எப்போதும் ஒரு சிறு செடியே அல்ல: அது ஒரு பெரிய மரம். எங்கள் பாஷையில் சொன்னால், ஒரு "சூறுக்கு" நின்றுபிடிக்கக்கூடியது. இங்கு "சூறு" என்பது; உலகை அழிக்க "இஸ்றாபீல்" என்ற மலக்கால் ஊதப்படுவது. முதலாவது சூறுக்கே இந்த உலகம் அழிந்துவிடுமாம். பனைமரம் மட்டும் தான் முதல் சூறுக்கு நின்று பிடிக்குமாம். அப்படிப்பட்டது தான் காதலும்.

இப்படிப்பட்ட பனைமரமொன்று அப்போது என் மண்ணில் முளைக்க எந்த அணிலும் கொட்டை நாட்டவில்லை. சும்மா தெரு அணில்கள் தாம் தின்ற கொய்யாப்பழத்தின் கொட்டைகளைக் கக்கி எறிந்துவிட்டுப் போனதால்தான் இந்தக் குப்பைமேனிகள்!

மறுநாள் எனக்கு ஹரிசன் தியேட்டரில் முக்கியமான வேலை இருந்தது. அதில் படம் ஓட்டுபவன் இரண்டுரூபாய் தந்தால் அப்போதுதான் புதிதாகவந்து திரையிடப்பட்டிருக்கும் படமொன்றின் சுருள்களை மெஷின் வெட்டினாலும் வெட்டாதுவிட்டாலும் தான் அதை வெட்டித் தருவதாக வாக்குறுதியளித்திருந்தான்.

எனக்கு உற்சாகம் தாங்கமுடியவில்லை. இதைவிடவும் அதி அவசியமான வேலையொன்றும் இருந்தது. அது – அந்தக் – குருவிக்கூட்டைப் பார்க்கவேண்டிய பொறுப்பு.

நான் அன்று பாடசாலையில் படிக்கவே இல்லை. ஆசிரியர் படிப்பிக்கும் நேரமெல்லாம் அந்தப் புதுப்படத்தின் சுருள் பற்றியும், குருவிக்கூடுமாக எனக்குள் ஒரு படம் ஓடிக்கொண் டிருந்தது.

என் கல்விக்குத்தான் எத்தனை இடையூறுகள்! பாட சாலை மண்டபங்களில் வாழும் புறாக்கள் தொடங்கி, இந்தக் குருவிக்கூடுவரை என் பள்ளிப்படிப்பை மேய்த்துத் தீனிபோட்டுக்கொண்டிருந்தன. இருந்தாலும் நான் கெட்டிக் காரன் என்றுதான் பாடசாலையில் சொல்லுவார்கள். இதற்கு நல்ல உதாரணமாக இங்கு ஒன்றைமட்டும் சொல்லலாம்.

"செப்பலி" என்ற ஒருவன் வகுப்பில் இருந்தான். இவனும் எனக்குப் பக்கத்திலேயே தன் பாடப்புத்தகங்களை விரித்து வைத்துக் கடை போட்டிருப்பான். ஒருநாள் தமிழ்ப் பாட நேரம் அவன் எனக்கு எதையோ சொல்லிச் சிரிக்கவைத்து விட்டான். நான் சந்தர்ப்பச்சூழல் விளங்காமல் கிலுகிலுத்து விட்டேன். வகுப்பறையில் இருந்த ஆசிரியருக்கு என்மீது கோபம் வந்தது. என்னையும் என்னைச் சிரிக்கச்செய்த "செப்பலி"யையும் எழுந்து நிற்கச் சொன்னார். உடனே

கேள்வியும் கேட்டார். "கடிதத்தை எழுதுபவர் தன் முகவரியை வலப்பக்கமா இடப்பக்கமா எழுதவேண்டும்" என்பதுதான் கேள்வி.

"செப்பலி" பதில் சொல்லத் தெரியாமல் திக்குமுக்காடி னான். கேள்வி என்னிடம் மாற்றப்பட்டது. நான் – "வலது புறத்தின் மேல் மூலையில்" என்றேன். ஆசிரியருக்கு என்னில் இருந்த கோபம் அடங்கி அந்தக் கோபமெல்லாம் "செப்பலி யில்"மாறி மொக்கு, மொக்கு எனச் சத்தம் கேட்டது. "செப்பலி" முதுகைத் தடவிக்கொண்டிருந்தபோது தமிழ் ஆசிரியர்தான் சொன்னார்; "இவன் தெரிந்து வைத்துக்கொண்டாவது பல்லைக் காட்டினான். இந்தச் செக்குலக்கை ஒரு இழவும் தெரியாமல் இளிக்கிறானே" என்று.

நான் கெட்டிக்காரன் இல்லையா! கடிதம் எழுதும்முறை எனக்கு அப்போதே தெரிந்துவிட்டது. அதனால்தான் எனது நண்பர்களுக்குப் பிற்காலத்தில் உரிய உரிய நேரங்களில் உரிய உரிய பதில்களை எழுதியிருக்கிறேன்.

ஆள்விழுங்கும் பற்றை. அந்தப் பற்றைப் பிரதேசம் முழுக்க அவித்த மரவள்ளிக்கிழங்கின் மணம். எங்கும் பட்சிகளின் பாடல். இடையிடை பெரிய, பெரிய கிழட்டு மாமரங்கள். இந்த – ஹரிசன் தியேட்டர் பாதையால் நான் வந்துகொண் டிருக்கும்போது, நேற்றுப்பார்த்த மாமரத்தில், நான் வைத்த குருவிக்கூட்டைக் காணவில்லை. அது இருந்த தடமே தெரிய வில்லை. மாமரம் சொல்லுமா! அப்போது எனக்கு அதன் பாஷையும் தெரியாது கேட்க. இப்போது என்றால் ஒரு கவிதையிலாவது கேட்டுப்பெறலாம். மாமரம் நல்ல பூரிப் போடுதான் பூவிட்டுக்கொண்டிருந்தது.

ஏதோ நல்லபடியாகத்தான் நடந்திருக்க வேண்டும். இருவரும் சந்தித்து இந்த மாமரத்தையும் சேர்த்துக் கட்டி யணைத்து முகர்ந்திருக்க வேண்டும். மாமரத்தின் உடம்பில் ஒரு மூக்குப் பதிந்ததுபோல் சிறு பள்ளமொன்றும் இருக்கிறது. அதனால் பிசின் வழிகிறது. மனம் கனிந்தால் பிசின் வழியும். எனக்கு வழிந்த பிசின்கள் பல இப்போது கவிதைகளாக நடமாடுகின்றன. மாமரத்தின் பிசின் எந்தக் கவிதையோ!

எந்தக் கவிதையாக இருந்தாலும் இந்த மாமரம் இப்போது ஒரு கவிஞன்தான்!

எனக்குள் மனச்சோர்வு வந்தபோது அந்தப் புதுப்படச் சுருள் நினைவுகள் அதற்கு மேலாலேவந்து மூடியதால், உற்சாக மாகத்தான் தியேட்டர் நோக்கிப் போய்க்கொண்டிருந்தேன்.

இன்று இறால்வடை வாங்கித் தின்ன வேண்டும். பணம் இருந்தது.

அப்போது எந்தத் தியேட்டரை எடுத்துக்கொண்டாலும், அதன் அண்டை அயல் முழுக்கக் கிழங்கு பொரித்து இறால் வடையும் விற்கும் கடைகள்தான் இருக்கும். அன்றைய இறால் வடையே! நீயும் எங்களைவிட்டு மறைந்துபோன ஒரு திரவியம்.

உள்ளங்கையளவு ஓர் இறால் உயிர்கொண்டு தன் மீசைவால் வெட்டாமல் பருப்பு மாளிகையில் ஏறிப்படுக்கும் ஒரு காட்சிதான் அன்றைய இறால்வடைகள். நாம் பார்த்தால் வடை துடிக்கும். எங்களைத் "தின்" என்று சொல்லி.

அந்த இறால்கஎெல்லாம் இப்போது எங்கே போயினவோ! இங்கு மழைத்தண்ணீர் கெட்டு, முகிலும் மது அருந்தி வாந்தி எடுக்கத்தொடங்கிய விரக்தியில், இறால்கள் பட்டாளம் நாடு விட்டு வேறுதேசம் நோக்கிப் போயினவா? எத்தனையோ புத்திவான்கள் நம் தேசம்விட்டுப் புலம்பெயர்ந்து மறைந்ததைப் போல்.

இறாலைத் தலைக்குள் "பீ" இருக்கும் மடையன் என்று சொல்பவன்தான் மடையன். அது ஏறி உட்கார்ந்த இடமே உருக்கெண்ணெயில் கமகமக்கும் பருப்புவடை.

இன்று மனிதன் உட்கார்ந்த இடமென்ன? மலம்! இப்போது யார் உசத்தி? இவர்கள் சொல்வதைப்போல் "பீ" இருந்தாலும், அது தனது தகுதி விளங்கித்தான் நடந்துகொண்டது. ஒரு பருப்புவடையோடு அது படுத்துக்கொண்டது. தலைக்குள் "அது" இருக்கும் மனிதனைப்போல அது பாராளுமன்றம் செல்லவே இல்லை. இறால்கள் நாணயமானவை. தம் தகுதிக்குத் தக்க இடங்களை அவைகள் தேடிக்கொண்டன.

ஒரு இறால்வடை ஐந்துசதம் அப்போது. இப்போது இறாலையும் ஒரு இரத்தினக்கல்லையும் வாங்கப்போனால், இறாலின் விலைதான் அதிகம்! இறாலை எந்த ராஜாத்தி தனது நெஞ்சைத் தொட்டுக்கிடக்கும் மாலையின் பதக்கமாக அணிந்து திரிகிறாளோ தெரியவில்லை!

தின்னத் தின்ன ருசி அந்த இறால்வடைக்கு. அதுவும், மட்டக்களப்புத் தியேட்டர் ஓரங்களில் எழும்பியிருந்த இவ் வகைக் கடைகளில் வாங்கித் தின்ற இறால்வடைகளுக்கு வேறு பெயர் வைக்கவேண்டும்.

மறக்க முடியாத இறால்வடைகள்! மட்டக்களப்பு இறால்வடைகள்!

அப்போது நாங்கள் இடைக்கிடைவந்து மட்டக்களப்பிலும் படம் பார்த்திருக்கிறோம். “சிவந்தமண்” “குருதட்சணை” “உலகம் இவ்வளவுதான்;” “வசந்தமாளிகை” “அரங்கேற்றம்” போன்ற படங்களெல்லாம் நான் பார்த்து வளர்ந்தது மட்டக்களப்பில்தான்.

மட்டக்களப்பு என்னை இப்போதும் கவர்வது. அதற்கு முக்கியக்காரணம் அதன் வாவி. வாவி உள்ள இடத்தில்தான் பாசி படிந்திருக்கும். நானும் ஒரு பாசிதான். அங்கு வாங்கித்தின்னும் முந்திரிப்பருப்பும், வாங்கி எடுத்துவந்து சமைத்துத்தின்ற மணலைமீனும், அற்புதங்கள்! துள்ளும் மணலைகள் மட்டக்களப்பு மணலைகள்.

மட்டக்களப்பு என்றால் இன்னுமொன்றையும் மறக்கமுடியாது. அது – அங்குள்ள பெரிய ஆஸ்பத்திரி. அந்த ஆஸ்பத்திரிக்கு நேரே இருந்த கடைகளில் போடுகின்ற உழுந்துவடையும் சம்பலும் இன்று மறைந்துபோனாலும், அவற்றைச் சாப்பிட்டுச் சுவைத்தவன் விடுகின்ற மூச்சுக்கு, அவ்வப்போது எழும்பிவரும் ஆவிகளைப்போல, இப்போது சில கடைகளில் அங்கு அந்த வடையும் சம்பலும் வரத்தான் செய்கின்றன. கொஞ்சம் போலியாக. ஒருவாய்தின்றால் அடுத்தவாயை நிலத்தில் துப்பிவிடும் அளவுக்கு.

ஆஸ்பத்திரிக்குப் பக்கத்தில்தான் பெரிய மறியல்சாலை இருக்கிறது. நமது பல கவிஞர்கள் போகவேண்டிய இடம். தனது புனிதம் கெட்டுவிடும் என்பதாலோ என்னவோ, அது இன்னும் இவர்களை ஏற்றுக்கொள்ளவே இல்லை. இவர்களின் கவிதைத் தொகுதிகளை அடுக்கிவைத்த அலுமாரிகள்கூட நடுங்கிவிழும் பாவிகள் இவர்கள்.

அன்று புதுப்படத்தை வெட்டி ஒரு பாம்புமாதிரி மடித்துத்தந்தான் ஹரிசன் தியேட்டரின் படமோட்டி. முத்துராமன் சம்மந்தப்பட்ட ஒரு திரைப்படம் அது. தன் கண்ணை விரித்தபடி முத்துராமன் என்னைச் சந்தேகமாகப்பார்த்தபடி அதில் இருந்தார். ஒரு திருட்டு ஒப்பந்தத்தின் மூலம் இரண்டுரூபாய் கொடுத்து என்னையே வெட்டி வாங்கிவிட்டாயடா பாவி என்று அவர் நினைத்துக்கொண்டுதான் படச்சுருளில் ஆத்திரத்தோடு நின்றாரா! முட்டைக்கண் முத்துராமன்.

❖

காலம் சுட்டுத்தின்ற கடற்கரைக் கருவாடு

ஹரிசன் தியேட்டருக்குப் பக்கத்தில்தான் இருக்கிறது, ஒரு ஒருகாலத்தில் எங்களைத் தன் கண்களால் "கள்" எறிந்து வசீகரித்துக்கொண்ட கல்முனை வாடி வீட்டுக் கடற்கரை. என் இளமை ஊன்றி எழும்பியபோது தக்க உரம் இட்டு வீரியப்படுத்தியதில் இதற்கும் அதிகப் பங்குண்டு.

இந்தக் கடற்கரையில் இருந்து பழகியபடியால் தான், மாலை வேளைகளில் வானம் எழுதும் பல கவிதைகளை நான் வாசித்துப் புரிய அறிந்துகொண்டேன். நான் முதன்முதலில் வாசித்த பிறருடைய கவிதை, அந்தி வானத்தின் வண்ணப் பாடல்கள்தான்.

கல்முனை வாடிவீட்டுக் கடற்கரை நம் கண்கள் பார்க்கும் இடமெல்லாம் பரந்துகிடக்கும் ஓர் அற்புத அமைப்பு! இதில், காலுக்குப் பூ ஒற்றி நடக்கவென்று புறப்பட்டால், நடந்து முடியாத தூரங்கள்! வாழ்க்கையைக் கடக்க அலைகின்றமாதிரி.

எத்தனை வெள்ளைக்காரன் இந்தக் கடற்கரையில் தன் சிவப்புத் தோலில் சுகம் ஏறப் படுத்து உருண்டிருப்பான்!

ஒருநாள் இந்தக் கடற்கரையில்தான் பெரிய மீனொன்றும் கரையேறியது. ஒருகுட்டி மலையைப் போன்று இருந்த மீனில், அது செத்து ஊதிப்போன படியால், அதன் உடம்பு முழுக்க அழுகிய மணம் குடித்து நின்ற காகங்கள் கோடிக்கணக்கிருக்கும்!

இந்தக் கடற்கரையில் இரவு நேரம் படுத்திருந்து கடலைப்பார்த்தால் தெரிகின்ற அழகே தனி அழகு!

கடலும் வானமும் ஒட்டியிருக்கும் இடத்தில் அதற்கு எல்லை போட்டாற்போல, ஆழ்கடலுக்கு மீன்பிடிக்கப்போன படகுகளில் இருந்து தெரிகின்ற வெளிச்சங்கள் நூற்றுக்கணக்கான மின்மினிப் பூச்சிகள்!

அவை, இந்தக் கடலின் உக்கலுக்கு மறைந்து, மறைந்து ஒளிர்வது, நான் அப்போது இந்தக் கடற்கரையில் அடிக்கடி சந்திக்கும் ஒரு பெண் நண்டின் கண் சுரண்டலைப்போல இருக்கும்.

யார் அந்தப் பெண் நண்டு? அதன் காலுக்குக் "கரணை" இல்லாதுபோனாலும், காதுக்குச் சிறிய மின்னி இருந்தது. தோடம்பழச்சுளை ஒன்றில் முந்திரிப்பழத்தைப் பதித்தமாதிரி. அது மாலை வேளைகளில், இந்தக் கடற்கரை மணலின் நிறத்திற்கு ஒத்ததாகப் பளபளக்குமே!

நண்டு இங்கு வரும்போது, அதன் கையில் ஏதாவது ஒரு புத்தகம் இருக்கும்.

வந்தவுடன் அதை விரித்தெடுத்து வாசிக்கத் தொடங்கிவிடும்.

எந்த உத்தியோகத்திற்குப் படித்ததோ நண்டு! இப்போது எந்தத் "தகரைப்"பற்றைக்குள் ஒரு வேலையும் கிடைக்காமல் விரக்தியுடன் அலைந்துதிரிகிறதோ!

அல்லது உசந்துதான் போனதோ! ஒரு "ஏரப்பிளேன்"மாதிரி வாழ்க்கையில் பறக்கிறதோ! யார்யாரை அது தன் பயணத்தில் கொண்டுசென்று கவிழ்த்துவிட்டிருக்கிறதோ! தான் படிக்கும்போதே சிலரைக் கவிழ்த்துப்பழகிய "ஏரப்பிளேன்"! கடற்கரையில் என்னைக் குடைசாய்த்தது!

ஒரு ஒற்றை மஞ்சள் குருவியாகத்தான் அது அப்போது கடற்கரைக்கு வரும். வந்து இருந்து படிக்கும்போது அது அடிக்கடி என்மீது கண்போடும். நல்ல உருண்டைக்கண்கள்! அது என்மீது அவற்றைப்போடும் நேரம்பார்த்து அந்தக் கண்களைப் பிடிக்க எத்தனித்திருக்கிறேன். பிடித்து உள்ளங்கையில் வைத்து உருட்டினால், எனக்குள் இருந்த அத்தனை கூதல்களும் அடங்கிவிடும்.

அந்தக் குருவியின் மிக வெப்பமான பார்வை இன்றும் என் முகத்தில் இருப்பதனால், என் மீசை இப்போதும் பொசுங்கி நிற்கிறது.

அப்போது எனக்கு மீசை இல்லை. அது முளைப்பதற்கான முளைகளே இருந்தன. அந்த மணிகளைப் பதராக்கியதே

அவளது பார்வைதான். பதர்கள் முளைத்த மயிர்கள்தான் இன்றைய என் அரிவாள்.

ஒவ்வொரு பிறவிக்கும் தன் மீசைபற்றி ஒவ்வொரு வரலாறு இருக்கும். ஒருவனின் முகத்தில் இருக்கின்ற மீசை பல பின்னணிகளைக்கொண்டது. பார்ப்பதற்கு நாலு மயிர்போல்தான் தெரியும். அது – ஒருவனின் அழிந்துபோன மாளிகைகளின் உழுத்துப்போன நாலாயிரம் கால்களாகவும் அழுதுகொண்டிருப்பது பார்க்கின்ற பிறருக்கு விளங்காது.

எனக்கு அப்படியாய் – ஒரு சின்ன தீப்பந்தம் பிடிக்கப் பட்ட பாதிப்புமட்டும்தான்.

இந்த மீசை அரும்புகின்ற விடயம், ஒரு பெண் "பெரிய பிள்ளை" ஆகுவதைப்போன்ற ஒன்றுதான், ஆண்களுக்கு. பெண்கள் சமாச்சாரம் பெரிய சடங்காகிவிடுகிறது. இந்த மீசைச் சமாச்சாரம்மட்டும் பையனுக்கு ஒரு "ஷேவிங்றேச ரோடும்", முளைத்த முதல் ஆண்மையை வழிக்க ஒரு மறை வான மூலையுமாக, முடங்கிப்போகிறது.

எனக்கு மீசை முளைத்தபோது அதை வெளியில் காட்டிக் கொள்வதற்கு வெட்கமாக இருந்தது. எனது உதட்டிற்கு மேலே பத்துக் கறுத்த உமி காற்றுக்குப் பறந்துவந்து ஒட்டினாற்போல ஓர் உணர்வு.

அன்று ஒட்டிய உமி இன்றும் என் உதட்டிற்கு மேலிருந்து உதிரவே இல்லை, காலம் ஒட்டிய பசை அல்லவா! நாம் கடிதம் ஒட்டும் பசைகளுக்கு ஒப்பிடலாமா?

இளம்பருவத்து மீசையும் வெட்டிவிட்ட வாழைமரமும் சகோதர சகோதரிகள். இந்த இருவருமே வலுவேகமானவர்கள் எழும்பி நிற்பதில்.

என் மீசை எனது உதட்டிற்கு மேலே எழும்பி நின்றதும் ஒருநாள் வாப்பா பார்த்துவிட்டுப் புன்னகைத்தார்.

எனது வாப்பாவிற்கு இறக்கும்வரைக்கும் மீசையே இல்லை. அவருக்குக் கறுத்த உமிகளைப் பிடிப்பதில்லை போலும்! அல்லது, யாரும் தனது மீசையில் தொட்டில்கட்டி, தனது குழந்தையை ஆட்டிவிடுவாளோ என்ற பயமோ தெரியாது!

எனக்கு அதற்கெல்லாம் பயம் இல்லை. யாரும் எனது மீசையில் ஊஞ்சல்கட்டி ஆடாதபடிக்கு, என் நீண்ட மூக்குத் தடையாக இருக்கும்.

ஒருநாள் அவள் எனக்கு அருகில் வந்தமர்ந்தாள். கச்சான்கொட்டை விற்ற பையனிடம் ஒரு பையைவாங்கி,

அதை உடைத்துக் கொறித்தபடி பூத்திருந்தாள். கவிஞர்; வாலி, அவளைப்போன்ற ஒரு பெண்ணைப் பார்த்துத்தான் "கலங்கரை விளக்கம்" படத்தில் இடம்பெற்ற "காற்று வாங்கப்போனேன் ஒரு கவிதை வாங்கிவந்தேன்", என்ற பாடலை எழுதினாரோ தெரியவில்லை! எனக்கு அப்பொழுது பாடல் எழுதவராது. அது வருவதற்கான நிலம் உழவப்பட்ட நேரம்.

இவளைப்போன்று, அவளைப்போன்று, அவர்களைப் போன்று, எத்தனை எத்தனை மணிகளை நான் சந்தித்த இடம் இந்த வாடிவீட்டுக் கடற்கரை! இன்று நாயும் இதில் படுப்பதில்லை. இதில் குந்தித் தனது பேனை உதிர்த்துவதே பாவம் என்று ஒளித்து ஓடுகிறது. காலம் கறுத்து, எங்கள் முகங்களில் எல்லாம் கரியைப்பூசி, கடற்கரையையும் கருவாடு ஆக்கிச் சுட்டுத் தின்றதனால்,

தங்கள் இஸ்டம்போல் கட்டாக்காலி "அடம்பன்" கொடிகள் படர்ந்து திரிகின்றன எங்கள் வாடிவீட்டுக் கடற்கரை எங்கும்.

இந்த வாடிவீட்டுக் கடற்கரையில் நான் அன்று பதித்து வைத்த காலடிச்சுவடுகளை இன்றும் கண்களால் காண்கின் றேன். அவைகள் அழியாமலே இப்போதும் இருக்கின்றன! கடற்கரையும் என் காலும் சத்தியம் செய்துகொண்ட என் இளமை ஒப்பந்தத்தை மீறாமல்.

அதோ – அவள் இருந்து என்னருகில் புத்தகம் படித்த தடமும், ஓர் ஆமை வந்துவிட்டுப்போன பள்ளம்போல் தெரி கிறது. என் மனது அழுகிறது. ஆனால், இரைச்சல்போடச் "சாக்குருவிகள்" இல்லை. அவை ஏற்கனவே செத்துப்போயின.

மனது எதிலும் உடைந்தால், என்னைப்பொறுத்தவரை அது மீண்டும் பழைய நிலைக்கு வருவது, அரசாங்கம் சுனாமி யால் அழிந்த எனது மக்களுக்கு வீடு கட்டித்தருவதைப்போன்றது. நடக்காத காரியம்.

இந்தக் கடற்கரை விடயத்தில் எனது மனது உடைந்து விட்டது என்பதைவிட, உடைக்கப்பட்டுவிட்டது. பிற்காலத்தில் இந்தக் கடற்கரையில் கிளம்பிய பூதங்களை என்னால் இங்கு எழுதமுடியாது. ஏதோ ஒரு பூதமாவது என்மீது பொங்கி என் வீட்டிற்கு வந்து என்னைத் தாக்கிவிடும். என்னைத் தாக்கினால் பாதகமில்லை, எனது பேனையைப் பறித்துத் தனது கிணற்றுக்குள் போட்டுவிட்டால், நான் மந்திரவாதியைத் தேடி அலைய நேரிடும், மீண்டும் எனது பேனையை எடுக்க.

இதேபோன்றுதான் இந்தக் கடற்கரையில் கிடைத்த குளிர்ச்சியையும், கூட்டுறவையும் என்னால் மறக்கவும் முடியாது.

எனக்குத்தான் எத்தனை உறவுகள் இந்தக் கடற்கரையில் பூத்திருக்கின்றன! புதிய புதிய உறவுகளாக, ஒவ்வொருநாளும் புன்னகையோடு ஆரம்பித்து, போகப்போக உசிர்வரைக்கும் இறங்கிய உறவுகள் ஏராளம்.

உறவு வளர அந்தக்காலத்தில் பல நிகழ்ச்சிகள் உதவியிருக்கின்றன. வீட்டிற்கு வேலி, கூரை கட்டுகின்றபோது, அப்போது – உறவுகள் மலர்ந்திருக்கின்றன. ஒருவனின் வீட்டிற்கு மேற்படி விடயங்களை ஆற்றவென்று பலர்வந்து அதில் கலந்து கொண்டு தம் ஆத்மாவைக் கலக்கவிட்டிருக்கிறார்கள். வளவில் கிணறு கட்ட, "துரவு" வெட்டவென்றால். அதிலும் நேயமுள்ள மனிதர்கள் ஒன்றுசேர்ந்து தம் பிரியத்தை வெளிப்படுத்தித் தண்ணீர் கண்டிருக்கிறார்கள். போதாக்குறைக்கு ஒருவன் காற்று வாங்கவென்று இந்தக் கடற்கரைக்கு வந்தாலும், ஒரு நாள் இருநாள் முகம் மேய்ந்து, அது மெய்யான உறவாகி வேர் விட்டிருக்கிறது.

இப்போது இவைகள் ஒன்றுமே இல்லை. என் குழந்தைகளுக்குக் "கிடுகு" என்றாலே இப்போது தெரியாது.

கற்களாலும், ஓட்டினாலும் வேலி கூரை அமைப்பதைப் போல் –

குழாய்நீர் வசதியென்று தெருவில் இருந்து ஒரு கீற்றைத் தம் வளவுகளுக்குள் வடிய விடுவதைப்போல் –

உறவுகளையும் தகரத்தில் அடைக்கப்பட்ட மீனைப்போல அவ்வப்போது வாங்கி, உடைத்துக்கொட்டி, "சம்பல்" செய்து சுவைத்துவிட்டு, கையைக் கழுவிக்கொள்கிறான் மனிதன். "சரியான வெடுக்கு" என்று தன் வாயால் புறுபுறுத்த விதமாக.

தண்ணீர் அள்ளிய துலா, அந்தத் துலாவைச் சுற்றி எழும்பி நின்ற கமுகு மரங்களின் பாளை, அந்தப் பாளைகளின் பட்டை களுக்குள் சோறுகட்டிச் சாப்பிட்ட நாட்கள், எல்லாம் இனி எங்கே வரும்!

அப்போது துலாவின் கொண்டையில் ஒரு முட்குவியல். காகங்கள் வந்து குந்தாமல்.

என் நினைவுக் காகங்கள் துலாவிலும் இனிக்குந்தும்.

❖

கடலே கடலே எனக்கு ஒரு சைக்கிள் வாங்கித் தா

அந்தக் காலத்தில் ஒவ்வொரு வீட்டிற்கும் முன்னால் இருந்து பாடிய பாடகன் துலாந்து. ஒவ்வொரு வீட்டிற்கும் ஒவ்வொரு கிணறு. ஒவ்வொரு கிணற்றிற்கும் ஒவ்வொரு துலாந்து என்பதுதான் அந்தக்காலத்து நியதி.

இரண்டு வீட்டார்களுக்கிடையில் சம்மந்தம் உண்டாகி, அது விளைந்து கல்யாணத்தில் நிறைவேறும் என்றால், அதற்கு முக்கியக் காரணமாக இருந்த ஒன்றாகத் துலாந்தும் விளங்கியது.

மாப்பிள்ளைத்தரப்பார் வந்து பெண்தரப்பாரின் கொடுக்கல்வாங்கல்களைப் பார்த்து முடிவெடுக்கும்போது, அவ்வீட்டின் கிணற்றடியில் போடப்பட்டிருக்கும் துலாந்தைப் பார்க்க மறப்பதே இல்லை. அது கொஞ்சம் கண்ணுக்குத்தக்கதாக இல்லாமல் இருந்தால், உடனே குற்றச்சாட்டுக் கிளம்பிவிடும்.

என்ன உங்கள் துலாந்தும் துலாக்காலும்? எங்கள் பிள்ளை முதுகு தேய்த்துத் தண்ணீர் வார்ப்பதில்லையா உங்கள் வீட்டிற்கு மாப்பிள்ளையாக வந்தபிறகு? துலாந்தையும் துலாக்காலையும் மாற்றுங்கள்! என்றெல்லாம், கடுகு பொரிவதைப்போல் மாப்பிள்ளைத்தரப்புப் பெண்டுகள் பொரியத் தொடங்கிவிடுவார்கள்.

அந்த அளவுக்குத் துலாந்தின் முக்கியத்துவம் அந்தக் காலத்தில் இருந்திருக்கிறது.

"புள்ள ஒரு கோப்பைக்க தண்ணி தாங்க, கொல்லைக்கிப் போகவேணும்" என்று கேட்டுத் தண்ணீரை வாங்கிக்கொண்டு கிணற்றடிக்குத்தான்

போவார்கள். போய் அங்கு வேறொன்றும் செய்வதில்லை. அதற்கிடையில் அது என்ன ஒழுகி வழிந்துவிடவா போகிறது! துலாந்து எப்படி இருக்கிறது? துலாக்கால் ஆடுகிறதா? குரங்கு ஒட்டி உடைந்திருக்கிறதா? அச்சு உலக்கை கழன்று தேய்ந்து போனதா? என்றெல்லாம் நோட்டம் விடுவதுதான் வேலை. தனது பிள்ளைக்கான "சொத்துவத்தைக்" கேட்டுப்பார்ப்பதி லும் ஒரு நாகரிகம் இருந்துதான் இருக்கிறது அந்தக்காலத்தில்.

ஒருவன் சமூகத்தில் பொருளாதார நிலையில் எப்படி இருக்கிறான் என்பதைச் சொல்லாமல் சொல்லிப் பிறருக்கு விளக்குவது அப்போது துலாந்துதான். தோட்டம் துரவு, காணிபூமியென்று வசதி படைத்தவன் நல்ல வைரங்களாகப் பார்த்துத் துலாந்து துலாக்கால் போட்டிருப்பான். அது சற்றுக் குறைந்தவன் சாதாரணமாகத்தான் அவற்றை வைத்திருப்பான்.

ஆக, ஒருவனின் தகுதியை அந்தக்காலத்தில் அவன் தோளில் போட்டிருக்கும் "பட்டைச்சால்வை" எப்படிப் பறை சாற்றிற்றோ, அதைப்போன்றுதான்; அவன் வீட்டில், அதுவும் கிணற்றடியில், நின்று பாட்டுப்பாடிய துலாவும் பறைசாற்றிற்று.

துலாக்காலையும் துலாவையும் இணைத்துவைப்பது "குரங்கு ஒட்டி". என்ன அழகான பெயர். கற்பனையுடன்கூடிய ஒரு நாமம். அது உண்மையாகவே பார்ப்பதற்கு ஒரு குரங்கு மாதிரித்தான் இருக்கும். இந்தக் குரங்கு ஒட்டிக்குள்தான் "அச்சு உலக்கை" இருக்கும். இதுதான் துலாக்காலின் இரு கப்புக்குள்ளும் இருந்து துலாவைத் தாங்கி அதை ஆட அசைய வைத்துப் பாடுவது.

அப்போது காலையில் எழுந்தால் ஒவ்வொரு வீட்டுக் கிணற்றடியிலும் துலாந்து பாடிக்கொண்டே இருக்கும். பிள்ளை களைப் பெரியவர்கள் குளிப்பாட்டியபடியே இருப்பார்கள். சில பெரியவர்கள் கிணற்றடியில் நின்று பல்துலக்கிக் காறினால் அது நாலு வீட்டுக்குமேல் கேட்கும். இப்போது காறித்துப்புகின்ற ஆண்பிள்ளையே குறைவு. பெண்கள் பெரும்பாலும் மாலைக் கருக்கலுள்தான் குளிப்பார்கள். குளித்து அவர்கள் கூந்தலை அள்ளி ஒரு சீலைக்குள் கட்டிவைத்திருக்கும் கட்டை நள்ளிரவில் தான் கலைப்பதுண்டு. பொன்னான கூந்தல் சீலை நீர் உறிஞ்சிக் காய்ந்து கலகலக்கும்.

முதுகு தேய்ப்பதற்கென்று துலாக்காலில் சாய்ந்தால் மணிக்கணக்காகத் தேய்த்துக்கொண்டிருந்த மனிதர்களும் அந்தக் காலத்தில் வாழ்ந்துதான் இருக்கிறார்கள். அவ்வளவு சுகம் துலாக்காலில் தேய்த்துத் தண்ணீர் வார்ப்பது.

மனம் நிறையப் பாரம் பொங்கி, அதிலிருந்து எப்படி மீளலாம் என்று மனிதன் யோசித்து நல்ல முடிவுகளாக எடுத்த இடமாகவும் இந்தத் துலாக்காலைச் சொல்லலாம். அதில் முதுகைத் தேய்த்துத் தேய்த்து ஊத்தை நீக்குவதைப் போல் தெரிந்தாலும், மூளையை இயங்கச்செய்து எத்தனை முடிவுகளை எத்தனை மனிதன் எடுத்திருப்பான் அன்று துலாக்காலில்! தேய்த்தபடி! இன்று முடிவுகள் பிழைபிழை யாகவே எடுக்கப்படுவதற்கு வளவுகளில் துலாக்கால்கள் இல்லாமல் இருப்பதுதான் காரணமா? எனக்கென்ன தெரியும்!

காகம் குந்திக் கிணற்றுக்குள் அதன் நாற்றப்பாலைப் பின்புறத்தால் பீச்சிவிடாமல் துலாவின் கொண்டையில் ஒரு முள்ளுக்கொத்தாக "இராவணன் மீசை" இருக்கும். தலையில் இராவணன் மீசை கட்டிய துலாந்து உண்மையில் ஒரு கோழிச் சேவலைப்போன்றுதான் பார்ப்பதற்குத் தெரியும். இப்போது இராவணன் மீசை எங்கே இருக்கிறது? அவற்றுக்குள் வாழ்ந்த எலிகளிடம் கேட்டாலும், அவை வாலை உயர்த்தி, செவியை விரித்து ஆச்சரியத்தோடு நம்மைப் பார்க்குமேதவிர, பதில் சொல்லாது.

எலிகளின் தலைமுறையும் நம்மைப்போன்று மாறித்தான் இருக்கிறது. பூவரசமரம், பசறிமரம், இலந்தைமரம், அத்திமரம், இத்திமரம் என்று ஆயிரக்கணக்கான அற்புதமான மரங்களின் இனங்களையே இன்று அறியாமல் நம் பிள்ளைகள் வளர்வதைப் போல், இந்தக்கால எலிக்குஞ்சுகளும்; இராவணன் மீசை, எரிக்கிலம்பற்றை என்று ஒன்றும் தெரியாத கோதுகளாகத்தான் துள்ளிப்பாய்ந்து கால்கள் முறிகின்றன.

பூனைகளுக்கும் இப்போது நாகரிகமாக எலிபிடிக்கத் தெரியாது. நாகரிகமற்ற பூனைகளை இப்போதைய எலிகளும் மதிப்பதில்லை. அந்தக்காலத்தில் பூனைகளின் மணம் வந்தாலே எலிகள் வளைகளில் வரவேமாட்டாதாம். இப்போது அப்படிப்பட்ட வளைகளும் இல்லை. பூனைகளிடம் தமக்கான வாசமும் குறைந்துவிட்டது. நீர்க்குழாயில் நீர் குடிக்கும் பூனை களுக்கு எலி ஓடும் வாசம் எங்கே இருக்கும்!

கடற்கரையென்றாலே அப்போது அடம்பன் கொடியும் இந்த இராவணன் மீசையும்தான். இந்த இரண்டுமே இப்போது மாண்டு, மாந்திப்போயின. கரையே இல்லாத கடல்தான் இப்போது ஊர்களில். கடல் அலையின் வாய்க்குள் போய் மனிதன் குடியேறி வாழ, கோபமுற்றுத்தானே அது அண்மையில்

இவன் வீட்டுக்குள் – ஆக்கிய கறிச்சட்டிக்குள் – வந்து ஆணம் குடித்தது! பெண்களுக்குக் கூந்தலை வெட்டினால் எப்படிக் கோபம் வருமோ, அப்படித்தான்: தன் கரையை எவன் அபகரித்தாலும் கடலுக்கும் கோபம் பொங்கும். அது உண்மையானது.

ஒரு மீன் கேட்டதாம்; "கடலே, கடலே எனக்கு ஒரு சைக்கிள் வாங்கித் தா, நான் பாறைகளில் ஓடி விளையாட," என்று. அதற்குக் கடல் சொல்லிற்றாம்; என் செல்லச் சிறப்பே, கொஞ்சம் பொறுத்துக்கொள். என் அலை வாய் வந்து "குந்தி" என் மூக்கைப் பொத்தவைக்கின்ற அருவருப்பின் மொத்த வடிவமான மனிதனின் மிதிவண்டியை நான் விரைவில் பறித்துத்தருகிறேன் என்று.

அப்படிப் பறிக்க வந்ததுதானாம் இந்தக் கடல் என்று என் கனவில் வந்த சின்ன மீனொன்று நேற்றிரவும் சொல்லித் தான் போனது.

அது இருக்கட்டும் –

அடம்பன்கொடி தெரியாத முயல்கள் இந்தக்காலத்து முயல்கள். முயலுக்கு அடம்பன்கொடிதான் நல்ல சாப்பாடு என்று நான் அந்தக்காலத்தில் அறிந்திருக்கிறேன். இப்போது முயல்கள் என்ன சாப்பிடுகின்றன? பொட்டலங்களில் வரும் தீன்கள்!

மீன்கள் புறாக்கள் குருவிகளுக்கெல்லாம் பொட்டலங்களில் தீன்கள் விற்பனையாகிக்கொண்டிருக்கின்றன. காது வேறு, கால் வேறு, உடம்பு வேறு, இறகு வேறு என்று பாகம் பாகமாகக் கடைகளில் வாங்கிப் பொருத்தி எடுத்து "டீயூப் களுக்குக்" காற்றடிப்பதுபோல் காற்றடித்து உயிர்கொடுத்த ஜீவராசிகளுக்கெல்லாம் அந்தப்பசுமை நிறைந்த அடம்பன் கொடிகள் தேவையுமில்லைதான்.

முயலுக்கு அடம்பன்கொடி பிய்த்துப்போட்டால், அது அதற்குக் கலியாணச்சோறுமாதிரி என்று முதியவர்கள் கதைப்பார்கள். என்ன இனிமையான கதைகளையெல்லாம் நாம் இப்போது இழந்துபோய் இருக்கிறோம்!

அப்போது வளவுக்குள் இருக்கும் கிணற்றைச்சுற்றிப் பல மரங்கள் நிற்கும். கிணற்றடித் தட்டுவேலியில் தழைமரங்கள். உள்ளே கமுகு, வாழை என்பன செழித்திருக்கும். அள்ளித் தண்ணீரைத் தலையில் ஊற்றும் இடத்தில் வேலி கூரை கட்டவென்று கிடுகு இழைக்க இளகப்போட்ட வளவாலே விழுந்த ஓலைகள் கிடக்கும். நான் எனது மூத்தவாப்பாவுக்குக் கீழ் இருந்து குளிக்கும் பருவத்தில் இப்படியான ஓலைக்

குவியல்களில்தான் இருப்பது வழக்கம். ஈர்க்கு முறித்தால் அடிப்பார்.

மூத்தவாப்பாவுடன் குளிக்கப்போவது எனக்கு ஒரு சுவையான அனுபவம். அவர் எப்போதும் அரையைத் தேய்த்தபடி தான் குளிப்பார். அவரது அரையில் ஓர் "அரைக்கூடு" இருக்கும். அதற்குள் எதையோ ஓதிக் கட்டியிருப்பதாக அவர் சொல் வார். எனது அரையையும் அவர் தேய்த்துவிடுவார். குளித்து முடிந்ததும் என் காலில் மண் படாதபடிக்கு அவரே என்னை தூக்கிவந்து வாசற்படியில் வைப்பார். ஒரு "செப்புப்பெட்டியைப்" போல.

துலாக்காலின் அடியில்தான் நாங்கள் "இஞ்சிக்கிழங்கு" களைப் புதைத்துவைப்பதும். அப்போது குளிர்சாதனப்பெட்டி என்றால் வாழைப்பாத்திகளும், துலாக்கால் அடிகளும்தான்.

எலுமிச்சம்பழம் கோழிமுட்டை போன்றவற்றையும் அவை கெட்டுப்போகாமல் பாதுகாப்பாக இருக்க மேற்சொன்ன இரண்டு குளிர்சாதனப்பெட்டிகளுக்குள்ளும்தான் புதைத்து வைப்போம். பருவத்திற்குப்பருவம் அளவாக எடுத்துப்பாவிக்க இயற்கையான குளிரூட்டிகள். முட்டையின் ஓடு காயவே மாட்டாது. மனிதனின் மண்டையைப்போல்.

வழுதிலங்காயைக் கிணற்றுக்குள் போட்டுவைப்போம். தேவைப்படும்போது வாளியால் அள்ளி எடுத்துச் சமைப்போம். அப்போதைய வழுதிலங்காயும் தூக்கி "இடுக்கில்" வைக்கக் கூடிய ஒரு பிள்ளைமாதிரித்தான். இந்தக்காலத்தில் ஒரு பொம்பளைகூட அந்த அளவுக்குப் பெருப்பமும் இல்லை. வடிவும் இல்லை. நிறமும் குறைவு.

அப்போது கிணற்றடியில் கமுகு மரம் இல்லாத வீடே கிடையாது. அந்தக் கமுகு மரங்களில் "மலவி" வெற்றிலைக் கொடியும் படர்ந்திருக்கும். "மலவி" வெற்றிலைக்கு எவ்வளவு சுண்ணாம்பு பாக்கு வைத்தாலும் "நீர்வெற்றிலை" போல வாய் சிவந்து கொச்சிப்பழமாகாது. இருந்தாலும் ஓர் ஒறுப்புக்கு, நீர்வெற்றிலை தட்டுப்பட்டால், தன் கொடியில் பிய்த்து வாய்க்குள் சுருட்டிவைக்கலாம் அல்லவா! எல்லா வற்றிலும் ஓர் அழகான அத்திவாரம் இருந்திருக்கிறது அந்தக் கால மனிதர்களிடம். தலைவாருவதில் தொடங்கித் தயிர் போடுவதுவரைக்கும்.

ஒரு வீட்டிற்குக் கறி தட்டுப்பட்டால் உருவி ஆய்ந்து ஆணம் காய்ச்ச ஒரு முருங்கை மரம். அரிந்து சுண்ட ஒரு நீர்வம்மி. கோடைக்கு நாக்குவறண்டால் வெட்டிக்குடிக்க வளவில் ஒரு "செவ்வல்" தென்னை என்று,

எந்த அளவுக்கு இவையெல்லாம் முக்கியமோ, அந்தமட்டிற்கு ஒரு முக்கியம்தான் கொட்டைப்பாக்குத் தட்டுப்பட்டால் வெட்டி வட்டாவிற்குள்போட ஒரு பாக்கு மரமும்.

கமுகம் பட்டையை வெட்டிச்சீவி, அதன் தடித்த கரை களைக் கார்ந்தெடுத்து, அது முறுகி முறியாமல் கிணற்றுக்குள் ஊறப்போட்டு எடுத்தால்,

அதுதான் அப்போது சோறுகட்டும் சாதனம்!

இந்தக் கமுகம் பட்டைக்குள் சோறுகட்டித் தின்றவன், நான் எழுதும் இந்தப் பேப்பரைக் கடித்துச் சுருட்டித் தின்று விடுவான், தன் பழைய ஞாபகத்தில். அப்படி மணமும் குணமும் இந்தக் கமுகம் பட்டைக் கட்டுச்சோற்றுக்கு! அதிலும், வெள்ளையாப்பொடிக் கருவாடும் திராயும் சேர்த்துச் சுண்டிய சுண்டலுடன் சோறுகட்டிச் சாப்பிட்டால் மறக்கவே முடியாது. நான் பலதடவை இப்படிச் சோறுகட்டிச் சாப்பிட்டிருக்கிறேன். வேணுமா . . .

❖

கோழிப் பண்ணைகள் காற்றோட்டமானவை

இந்த நேரத்தில்தான் எனது பாடசாலையில் வகுப்பறையும் சூடு பிடிக்கத் தொடங்கியிருந்தது. ஒருவனுக்கு அவனது கருவறை எந்த அளவுக்கு ஆற்றலுடன் அலம்பல் இல்லாமல் இருக்கவேண்டுமோ, அந்த அளவுக்கு ஆற்றலுடன் அவனுக்கு வகுப்பறையும் அமைய வேண்டும். எனது வகுப்பறை ஓரளவுக்கு ஆற்றலான இளம் நதிகளாலேயே சோடிக்கப்பட்டிருந்தது.

நன்றாகப் பாடக்கூடிய பையன்கள் அப்போது என்னுடன் இருந்தார்கள். ஒருவன் இருந்தான்; எந்த மேடையாக இருந்தாலும் "ஒரு பெண்ணைப்பார்த்து நிலவைப்பார்த்தேன் நிலவில் குளிரில்லை" என்ற பாடலைத்தான் எப்போதும் பாடி எங்களை மகிழ்விப்பான். அப்படியான பெண்களை அவன் எங்குப் பார்த்தான் என்று நான் இப்போது நினைப்பதுண்டு. அப்படியான பெண்கள் அப்போது இருந்துதான் இருக்கிறார்கள். எங்கள் பக்கத்து வீட்டுக் "கிளிலாத்தா" இதற்கு நல்ல உதாரணம்.

கிளிலாத்தாவை நினைத்தால் எனக்கு நெருப்பு, நெருப்பாக வருவதுண்டு. அப்படிப்பட்ட நரகவாழ்க்கை கிளிலாத்தாவின் வாழ்க்கை.

கிளிலாத்தாவின் வளவில் ஒரு "நறுபுளி" மரம் நின்றது. அந்த மரத்தில் ஓர் ஊஞ்சல் இருந்தது. இந்த ஊஞ்சலில்தான் கிளிலாத்தா எப்போதும் வெற்றிலை வட்டாவை மடிக்குள் வைத்தபடி வீற்றிருப்பா.

நான் கிளிலாத்தாவுக்கு ஊஞ்சல் ஆட்டிவிட்டிருக்கிறேன். தனக்குப் பிள்ளைப் பாக்கியம் இல்லாமல்

இருந்ததுதான் கிளிலாத்தாவின் வாழ்க்கையில் தீப் பிடிக்கத் தொடங்கிய நியாயம்.

கிளிலாத்தாவுக்குப் பிள்ளைப்பாக்கியம் இல்லை என்பதற் காக இந்தக் கிளியின் நரிக்கணவன் இன்னுமொரு பெண்ணைத் திருமணம் செய்தான். இதனால் கிளிலாத்தாவின் தரப்பி லிருந்து கிளம்பிய எதிர்ப்புக்காகக் கிளிலாத்தாவுக்குச் சீனியில் ஓதிக்கொடுத்து, கிளிலாத்தாவை ஒரு பேசாமடந்தைபோலாக்கி எப்போதும் வெற்றிலை சப்பியபடிக்கு ஊஞ்சலாட வைத்து விட்டானென்று, கிளிலாத்தாவின் கணவனைப் பற்றி ஊரார் கதைப்பார்கள்.

இதில் உண்மை இல்லாமல் இல்லை. பக்கத்து வீட்டுத் தென்னை மரமொன்று கிளிலாத்தாவின் வளவுக்குள் சற்று எட்டிப்பார்த்த குற்றத்திற்காக அந்தக் குடும்பத்தலைவிக்குக் கால்கை "பற்ற அழற்றச்" செய்து புதைத்தவன் கிளிலாத்தா வின் கணவன்.

தோணிவலை வைத்திருந்த கிளிலாத்தாவின் கணவனுக்குக் கடற்கரையிலும் அவ்வளவு மதிப்பில்லை. காரணம்; இந்தச் "சூனியம்" செய்கின்ற குணம்தான். மீன் பட்டமடியைத் தோணி கரைக்குவந்து தட்டும் முன்னமே கடலுக்குள் வைத்துத் தன் தோளில் கிடக்கின்ற "சால்வையை" மாற்றி வெடிக்கச்செய்யும் பரிசாரி இந்தக் கிளிலாத்தாவின் புரிஷனின் கைக்குள் இருந் தான். அந்த நேரத்தில் எங்கள் ஊரில் இருந்த "வைரன்தோணி", "வழிஞ்சான்தோணி", "உட்டுப்பிடிச்சான்", "உதுமான்டவண்டு" போன்ற எல்லாத் தோணிகளும் கிளிலாத்தாவின் புரிஷனால் மடி வெடித்திருக்கின்றன.

இப்படிப்பட்டவன் கிளிலாத்தாவுக்கும் சீனியில் ஓதிக் கொடுத்துத்தான் இருப்பான். கிளிலாத்தா காலக்கிரமத்தில் தன் திறன் இழந்து, தான் வைத்திருக்கும் வட்டாவோடு ஒரு படிக்கமாக மாற, கட்டிய மற்ற பெண்ணை கிளிலாத்தாவின் வீட்டுக்கே கூட்டிவந்து குடும்பம் நடத்தியதுமல்லாமல், அந்தச் சிங்காரச் "சீமியப்பூனைக்குக்" கிளிலாத்தாவையே எடுபிடி வேலைக்காரியாக்கியவன் அவன்.

அதனால் மிகவும் மனமுடைந்துபோன "கிளிலாத்தா"வுக்கு அடிக்கடி அண்ணாந்து பார்த்துப் பெருமூச்சுவிட வானமும், இந்த நறுபுளி ஊஞ்சலும்தான் கைகொடுத்தன.

இவ்வாறு நடக்கக்கூடாதவைகள் எல்லாம் நடந்திருந் தாலும், கிளிலாத்தாவின் முகத்தில் ஒரு கடுகடுப்போ அல்லது கோபமோ வரவில்லை. கிளிலாத்தா தன் கணவனை இறுதி வரை பராமரித்த விதமாக இப்போது உள்ள எவளும் நடந்து கொள்ளமாட்டாள்.

கிளிலாத்தாவின் வாழ்க்கை ஒரு சுடுதண்ணீர்க் காவியம். நான் ஒரு காலத்தில் இறந்தகாலத்திற்குச் சென்று அங்குள்ள புலவர்களின் பொக்கைவாய்க்குள் "இறுங்குப் பொரி" போடுகின்ற சந்தர்ப்பம் கிடைத்தால், இந்தக் கிளிலாத்தாவின் கதையைத் தான் "இறுங்குப் பொரியாகப்" போட இருக்கின்றேன். ஒரு காவியமாகப்பாடுங்கள் மனிதர்களே என்று.

இன்னுமொரு மாணவர் இருந்தார்; அவர் எப்போதும் "எங்கே அவள் எங்கே அவள் தேடினேன் காதலில் ஓடிவா" என்று பிழையும் சரியுமாக ஒரு பாடலைப் பாடிக்கொண்டு தான் ஆசிரியர் வகுப்பறையில் கொடுத்துவிட்டுச் சென்ற கணக்குகளைச் செய்வார். அடிக்கடி மாணவர் மன்றங்களிலும் இதே பாடலைத்தான் பாடுவார். இப்போது அவர் எங்கிருக் கிறார் என்று எனக்குத் தெரியவில்லை.

இந்த உலகத்தில் எத்தனை மனிதனைச் சந்தித்து எத்தனை மனிதனைத் தொலைக்க வேண்டியிருக்கிறது!

வாழ்க்கையென்பதே தொலைவுகளின் உணர்வுகளில்தான் உருளுகின்றது.

இன்னும் சொன்னால் வாழ்க்கை ஒரு கத்தரிக்கோல். அது நம்மை வெட்டித் துண்டாடுவது போலத்தான், சில நிகழ்வுகளை நிகழ்த்தி நம்மை நாமாக வாழ விடாமல் நறுக்கித் தனது நாக்கிற்குக் கீழ் வைத்து மிட்டாய் உணவு வதைப்போல உணவுகிறது.

பசிய வாழ்க்கை என்றுதான் சிலர் சொல்லுகிறார்கள். இங்குப் "பசிய" என்பது இப்படிப்பட்ட இளமைக்கால நினைவு களை மீட்டுகின்றபோது கிளம்பும் வேதனையில் இருக்கின்ற நெருப்புத் துளிரின் குளிரையா!

எங்கள் வகுப்பில் அப்போது நல்ல பேச்சாளன் ஒருவனும் இருந்தான். நாங்கள் அவனை அப்போது "அப்புக் காத்தர்" என்றுதான் அழைப்போம். நாங்கள் அப்படி அவனை அழைத்த பாவம் சுற்றித்தானோ என்னவோ தெரியாது, இப்போது அவன் தனியார் வாகனங்களுக்குக் கத்திக்கூவி ஆள் சேர்க்கின்ற தொழில் புரிந்து வருகின்றான்.

இந்தப் பெரிய உலகத்தை இவ்வளவு அழகாகப் படைத்து மனிதர்களுக்காகவே விட்டுவிட்டு மறைந்திருக்கும் இறைவன், மனிதர்களின் ஜீவனோபாய வழிகளை மட்டும் பொருத்தமற்ற முரண்பாடுகளின் கோலங்களாக்கிவைத்து ஏன் அழகு பார்க் கிறானோ தெரியவில்லை!

கல்வியறிவு குறைந்தவன் ஆசிரியன்! காருண்யம் அற்றவன் வைத்தியன்! நாணயமற்றவன் நம்பிக்கையாளன்! திருடன் தலைவன்! கெட்டிக்காரன் முட்டாள்! என்று,

என்னடா உலகமிது? இதன் தலையில் எச்சில் குந்த ஒரு காகமே இல்லையா?

இறைவனுக்கு ஏன் இப்படி ஒரு நப்பாசையோ, விளங்க வில்லை. அவனின் எல்லாச் செயல்களுக்கும் ஒரு காரணம் இருக்கும். காரணம் இருந்தால்தான் இறைவன் எறும்பைக் கூடப் பசுப்பால் அருந்தவைப்பான். எலி இப்போது வீரனாகியது எதனாலே! இறைவனுக்கு இதில் ஏதோ ஒரு தேவை இருக்கும். தேநீர்குடிக்க வழியில்லாத தவளைகூட இன்று பெரிய குடிகாரன். இதற்கு வாளிக்கணக்கில் வார்ப்பது யார்? இறைவன்தான்!

அவன் ஒருபோதும் யாருக்கும் தீங்காக எதையும் செய்வ தில்லை. இந்தக் குளறுபடிகளுக்கெல்லாம் அவனது குறிப்புப் புத்தகத்தில் விளக்கங்கள் இருக்கும். அதைப் படித்துப் புரிந்து கொள்கின்ற ஆற்றலை மேம்படுத்துவதுதான் இங்கு நல்ல மனிதனுக்கு வேலை.

இன்னுமொரு நண்பன் இருந்தான்; ஒவ்வொரு தேர்விலும் முதல் ஆளாக வருபவன். அவனை அப்போது ஆசிரியர்கள் "இவன் டாக்குத்தர் ஆகுவான்" என்று சொல்லுவார்கள். ஆசிரியர்களின் கணிப்புப்படி டாக்குத்தர்தான் மிகவும் உயர்ந்தது. என்னையும் – "இவன் பிற்காலத்தில் உயர்ந்த ஓர் உத்தியோகத்தில்தான் இருப்பான்" என்று, கணக்குப் பாடம் எடுத்த ஆசிரியர் சொல்லுவார். அவர் சொன்னது பிழைத்து விட்டது என்றும் சொல்லமுடியாது. இதுவரை நீங்கள் எத்தனை கவிதைகளை எழுதியிருக்கிறீர்கள் என்று யாராவது என்னிடம் கேட்டால், சரியாகச் சொல்லக் கணக்குத் தெரியாதவிடத்தும் மனதுக்குள் கூட்டிக்கழித்துக் கொஞ்சம் அதிகமாகத்தான் எழுதியிருக்கிறேன் என்று சொல்லித் தப்பி விடும் அளவுக்கு எனக்கு அவர் கணக்குப் பாடம் நடத்தி யிருப்பதையிட்டு நான் மகிழ்ந்துபோகிறேன்.

எனது உத்தியோகம் சற்று உயர்ந்ததுதான். அது – "கவிதை எழுதுவது", அதனால் ஏற்படுகின்ற குழப்படிகளை மிக்க பொறுமையோடு சமாளிப்பது, முட்டி மோதவரும் கன்று களுக்குப் புல் வெட்டிப்போடுவது என்று,

எனது உத்தியோகம் அலாதியாகத்தான் அமைந்திருக் கின்றது.

ஆனால்; ஆசிரியரின் கணிப்பின் பிரகாரம் அந்த நண்பன் டாக்டராகவில்லை. குறைவாகப்படிக்கத் தனக்கு விருப்பமில்லை என்று கருதி அவன் கோழிப்பண்ணை நடத்துவதில் டாக்டர் பட்டம் பெற்றுவிட்டானோ தெரியாது, சிறந்த ஒரு கோழிப் பண்ணை முகாமையாளனாக இப்போது அவன் வலம் வருகிறான். அண்மையில் கூட அவன் என்னைச் சந்தித்தான். எனது “பத்திக்கை” பற்றியெல்லாம் மகிழ்ச்சியாகச் சொல்லிப் பழைய ஞாபகங்களை இரைமீட்டினான். தூர இடமொன்றில் பெரிய நிலமொன்று வாங்கி இருபது முப்பது பேர்வரைக்கும் வேலையாட்கள் வைத்துத் தொழில் நடத்துவதாகக்கூறிப் பெருமைப்பட்டான். அவன் கூறக்கூற நான் மனதுக்குள் நினைத்தேன்; நமது கவிதைப் பண்ணையைவிட இவனது கோழிப்பண்ணை எவ்வளவு கலாதியானது. கோழிப்பண்ணை கவிதைப் பண்ணையைவிடக் காற்றோட்டமானது. அங்குச் சேவல் கோழிகளுக்கும் பேட்டுக் கோழிகளுக்குமான உறவு நல்ல சுமுகமான முறையில் பேணப்பட்டு வருகிறது. நமது கவிதைப்பண்ணைகளில் இது குறைவு. ஒரு முட்டை பத்து ரூபாய் வரை விலையாகிறது. நமது கவிதைக்கு விலை என்ன? நமது கவிதையைத் தேடிப்பிடித்துப் புத்தகமாகத் தயாரித்து விற்பவன்கூட நமக்குப் பணம் தராவிட்டாலும் பரவாயில்லை, ஒரு புத்தகமாவது, இல்லை; ஒரு தகவலாவது தருகிறானா? என்றெல்லாம். உண்மையில் நான் பாவம்தான்!

கோழிப்பண்ணைகளில் இந்த விளையாட்டுகள் இல்லை. உடைந்து வெடித்த முட்டைகளுக்குக்கூட ஒரு கழிவோடு நல்ல விலை உண்டு, அங்கு. எச்சமும் காசு! பசளை என்ற பெயரில்!

எனக்கு அப்போது இன்னுமொரு நண்பனும் இருந்தான். இவனிடம் இருந்த விஷேடம் என்னவென்றால், ஆசிரியர் வகுப்பறையில் குறிப்புகளைச் சொல்லும்போது எழுதுகின்ற கை வலித்தால் மறுகைக்குமாறித் தொடர்ந்து எழுதிக்கொண்டே யிருப்பான். ஆம், இடது கையாலும் வலது கையாலும் ஒரே மாதிரியாக எழுதக்கூடியவன் அந்த நண்பன்.

அப்போதைய ஆசிரியர்கள் எங்களுக்குக் குறிப்புச் சொன்னதைவிட, உரிய பாடப்புத்தகங்களை அப்படியே ஒரு எழுத்துக்கூட மாறாதபடிக்கு எங்களைக் கையெழுத்துப் பிரதிகள் தயாரிக்கச் செய்தவர்கள். இப்படிக் கையெழுத்துப் பிரதிகள் தயாரிக்கின்றபோது நான் பட்ட அவதி, சொல்லி அடங்காது. ஆனால், அந்த நண்பன் சுகமாகவே தயாரித்தான். அதற்குக் காரணம் அந்த அவனது இரண்டு கைகளும்தான்.

எனக்கு இரண்டு கைகள் இருந்தும் எழுதியது ஒன்றுதான். மற்றதற்கு ஐந்து விரல்கள் இருந்தும், அந்த விரல்களில் ஒன்றுக்கு ஒரு வெள்ளி மோதிரம் அணிந்திருந்தும், மறுத்தேவிட்டது மாறி எழுத. இன்னும் அது பழகவுமில்லை. இந்தப் "பத்திக்கை" எழுதும்போதுகூட வலக்கை படுகின்ற அவதியைப்பார்த்தும் இடக்கையான அது கவலைப்படவில்லை. விளக்கணைக்க மட்டுமே உதவுகிறது. இதற்கு அது தேவையா? காற்றுக்கூட அந்த உதவியைச் செய்யும்.

அன்று எனக்கிருந்த திறமைகள் பற்றியும், ஆற்றல்கள் பற்றியும் எழுதுவதற்கு முன்னர் கிளிலாத்தாவின் கணவனின் சூனியச் செயற்பாடுகள் பற்றியும், அதன் பாதிப்புகள் பற்றியும் இன்னும் கொஞ்சமாவது எழுதத்தான் வேண்டும். பத்திக்கையின் மனம் ஆற.

❖

இதற்குத்தானடியம்மா உன்னை மனைவியென்பது

கிளிலாத்தாவின் கணவன் என்றாலே எங்கள் வட்டாரத்தில் ஒருவிதப் பீதி இருந்தது. நடந்தால் புல்லும் சாகாத மனிதர்களுக்கு முக்கி எடுக்காமல் தானாகச் சிறுநீர் வழிந்து ஒழுகி விடும் அளவுக்கு.

அவன் கடலால் கரையேறி வீட்டுக்கு வரும்போது உப்புத் தண்ணீரில் நனைந்து, முறுக்கிப் பிழியாமல் தன்பாட்டில் காய்ந்து, அரைக்குக் கீழால் வழுகி, அதை – அரைநார்க்கொடியில் இழுத்துச் செருகி நிறுத்திவைத் திருக்கும் “சிறுவால்” போல,

மரத்துப்போன இதயம் உள்ளவன்தான் அவனும் என்று கதைக்காத ஆட்கள் இல்லை அந்தக் காலத்தில். அவர்களின் வாய் ஒவ்வொன்றும் பூக்குடம்தான். ஏனெனில் அது உண்மை.

எங்கள் ஒழுங்கைக்குள் “புல்லுக்குட்டி” விளையாடும் பிள்ளைகள் கூடத் தங்கள் விளையாட்டில் வெற்றி எடுத்த “தத்தி” பாட்டம் அடித்து வரும்போது குட்டி தவறிக் கிளிலாத்தாவின் வளவுக்குள் விழுந்தால்கூட ஓடி அதை உரிமையுடன் ஏனைய வளவுகளுக்குள் சென்று எடுப்பதைப் போல எடுப்பதில்லை. ஒரு பிசாசின் வளவுக்குள் சென்றுவரப் பயப்படும் வெள்ளைநிறப் பெண்களைப்போலப் பயப்பட்டனர். கிளிலாத்தாவின் கணவனின் கண்ணைப்பார்த்தாலே பிள்ளைகளுக்கு வயிற்றைக் குழப்பிக் கலக்கி அடித்து விடும். அவ்வளவு பயங்கரமானது அவனது கொதிக்கும் இரு எண்ணெய்ச்சட்டிகளும். அவன் ஒருவனை உற்றுப் பார்த்தால் கைவைத்து உரிக்காமலே பார்க்கப்பட்டவனின் தோல் உரிந்து விடும்.

கிளிலாத்தாவின் கணவன் "ஓடுற மாட்டில் தோல் உரிப்பவன்" என்றும் ஊரில் கதைப்பார்கள்.

இப்படி ஓடுற மாட்டில் தோல் உரிப்பதில் பெயர்போன சின்னத்தம்பியர் என்ற ஒருவரும் அப்போது ஊரில் இருந்தார்.

கூரிய கத்தியால் குதியை வீசினால் மாடு சரிந்துவிடும். பிறகு இவர்கள் விருப்பப்படி தோலை உரித்து எடுத்தவுடன் மாடு வெயிலுக்குக் கொழுப்பு உருகி உருகியே செத்து மடிந்துவிடும்.

பஞ்சமாபாதகங்கள் எப்போதும் உலகத்தில் ஓங்கித்தான் இருந்திருக்கிறன. அவைகளுக்குப் பசளை இடுபவர்கள் எல்லாத் தலைமுறைகளிலும் வாழ்ந்துதான் இருக்கிறார்கள்.

மனிதனுக்கு அவனின் பிற அங்கங்களைவிடக் கண்கள் தான் அழகாக, குளிராக அமையவேண்டும். காதல் பூக்கின்ற இடமல்லவா கண்கள்! எனக்குத் தெரிந்த ஒருவனுக்கு ஒரு பெண்ணின் கூந்தலில் இருந்துதான் காதல் பிறந்தது. மேகம் உறைகின்ற கூந்தல் என்று நினைத்திருப்பான். அது வேறுகதை. பத்திக்கையில் நீர் இறைக்கும்போது கடைசியில் ஏறிய மீனைப் போல அதுவும் என்றோ வாளியில் ஏறும். அல்லது அவளது கூந்தலை அவன் மேகம் தவழ்கூந்தல் என்று கண்டுபிடித் திருக்கக் கூடும். காதலில் கண்டுபிடிப்புகளும் காது கடிப்புகளும் தானே அதிகம்.

கிளிலாத்தாவின் கணவன் தன் தோணிவலைக்குப் "பம்பலாக" மீன்பட்டுக் "காசுபுறிக்கும் போது" ஓதுகின்ற பாத்திஹாவுக்குப் பிறகு பகிருகின்ற "பூமுட்டாசைக்கூடப்" புழுவும் முன்வந்து வாங்குவதில்லை. இவனது பூமுட்டாசை வாங்கித்தின்றால் வயிற்றுக்குள் கட்டி உண்டாகிப் பிள்ளைத் தாய்ச்சிகளைப்போல இடறவேண்டி ஏற்படும் என்று விலகி ஓடிய கூட்டங்களைத்தான் கண்டிருக்கிறேன்.

இப்படிப்பட்ட ஒரு மனிதன் வாழத்தான் வேண்டுமா?

ஆம், வாழத்தான் வேண்டும். இது இவர்களின் உலக மல்லவா! நாம் இங்கு வந்து பிறந்ததற்கு யார் என்ன செய்வது!

இவர்கள் இல்லையென்றால் இது உலகம் இல்லையே! சுத்தமான உலகம் இயங்குமா? அது நின்றுவிடும்.

இந்த உலகம் என்ன பச்சைக்கிளிகள் குந்திப்பறக்கும் இடமா? இல்லை. பருந்துகளின் ராஜ்ஜியம் இது! அவைகளுக்குப் பல் இருக்க வேண்டும் என்றில்லை. நெஞ்சு நிறைய நஞ்சு இருந்தாலே போதும். உலகம் தன் தரத்தைப் பெற்றுவிடும். இங்குத் தாமரைப் பூக்கள்தான் அகதிகள்.

இந்தப் பருந்துகளில் ஒன்றுதான் கிளிலாத்தாவின் கணவனும். இவனுக்கு நெஞ்சு முழுக்க நஞ்சு என்பதைவிட அதில் முளைத்திருக்கும் உரோமத்தின் தலைகளிலெல்லாம் ஒவ்வொரு விஷப்பானை. அவனது நகங்களின் ஊத்தைக் குள்ளும் உயிர்கொல்லி மருந்து. இவன் காலையில் எழுந்து தனது சிவந்த கண்களை ஒற்றப் பூப்பறித்ததால் மல்லிகை மரங்களே செத்தன.

கிளிலாத்தாவின் வளவில் ஆறேழு பட்ட மல்லிகை மரங்கள் நின்றன. தன் கணவனால் பாதிக்கப்பட்டுப் பச்சை இழந்த பல குடும்பங்களைப்போல.

தனக்கு யார்மேலாவது பொறாமை கோபம் என்று ஏற்பட்டுவிட்டால் தனது கையாலாகாத் தொழிலான "செய் வினை சூனியம்" என்கின்ற கோழைத்தனத்தைக் கட்டவிழ்த்து விட்டு ஊர்மேய்த்தவன்தான் கிளிலாத்தாவின் கணவன் என்பவன். இதற்கு அவன் பிற்காலத்தில் நோய்வாய்ப்பட்டு அழுந்தியதே காணும் இந்தத் "துனியாவில்" அவனது பாவங்கள் கழுவப்பட்டு ஒரு சுத்தமான ஆத்மாவாக அவன் சுவர்க்கத்திற்குச் செல்ல.

பாரிசவாதத்தால் பாயில் விழுந்து, பின் நாட்செல்ல நாட்செல்ல உடம்பெல்லாம் புண்ணாகி, அந்தப் புண்களுக்குள் இருந்து பொத்து வடிந்த ஊனத்தைச் சேர்த்தெடுத்தால் –

பதினெட்டு வாளியில் அள்ளியெடுத்துக் கொசுக்களுக்குச் சொந்தமாக ஒரு குளம் அமைத்துக் கொடுத்திருக்கலாம் மகிழ்ச்சியாகப் பாடித்திரியுங்கள் மகான்களே என்று.

அசுத்தத்தில் பிறந்து அசுத்தத்தில் வளர்வதுதானே கொசுக்களும் நுளம்புகளும்!

இப்போது இவைகள் மனிதனின் வடிவிலும் மலங்களில் மொய்க்கின்றன.

மட்டக்களப்பு என்றாலே ஒருகாலத்திலென்ன இன்றைக்கும் "செய்வினை சூனியங்களுக்குப்" பெயர்போன இடமாகத்தான் பலரும் உணருகிறார்கள். அது தவறும் இல்லை. இதை நிரூபிப்பதைப்போலத்தான் இன்றும் – காதலில் தோல்வியா? நினைத்த காரியம் கைகூட வேண்டுமா? தொழில் இல்லையா? கணவன் மனைவியைச் சேர்த்து வைக்கவா? அல்லது பிரிக்கவா, உடனே நாடுங்கள் "பரம்பரை மட்டக்களப்பு மாந்திரீக நிபுணர்" என்று விளம் பரங்கள் பத்திரிகைகளில் வந்து கொண்டிருக்கின்றன. புகைப் படத்தில் அவர்களின் முகங்களைப்பார்த்தாலே ஒருவித

அச்சம் நமக்கும் வந்துவிடுகிறது. மனம் இறுகி, காருண்யம் குன்றி வறண்டுபோன வதனங்கள்!

இறைவன் தனது தேவைக்குத் தக்கதாய் எத்தனை வகை யான முகங்களைக் கைவசம் வைத்திருக்கிறான்.

உலகத்தில் உலவவிடும் ஒவ்வொரு துறைசார்ந்தவனுக்கும் ஒவ்வொருவகை முகம் என்று.

சூனியக்காரனுக்கு ஒருவித வறண்ட முகம்! சூதாட்டப் பேர்வழிக்கு இன்னொரு விதம்! திருடனின் முகவடிவம் வேறு! கூட இருந்து குழிபறிப்பவனுக்குச் சற்று வித்தியாசம்! முட்டாளின் முகமும் தலையும் கோழிமுட்டை வடிவம்! அரசியல்வாதிக்கு ஓணாணின் நிறம்போல நிமிடத்திற்கு நிமிடம் மாறுகின்ற நிறமும் முகமும்! இங்குப் பயங்கரவாதி யார் தெரியுமா முகமே இல்லாத ஒருவன்தான்!

இந்த இடத்தில் கவிஞனின் முகம் என்னவென்று ஆராய்ந்து பார்த்தேன். ஒரு ரோஜாப்பூவா! அல்லது செவ்வரத்தைபூவின் நிறம்கொண்ட ஒரு கடலா! அல்லது குமுறும் நதியின் மெல்லிய நீலமா! இல்லை வெள்ளையா!

இவை அனைத்தும் இல்லாமல் எப்போதும் ஈ மொய்க்கும் ஒரு சர்க்கரைப் பீங்கானா!

எதுவாக இருந்தாலும் பரவாயில்லை. கதிர் அறுக்கப்பட்ட பின்பு ஒட்டுக்கட்டைக்குத் தீ வைத்துக்கொளுத்தப்பட்ட ஒரு வயல்போல இல்லாமல் இருந்தால் சரி.

இப்படிப்பட்ட பிரதேசம் ஒன்றில் ஈனப்பட்ட குட்டிகளில் ஒரு சில குட்டிகளுக்குச் சீறிக் குத்துகின்ற குணம்வராதா என்ன.

இப்படிப் பலரைக் குத்தித் தன் கொம்புக்குள் எடுத்த நாம்பன்தான் கிளிலாத்தாவின் கடுவனும்.

கிளிலாத்தா ஒருநாள் ஒழுங்கைத்தொங்கலில் இருந்த வீட்டுக்காரியுடன் சீட்டுக்காசு விடயமொன்றில் வாய்த்தர்க்கம் பட்டுக்கொண்டா. கோபமடைந்த அவ்வீட்டு அரசி தான் துப்பும் படிக்கத்தைத் தூக்கிவந்து கிளிலாத்தாவின் கடப் படியில் கொட்டியதுமல்லாமல் புருஷனின் கள்ளப்பெண் விஷயத்தையும் பிட்டுப்பிட்டு வைத்தாள். இன்னும் விடாமல்; தன் சீலையைக்கிளப்பி அடித்தொடைகளைக்காட்டி அவற்றில் இரு தட்டுகளும் தட்டிவிட்டுச் சென்றாள். “எங்கே பாப்பம் ஒண்ட புரிஷனின் சூனியத்த” என்று.

இந்தக் கிடுகிடுப்பையும் சவாலையும் கடற்கரையில் வைத்தே கேள்விப்பட்டுக்கொண்டு வந்த கிளிலாத்தாவின் நாசமாப்போவான் வட்டியலில் ஏறிச்செய்த முதல் வேலை, அங்கிருந்த கைவிளக்கைத் தூக்கிப் பற்றி எரிந்த அதன் துளிரைப் பெண்டாட்டியின் மூக்கிற்குள் பிடித்ததுதான். சுடு சுடு என.

அவனது கொடுமைகள் ஒவ்வொன்றும் புதுமை!

மூக்கிற்குள் இருந்த உரோமங்கள் பொசுங்கி கிளிலாத்தா விழுந்து கிடந்தா. அவ சத்தம்போட்டுக் கத்தும்போது தன் முரட்டுக்கையால் வாயைப்பொத்தக் கையில் இருந்த யானை மோதிரம் கிளிலாத்தாவின் உதட்டைப்பிய்த்து இரத்தம் வழிந்தது.

மாட்டுக்கும் மனிதன் பிள்ளையாகப்பிறக்கத்தான் செய்கிறான்! மனிதனுக்கும் மாடு ஜனனிக்கிறது. அதுதான் சாதுவாக நமக்குப் பால் தருகின்றதோ!

இன்னுமொருநாள் கிளிலாத்தா கறிச்சட்டியை அடுப்பில் வைத்துவிட்டு மறந்து கிணற்றடிக்குப் போய்விட்டா. பற்றி முறுகிய இறைச்சிக்கறி ஊரெல்லாம் நாறியது. திண்ணைக்குள் பசியோடுகிடந்த பன்றிக்கு நாற்றம் விளங்கிவிட்டது. கோபத்துடன் எழும்பிவந்த அது கறிச்சட்டியை அப்படியே கிணற்றடிக்குத் தூக்கிப்போய்க் கிளிலாத்தாவின் தலையில் கொட்டியது. மனிசி துடிதுடித்துத் தலையைப் பொத்திக்கொண்டு குந்தினா. அவவை அறியாமலே கீழால் “கொல்லைக்கும்” போனது. குழந்தைப்பிள்ளைமாதிரி.

இந்தச்சம்பவத்தில் நான் அவனில் அடைந்த வெறுப்பை விட, தலையில் கறிச்சட்டி கவிழ்த்துக் கொட்டப்பட்டதால் கிளிலாத்தாவின் கொண்டைக்குள் சிக்கியிருந்த எலும்புத் துண்டொன்றைக் கண்டு, பாய்ந்து பறந்துவந்து, கொத்திப்போன அந்தக் காகத்தின் மீதுதான் எனக்குப் பாரிய வெறுப்பு.

அந்தக் காகத்தின் சொண்டு இடிவிழுந்து வெடித்து அதன் வாய் ஒரு சப்பைபோலாகி இரையை அது நக்கித் திண்டாடித்திரிய வேண்டும்.

அப்படி ஒரு துயரம் எனக்கு அந்தச் சம்பவம்.

கொடூரக்காகம். என்னைத் தின்பதைப்போல அந்த எலும்புத் துண்டைத் தின்றது. பின் தின்னமுடியாமல் கிணற்றுக்குள் போட்டது. தண்ணீர் பழுதாக.

காகம் நல்லதும்தான். பாதிப்பானதும்தான். யாரோ வரப்போகிறார் என்பதை வாசலில் நின்று விடியவிடியக் கத்திக்காட்டுவதும் அதுதான். ஒரு சந்தர்ப்பத்தைப் பார்த்து இந்தத் தலைதான் நமக்குச் சிறந்த தலை என்று கணக்கெடுத்துத் தன் "அத்தரை" மூடி திறந்து ஊற்றிவிட்டுப்போவதும் அதுதான்.

ஒரு ரொட்டித்துண்டுக்கு நக்கரைக்கும் காகம் அதிகச் சங்கதிகளை வைத்திருக்கிறது.

அண்டங்காக்கையின் பித்தையும் ஏழு தலைமுறைப் பெண் பிணத்தின் பிடரியிலுள்ள பூனைமயிரைப் பொசுக்கிய கரியையும் எடுத்துச் செய்யாத சூனியம் எல்லாம் செய்யலாம்.

எங்கே இருக்கிறது விளக்கம் பார்த்தீர்களா! நாம் காகத்தின் "காரம்" தெரியாமல் "காக்காப்பாட்டுப்" பாடுகிறோம்.

இந்தச் சோலைக்கிளியும் பல காக்காப்பாட்டுக்கள் பாடித்தான் இருக்கிறான். என்ன செய்வது, அண்டங்காக்கையின் பித்தைப்பற்றியும் கவிஞன் அலட்டிக்கொள்ளலாமா! கவிதை படைக்கும்போது மனைவி மக்களைப்பார்த்து மனம் விரண்டு கொள்வதைப்போல.

என்னதான் இனித்தாலும் கவிதையைக் கெடுக்கின்ற ஜாதிகள் மனைவியும் மக்களும்தான். "இஞ்ச உங்களத்தான்" என்றும் "வாப்பா காக்காப்புள்ள அடிக்காரு" என்றும்; அதி நுட்பமாக ஆனால் நமக்கு ஆத்திரத்தை ஊட்டியபடி.

இதைச்சொல்ல ஒருநாள் என்மனைவி சொன்னாள்: கவிஞனுக்கு வரும் ஆத்திரமும் ஓர் அழகுதான் என்று.

இதற்குத்தானடியம்மா உன்னை மனைவியென்பது.

❖

மஞ்சவணா மரத்தில் ஒரு நூல்

கிளிலாத்தாவின் கணவனைச் "செய்வினைச்சீனி" என்றும் ஊரில் சொல்வதுண்டு. அவன் செய்கின்ற காரியத்தையும், அவனது பெயரின் ஒரு தொங்கலையும் முடிந்தெடுத்துச் சூட்டப்பட்ட நாமம்தான் அது. தும்பிக்கு வால் கட்டியதுமாதிரி.

நித்திரைக்கண்ணனும் மாணிக்கம் பொறுக்கிய இந்த ஊரில்,

எத்தனை சீனிகள் முளைத்துத் தளைத்துத் தெறித்துப் போய் இருக்கிறார்கள்.

ஊத்தைச்சீனி, கூப்பன்சீனி, ஓணான்சீனி, ஓறவாயன் சீனி, முடவன்சீனி என்று,

சீனிகளும் சர்க்கரைகளுமாக இருந்து இனித்து மணத்த பலாப்பழம்தான் எங்கள் பிரதேசம். வெட்டி விரித்தால் சுளைகளும் கொட்டைகளுமாக.

கூப்பன் வியாபாரத்தில் ஈடுபட்டு அதில் வேகமாக முன்னேறி வானத்தில் இருந்த வட்டநிலவிலும் நாலு ஏக்கர் வாங்கிப் "பாவம்;" விதைத்த சீனியைக் "கூப்பன்சீனி" என்றும்,

சின்ன வயதில் இளநீர் பறிக்கத் தென்னைமரத்தில் ஏறிச்சறுக்கிக் கணுக்கால் புரண்டதால் நண்டுபோல இடறித்திரிந்த சீனியை "முடவன்சீனி" என்றும்,

ஆண்டிற்கு இருதடவை அல்லது மாரிக்குமாரி யெனக் குளித்துப் பிறநாட்களில் உடம்பில் இருந்த ஊத்தைகளை உருட்டி மணிமணியாக உதிர்த்திக் கோழிக்குத் தீன்போட்ட சீனியை "ஊத்தைச்சீனி" என்றும்,

உடம்பு தேய்ந்து விளக்குத்திரிபோலத் தெரிந்த சீனியை "ஓணான்சீனி" என்றும்,

அழைத்த ஊர்தான் "கட்டிலால் விழுந்த காரியப்பரையும்" தன் அத்தியாயத்தில் பதிந்து வைத்திருக்கிறது.

ஒரு காலத்தில் இந்த மண்ணில் திருமணப்பெண்ணைக் கதவுமூலைக்குள் இருத்திவைத்துத்தான் தாலிகட்டியிருக் கிறார்கள். அப்போது "மணவறை" கதவுமூலையாகத்தான் இருந்திருக்கிறது. இதை அத்தாட்சிப்படுத்துவது போல இன்றைக் கும் ஒருத்தருக்கு ஒருத்தர்,

"என்ன வாழப்போற பொண்ணுமாதிரி கதவு மூலைக் குள் இரிக்கிற" என்று கிண்டலும் கேலியுமாகக் கேட்கின்ற வார்த்தைகள் காதுகளில் ஒலிக்கின்றன.

இப்படிக் கதவு மூலைக்குள் "குத்துவிளக்குகளை" வைத்துத் தாலிகட்டுகின்ற கலாச்சாரம் மருவி, அதிலிருந்து சற்று மாறுபட்டுக் கயிற்றுக்கட்டிலில் "தங்கத்தைச்" சோடித்து வைத்து கழுத்தை நீட்ட வைத்த புதுமை தலையெடுத்த நேரத்தில்,

காரியப்பர் என்பவர் திருமணம் செய்யும்போது மாப்பிள்ளையாக அவரைக் கட்டிலில் இருந்த பெண்ணுக்குப் பக்கத்தில் ஏற்றிவைக்க, அதில் அவர் இருக்கத்தெரியாமல், ஒரு குதிரையில் ஏறியதைப்போல பயந்து விரண்டு சாரன் உரிய விழுந்தாராம்.

அன்றிலிருந்து இந்தக் காரியப்பருக்குக் "கட்டிலால் விழுந்த காரியப்பர்" என்ற பெயர் ஏற்பட்டுப்போனது.

நல்ல அழகான கதைகள்தான் ஒவ்வொன்றும். சுருட்டடப்ப மும் தேங்காய்ச் சுண்டலையும்போல இனிப்பானவைகளும்.

இப்படி ஆயிரம் கதைகளையும், ஆயிரத்துப்பதினேழு சங்கதிகளையும், தன்னகத்தே புதைத்து வைத்திருக்கும் இந்த மண்ணின் நெஞ்சு ஒருபோதும் காயாது. இந்தப்பொன் குளத்துள் இருந்து என்றைக்கும் "விரால்மீன்கள்" துள்ளும். யாரும் "கரப்புக்" குத்திக் கறி சமைக்க.

இப்படியாகத்தான், செய்வினைசெய்கின்ற காரணத்தாலே தான், கிளிலாத்தாவின் கணவனுக்கும், அவனது பெயரில் "சீனி" என்ற வார்த்தையும் இருந்ததால், "செய்வினைச்சீனி" என்று பெயர் வந்தது.

ஒவ்வொருத்தரையும் எப்படி எப்படி அழைக்க வேண்டும் என்று இங்குள்ள மக்களுக்கு நன்கு தெரியும்.

திருடப்போன வீட்டில் உள்ள நாய் கடிக்கச் சீறிப்பாய்ந்து வரும்போது, லஞ்சத்தைக் கொடுத்து அரச ஊழியனை மடக்கு வதைபோல அதற்கு இறைச்சிப் பொரியலைப்போட்டுச் "சவ்வைச்" சப்பச் செய்துவிட்டு விடியவிடிய "நிலவறை" தோண்டித் திருடித்தின்ற பரம்பரையில் வந்தவனை இன்றும் இந்த மண் மறந்துவிடவில்லை. அவனது பெயரை அழகாகத் தான் காரணத்தோடு அழைக்கிறது.

சனங்களின் கண் சல்லடைபோட்டுத் தேடுவது.

"குப்பறப்படுத்தான்" என்று ஓர் அரசியல்வாதி இந்த மண்ணில் இருந்திருக்கிறார். அவர் ஒவ்வொரு தேர்தலிலும் தோற்றுக் கட்டுக்காசையும் இழந்து குப்பறப்படுத்ததால் அவருக்கு அந்தப்பேர்.

"கரிக்கோச்சிவாயன்" என்றும் ஒருவன் இங்கு இருந்திருக் கிறான். அவன் எப்போது பார்த்தாலும் புகைவிட்டுக்கொண்டு திரிந்ததால், ஊர் மக்கள் அவனுக்கு அந்தப் பெரிய "ஜோர்ஷ் ஸ்ரீவென்சனின்" கண்டுபிடிப்பையே பெயராகச் சூட்டிக் கண்ணியப்படுத்தியிருக்கிறார்கள்.

பெயர் சூட்டுவதில் எங்களூர் எப்போதும் கஞ்சசல்பட்டது கிடையாது. இந்தக் கலையில் பாண்டித்தியம் பெற்றபலர் இன்றும் இருக்கிறார்கள். இல்லையென்றால் கூனிக்கறுத்து, ஒரு பிடிச் சாம்பல்போலத் திரிகின்ற ஒருவனுக்கு "ஆமைப்பூட்டு" என்று பெயர் வைத்திருக்கமாட்டார்கள்.

என்ன அழகான கற்பனை! நல்லவேளை, சற்று நீண்டு உயர்ந்திருக்கும் எனக்குப் "பள்ளிவாசல் திறப்பு" என்று பெயர் வைக்காமல் விட்டது.

செய்வினைச்சீனி இன்று இல்லாது போனாலும் அவனால் பாதிக்கப்பட்ட குடும்பங்களின் குருத்துகள் இப்போதும் இருக்கின்றன.

அந்தக் குருத்துகள் தங்கள் குடும்பங்களில் சீனி ஏற்படுத்திய பாதிப்புக்களை நினைத்தபடி இன்றும் அழுகின்றன.

அண்ணாந்து பார்த்தால் பறக்கின்ற காகம் விழுகின்ற பரிசாரி ஒருவன் செய்வினைச்சீனியின் சொந்தக்காரன். அவனுக்குச் செய்யத் தெரியும், திருப்பி மூளத்தெரியாது.

எந்தவித மருந்து மாயங்களும் இல்லாமல் சிரித்துச் சிரித்துச் சூனியம் செய்பவர்கள் இன்றும் நம் மத்தியில் இல்லையா? இருக்கிறார்கள்! அப்படிப்பட்ட பெண்கள்தான் குறைந்துவிட்டார்கள். இவர்களுக்கு ஒருவன் அழிவது நகம்

வெட்டுவது மாதிரிச் சின்ன விஷயமும், அதில் காளான் முளைப்பதைப் போலப் பார்க்க அழகும்.

மாட்டுக்கார வெள்ளைத்தம்பியர் என்று ஒருவர் எங்களுக்கு அண்மையில் வாழ்ந்தார். அவர் மனைவி ஒரு காலத்தில் இந்தச் செய்வினைச்சீனியால் விரும்பப்பட்டவளாம். பூசிமினுக்கிய செப்புக்குடத்தை எந்தத் தென்னம்பாளைதான் விரும்பாது! இங்கு ஒரு "செண்பகமாமி" விரும்பியிருக்கிறது.

இது நடக்காமல் போக, இதை ஒரு பழியாக நெஞ்சில் வளர்த்துவந்த சீனி, ஒருகட்டத்தில் தன் கோபத்தை ஆற்றிக் கொள்ள, அவளுக்குத் "துவாலை" அடிக்கச் செய்து மஞ்சள் நூலொன்றை வெள்ளைத்தம்பியரின் வளவில் நின்ற "மஞ்ச வணாவில்" கட்டியிருந்தான்.

"மஞ்சவணா" என்றாலே இப்போது இருப்பவர்களுக்குத் தெரியாது. அதுவும் இந்த மண்ணில் நின்று காலத்திற்குக் கால்கடுக்க ஒத்தி வீசப்பட்ட ஒருவகை மரம்தான். இதில் எந்தப் பயனும் இல்லை. வேலிகளுக்குத் தழைமரமாகப் போடுவார்கள். தங்கள் "பொதுவை" அடையாளப்படுத்த. குரூரம் நிறைந்த வில்லர்களின் முகங்களில் இருக்கின்ற கட்டியும் முட்டியும் போல மஞ்சவணாவின் காய்கள் இருக்கும்.

அந்த மஞ்சள் நூல் காற்றுக்கு ஆட ஆட, வெள்ளைத்தம்பியரின் பெண்சாதிக்குச் சதையும் இரத்தமு மாகத் "துவாலை" இறைத்தது. ஆள் மாதக்கணக்காகப் படுக்கை யில். ஒரு நாள் ஊர்விட்டு உயரப்போய்ச் சேர்ந்தாயிற்று.

வெள்ளைத்தம்பியர் இந்த இழவைச்செய்த ஈனச்சாதியை அறிந்தே ஆகவேண்டும் என்பதற்காகப் பக்கத்து ஊரில் இருந்த "பிரம்புப் பரிசாரியிடம்" சென்று குறிபார்த்தார். குறி கண்ணாடி போல அனைத்தையும் காட்டிற்று.

ஒரு நெருப்புச் சட்டிக் கண்ணன், எப்போதும் புலாலோடு பழகுபவன், கூப்பிட்டால் கேட்கின்ற தூரத்தில் வாழ்கிறவன், என்று மண்ணும் விடாமல் சொல்லிற்று.

அதற்குப் பிறகு வெள்ளைத்தம்பியர் அந்த மரத்திலிருந்த மஞ்சள் நூலை அவிழ்த்து எடுத்த பிறகுதான் அந்தக் குடும்பத் திற்கே நெஞ்சுக்குள் தண்ணி வந்தது.

சூனியம் மறைமுகமான ஒரு வெடிகுண்டு. அல்லது பச்சையுடன் ஆளை அவித்துத் தின்னும் ஓர் அரக்கன்.

வசதி உள்ளவனைப் பிச்சைக்காரனாக்கி நடுத்தெருவில் நக்கரைத்துக் கையேந்தவைத்து விடலாம் இந்தச் சூனியத்தின் புண்ணியத்தால்.

சுடலைக்கரை மண்ணை ஓதி, எழும்பி முழிக்கும் தலை வாசலில் தூவிவிட்டால் காணும், வெறுவாய்க்கேடு வந்துவிடும்.

எனக்குத் தெரிந்த ஒரு பணக்காரன் தன் தொழிலில் ஏற்பட்ட பகை ஒன்றின் காரணமாக, எதிரி இவன் கடை வாசலில் செய்து புதைத்திருந்ததால், மிக விரைவிலேயே ஓட்டாண்டியாகி உடுத்த சாரனையும் விற்றான்

முன்னொரு காலத்தில் மனதுக்குப்பிடித்த தங்கப்பதுமை களை "அங்கம்" விட்டுத்தூக்கி எடுத்த கதைகளும் உண்டு. அவைகள் பொய்களும் அல்ல.

எனது குடும்பத்தில் சில தலைமுறைகளுக்கு முன் இருந்த பெண்ணை அவளது முறைமச்சான் ஆன ஒரு போடி, தன்னிடத்தில் அழைப்பதற்காகக் கடற்கரையில் பல பரிசாரி மார்களைக் கொண்டுமடைபோட்டு, ஒவ்வொரு இரவும் விடியவிடிய "மந்திரித்து" அங்கத்தை ஏவிக்கொண்டிருந்தானாம். விஷயம் அறிந்த பெண்வீட்டார் அவளை நிலத்தில் கால் படாமல் ஓர் உயரத்தில் ஏற்றிவைத்துப் பாதுகாத்தனராம். நிலத்தில் கால்பட்டால் "அங்கம்" தூக்கும்.

ஒருநாள் இரவு பெண்ணுக்குக் கொல்லைக்கு முடுக்கிய அவதியில் தன் நிலையை மறந்து பக்கத்தில் இருந்த படிக்கத்தை எடுக்க அவள் நிலத்தில் காலை வைத்ததுதான் தாமதமாம், "அங்கம்" பொத்திக்கொண்டு பறந்திச்சாம்.

பறக்கும்போது அவ அணிந்திருந்த ஆபரணங்கள் வானத்தில் கிலுகிலுத்திச்சாம்.

பிறகு நடந்தது என்ன? அது கடற்கரையில் பெண்ணைக் கொண்டு போட்டுவிட்டுப் பரிசாரிமார்களிடம் எனக்கு என்ன தரப்போகிறீர்கள் என்று கேட்க,

தனக்கு அப்பெண்ணைக் கட்டித்தர மறுக்கிறார்களே என்று கோபப்பட்டிருந்த அப்போடி,

"நீ கொண்டு வந்த சாமான்தான் உனக்கு" என்றானாம்.

உடனே "அங்கம்" அப்பெண்ணின் கழுத்தை முறித்து இரத்தம் குடித்துவிட்டுச் சென்றிச்சாம்.

இப்போது "வெள்ளைவான்;" இருக்கிறது. சில பெண்களின் முடி அலங்காரங்களை ஒத்த துப்பாக்கி வகைகள் உள்ளன, இரண்டு மூன்று ரூபாய்களுக்கு வாங்கக்கூடிய அடியாட்கள் திரிகிறார்கள். தற்போது "அங்கம்விடும்" பாணியே வேறு!

பெண்களைத் தூக்குவதிலும் மனிதன் "நாகரிகம்" அடைத்துவிட்டான்.

கிளிலாத்தாவின் கணவன் அங்கம்விட்டு வெள்ளைத் தம்பியர் பெண்சாதியைத் தூக்க நினைக்கவில்லை. அது ஏனென்று தெரியாது. செலவு சித்தாயமான காரியமாக இருக்கிறதே என்று நினைக்காமல் விட்டிருக்கலாம்.

என்னால் வாழ்நாளில் மறக்கமுடியாத அவனது பணிவிடையில் ஒன்றுதான், சீட்டுக்காசிச் சச்சரவில் அவன் கொச்சிமச்சிக்குச் செய்த பணிவிடை.

கொச்சிமச்சி சண்டையின்போது தன் அடித்தொடை களில் தட்டிச் சபதம் போட்டதற்காகவோ என்னவோ தெரியாது, செய்வினைச்சீனி மச்சிக்கு எலியில் செய்து தென்னைமரத்தில் ஏவி விட்டிருந்தான்.

அவன் ஏவிவிட்ட எலி மரத்தில் தாவத்தாவ, முதலிரவில் சில ஆண்களைப்போல, கொச்சிமச்சியின் அடித்தொடை இரண்டையும் யாரோ காய்ந்த ஈர்க்கினால் கிழிப்பதைப் போல இருந்தது.

தன் உடம்பில் இருந்த துண்டையும் துணிகளையும் மச்சி உருவிவிட்டு மண்ணில் கிடந்து புரண்டது இன்னும் என் நினைவில் இருக்கிறது.

நினைவுகளுக்குத்தான் எத்தனை சக்தி! அது தலைதூக்கும் போது ஏற்படும் இன்பமும் துன்பமும், "இன்பம்தான்."

எலியில்தான் பெரும்பாலும் ஆராய்ச்சிகள் செய்துபார்க் கிறார்கள். இந்த எலிகளில்தான் சூனியங்களிலும் பல வடிவங் களை அரங்கேற்றியுமிருக்கிறார்கள். எலிகளென்ன பெரிய மகான்களோ! அவை வளைமுகட்டில் இனி வாழவே கூடாது. அலுமாரிகளுக்குள் வசிக்கட்டும், ராஜா மாதிரி!

புளியங்கொட்டையைப் போன்ற சுண்டெலியில் செய்து அதைப் பொட்டுக்குளிசை போடாத "கட்டுப்பெட்டிக்குள்" வைத்திருந்தால், உள்ளிருக்கும் பட்டுத்துணியை அது அறுக்க அறுக்க, யார் குறித்துச் செய்யப்பட்டதோ அவன் குடும்பத்தில் இருந்த உறவும் அந்தத் துணிபோலப் பஞ்சிழக்கும். பொட்டுக்குளிசை மணம் எலிக்குப் பிடிக்காது.

காகம், எலி, நத்தை, தவளை, சங்கு, தலைமயிர், என்பன சூனியத்தின் மூலப்பொருட்கள் என்றால்;

ஒருவர் உடுத்துக் கழற்றிய பழஞ்சீலை, போட்டுக்கழித்த தேய்ந்த செருப்பு, பாதம்பட்ட மண்போன்றவை அதை நிலை நிறுத்த வைத்தியர்கள் தேடி எடுக்கும் பாரிய ஆதாரங்கள். இவைகள்தான் சூனியத்தின் சக்கரமில்லாத தேர்கள்.

கிளிலாத்தாவின் கணவனான செய்வினைச்சீனி ஒரு பெண்ணுக்கு, அவளது பலாமரம் ஒரு கந்தை நீட்டி இவனது வளவுக்குள் சருகு கொட்டியதால்,

அவளது பழைய பாவாடையைக் கிழித்தெடுத்து அந்தத் "தூமைத்துண்டில்" "ஊத்தைக்குடியனைக்" கொண்டு செய்து குறிப்பிட்ட பெண்ணின் கோடிக்குள் புதைத்திருந்தான். "ஊத்தைக்குடியன்தான்" செய்வினைப் பேய்களில் இளக்கார மானவன்.

அப்போது அனேகமாக அனைவரது வீடுகளுக்குப் பின்னாலும் தூமைத்துண்டுகளின் உருட்டிய பந்தொன்று ஒளித்து வைக்கப்பட்டிருக்கும். ஆணாகப்பிறந்தவர்கள் யாரும் இல்லாத நேரம் பார்த்து எரித்து விட என்று.

அப்படி ஓர் உருண்டையில் இவன் கை விழுந்திருக்கும்.

அதனால், அந்தப் பெண்ணின் வயிறு கொடிய இடிமுழக்கங்களுடன் கண்பிதுங்கும் அளவுக்கு உபாதைப்பட்டு, இடித்துக்குந்தக் கையில் உலக்கையோடு கோடிக்குள் போனால்,

"கொங்றீட்" மாதிரி மலம் இறுகி, வர மறுத்தது. நமது நாட்டின் சமாதானத்தைப்போல.

அந்த அவதியை நான் இங்குச் சொல்லித்தெரிய வேண்டும் என்றில்லை. நம்மில் பலருக்குத் தினமும் அந்த அவதி வாலாய மாகி இருக்கிறது.

மெய்தான்; நமது நாட்டின் சமாதானத்தை எந்தப் பரிசாரி சூனியம் செய்து யார் வயிற்றுக்குள் இறுக்கிவைத் துள்ளான்! பலரும் வட்டம் போட்டுக் கூடி ஒன்றாக இருந்து முக்கிஎடுத்தாலும் "வயிற்றாலையாக" அது அடிக்கவேயில்லை.

அந்தக் காலத்தில் "கக்கூசு" இல்லை. வீட்டுக்குப் பின்னால் பெரிய கோடியிருக்கும். மறைந்து நெளிந்து சமாளிப்பதற்குப் பெரிய வம்மிமரமொன்றும் பெரும்பாலும் நிற்கும். அல்லது புறவளவுக்குள் ஒரு ஒழுங்கு செய்திருப்பார்கள்.

இந்த இரண்டு தளங்களுக்குள்ளும்தான் மண்வெட்டியால் வெட்டுவதும், உலக்கையால் இடிப்பதுவும். உலக்கை மாவிடிக்க மட்டும்தான் என்பது பொய்.

பெரும்பாலும் இந்தத் தளங்களில் பெண்டுகள்தான் தங்கள் "அணுகுண்டை" இறக்குவார்கள். கடற்கரைக்கு அல்லது குளத்திற்கு ஆண்கள் சென்று வருவார்கள்; ஓர் அவஸ்த்தைக்கு மட்டும் அக்கம் பக்கம் பார்த்து அவர்களும் பதுங்கலாம். அது அவர்களுக்குப் பழக்கமும்.

எப்படியோ, தூரக்கொண்டுதான் தன் பிட்டைச்சுட்டான் அன்றைய மானிடன். இப்போது உள்ளவனைப் போலத் தன் படுக்கையறையின் தலைமாட்டில் இருக்கின்ற பொந்துக்குள் சிந்தவில்லை முத்தை.

ஒருவன் அதற்குள் இருந்துகொண்டு தன் வயிற்றாலே பல ராகங்கள் பாட, அந்த ராகத்திற்கேற்றாற்போல் மற்றவன் தன் அறையில் படுத்துக்கொண்டு காலாட்டும் காட்சி இப்போது எந்த வீட்டுச் சினிமாவில் இல்லை!

கழற்ற முடியாத பல வெற்றிப்படங்கள் ஓடுகின்ற கொட்டகைகள் இன்று நம்முடைய வீடுகள்.

❖

பல்லிகளின் குடிமக்களாக நாம் எப்போது மாறுவது

எரிக்கிலை என்றொரு செடி இருக்கிறது! அதை இப்போது காணவில்லை. ஊரில் மானம் மரியாதை ஓடி ஒளித்ததைப்போல அதுவும் ஒளித்துக்கொண்டது.

இந்த எரிக்கிலைச் செடியை வைத்துத்தான் அந்தக்காலத்தில் சின்னச்சின்ன மனஸ்த்தாபங்களுக் கெல்லாம் காரியம் பார்த்திருக்கிறார்கள்.

எரிக்கிலையும் சப்பாத்திக்கள்ளியும் சூனியத்தில் முக்கிய இடம் வகிக்கின்றன. இவை இரண்டும் பருவத்திற்குப் பருவம்தான் பூப்பன. அரசியல்வாதிகள் தேர்தலுக்குத் தேர்தல் சிரிப்பதைப்போன்று.

அண்மையிலும் பல அரசியல்வாதிகள் சுவர்களில் தங்கள் "ஆச்சரியங்களைக்" காட்டியிருந்தார்கள். அரசியல் இயந்திரத்தில் இருந்து குதித்த ஒரு குரங்கைப்போல வந்த ஒரு குட்டித்தேர்தலில் தத்தமக்கு வாக்குப்பிச்சை கேட்டபடி.

பாத்திரம் ஏந்தாமல் பிச்சை எடுப்பது அரசியல் வாதிகள் மாத்திரம்தான். சில லஞ்சக்கார அதிகாரி களையும் சேர்த்துக்கொள்ளலாம். இவர்கள் நினைக் கிறார்கள்; தாங்கள் சிரித்தால் உடனே ஊரில் பூ மலர்ந்து விடுகிறதென்று. காது வரைக்கும் தன் கன்னம் கிழியச் சிரித்தவனில் இருந்து, தன் தொண்டைக்குள் இருக்கின்ற குட்டி நாக்கைக் காட்டிச் சிரித்தபோது, அதில் கொசு மொய்த்தவன் உட்பட, இந்தத் தேர்தலில் தோற்றிருந்தான்.

மக்கள் மூளைகளுக்கு இப்போதுதான் வலை விரித்து வேலி கட்டப்பட்டிருக்கிறது. இதுவரை காலமும்

அது காகம் குடிக்க அவர்களின் தலைக்குள் அது இருந்த அறை பாதுகாப்பின்றித்தான் திறந்திருந்தது.

நல்ல தச்சன் நாட்டில் இருக்கவில்லையா!

ஓரளவு அறிவு பெருகி அதற்குக் கதவு போடப்பட்டாயிற்று. இனி எந்த அற்பப் பிராணியாலும் எங்கள் குலக்கொழுந்து களின் "பகுத்தறிவுப் பதார்த்தத்தை" ருசிபார்க்கவே முடியாது.

சிலர் சுவரொட்டிப் படங்களில் பழைய கோட்டுகளை அணிந்திருந்தனர். புகைப்படம் எடுக்கும் நிலையங்களில் அவற்றை அவர்கள் வாடகைக்கு எடுத்திருக்கலாம். இப்போது மனிதன் நினைத்தால் எல்லாவற்றையுமே வாடகைக்கு எடுக்க முடியும். ஆண்டவனைக்கூட. சிலர் வாடகைக்கு வாங்கிய ஆண்டவனை வைத்துக்கொண்டுதான் இல்லாத பொல்லாத அக்கிரமங்களெல்லாம் நடத்துகின்றனர். இவர்களின் ஆண்டவன் ஒரு "செந்தில்" அல்லது "கவுண்டமணி".

இந்தக் கோமாளிக் கடவுள்களின் கூடார உலகிற்குள், இவர்கள் அணிந்திருந்த கோட்டுகளில் சில பொத்தான்கள் அறுந்திருந்தன. எனக்கென்றால் அவை, கூதலுக்குப் போர்த்திப் படுக்க நன்றாக இருக்குமே என்ற உணர்வுதான் வந்தது. ஆனால், நன்றாகக் கிருமி நீக்கித் துவைத்தெடுக்கவேண்டும்.

எனக்கு வருகின்ற உணர்வுகள் அனைத்தையும் நான் இங்குச் சொன்னால் உங்களுடன் சீவிக்கவே முடியாது. தேசத்தை விட்டுத் தப்பியோட நேரிடும். பாவம், நான். என்னிடம் ஒரு குதிரை கூட இல்லை. ஒரு பழைய பெண்டாட்டியையும், இரண்டு பிள்ளைகளையும் தவிர.

மனிதன், மனிதனின் புன்னகைக்கு மயங்கியகாலம் இப்போது போய்; எங்கள் மூதாதையர்கள் பாவித்த "தைலாப் பெட்டிக்குள்"; உறங்கத் தொடங்கிவிட்டது. அதை இனி எழுப்பவே முடியாது. நமது தலைவர்களும் அதன் கூடவே உறங்குவதாக ஒரு தகவலைச் சில கரப்பான் பூச்சிகள் சொல்லிய தாகச் சிறு பல்லி எனக்குச் சொல்லியிருக்கிறது.

பல்லிகளில் எனக்கு நிறைய நண்பர்கள் உண்டு. இந்த மனிதர்களைவிட மிகவும் தூய்மையானவைகளாக நான் பல்லிகளையே கருதுகின்றேன். அவற்றின் வயிற்றுக்குள் இருக்கும் முட்டையைக்கூட மறைக்கத்தெரியாமல் காட்டி நம்முன்னால் ஊரும் வெளிப்படை மனிதனுக்கு இருக்கிறதா? அவன் எத்தனை நஞ்சுகளைத் தன் மனதுக்குள் ஒளித்து வைத்து நம்மோடு பழகுகிறான்!

நமக்கு இனி ஒரு பல்லியே தலைவனாகி நாடாளும் காலம் உருவாகவேண்டும். அது சிம்மாசனத்தில் இருந்து ஆட்சி செலுத்தாவிட்டால் பரவாயில்லை, பழையபாத்திரங் களின் விளிம்பில் இருந்து கொண்டாவது அது, ஒளிவு மறைவற்ற ஓர் ஆட்சி நடந்து,

பல்லிகளின் குடிமக்களாக நாம் எப்போது மாறுவது!

அது உண்மையாகத்தான் இருக்கவேண்டும். அவர்கள் "தைலாப்பெட்டிக்குள்" உறங்குவதால்தான் இங்கே, ஊரில், அவர்களின் ஆவிகள் மேய்கின்றன. இரவுகளில் அதிகமாக.

எரிக்கிலையும் கள்ளியும் பூக்கின்ற காலத்தில் உடம்பெல் லாம் நெல்லுத் தூவியதுமாதிரி "கொப்பளங்கள்" உண்டாகிப் பொத்து வடிந்து, வேதனை கொடுக்குமாப்போல, ஒரு வகைச் செய்வினை இருக்கிறது.

செய்வினைகளில்தான் எத்தனை வகை! எத்தனை தினிசுகள்! இந்த மனிதனில் எத்தனை வகை இருக்கிறதோ, அத்தனை வகைக்கும் செய்வினையும் இருக்கிறது. பனங் கொட்டை அளவில் இருக்கின்ற மனிதனுக்குக்கூடப் "பல்லி மிட்டாயில்" செய்து சொரிகின்ற அளவுக்குச் செய்வினை உண்டு.

இஞ்சிக்கிழங்கர் பொண்டிக்கும் இப்படித்தான் யாரோ செய்திருந்தான். குறிப்பிட்ட செடிகள் பூத்து ஓய்ந்தால் அவை தானாகக்குணமாகித் தழும்பே இருக்காது. பிறகு அடுத்த பருவத்தில் கள்ளியுடன் சேர்ந்து செய்வினை செய்யப்பட்ட வரின் தேகமும் பூக்கும்.

"பால்கள்ளி" இதற்கு முரணானது. வளவில் செய்வினைச் சூனியக்குறைபாடுகள் இல்லாமல் ஒரு காவலாகப் "பால் கள்ளிச்" செடியொன்றை வளவில் ஒரு மூலைக்குள் நாட்டி வைப்பார்கள். இப்போது வளவும் இல்லை. மூலையும் குறைவு. ஒரு "கைலேஞ்சி" அளவு இடத்திற்குள் வீடு கட்டிக் குடியிருப் பவன் தடிமல் வந்தால் தன் மூக்கைச்சீறிக் கொஞ்சம் உஷாராக எறிந்தால், அடுத்தவன் வீட்டுக்குள் அது போய் அவனது கறிச்சட்டிக்குள் விழுகிறது. கறிவேப்பிலைகள் விரண்டு பார்க்க.

இது தேவையா! இதனால் மூக்குச் சீறுவது நின்று விட்டது. அதனால் பலர் கதைக்கும்போது ஆற்றில் தண்ணி ஓடுவதைப் போல ஒரே "களகளவென்ற" சத்தம் கேட்கிறது.

எங்கள் வளவில் "கக்கூசு" மூலைக்குள் ஒரு "பால்கள்ளி" நன்கு செழித்திருந்தது. அந்த மூலைக்குள்தான் எனது மூத்தம்மா வளர்த்த "முட்டைச்சுரங்கம்" என்ற பேடு பெரும்பாலும் தன் "மருந்துகளை" இறக்கிவிட்டு அடுத்தநாள் வரைக்கும் ஒப்பாரிவைக்கும். சேவல் அடக்கினாலும் "சுள்ளென்று" பாய்ந்தபடி.

"பெண்களில் மாத்திரமல்ல, கோழிகளிலும் ஆண்மூச்சுக் காரிகள் உண்டுதான்". என்று அப்போது வீட்டில் உள்ளவர்கள் கதைப்பார்கள்.

எனக்கு இப்போது விளங்குகிறது, அது சரிதான் என்று. ஒரு முட்டை இறக்கிக் குடல் சூடாறும் முன்னமே அடுத்த முட்டைக்குக் கொக்கரித்து அழைக்கும் ஆணாப் பிறந்தவன் எதற்கு! அவனது மீசையை மதிப்பாளா பெண்சாதி! நெருப்பைத் தட்டி உதட்டில் எரிக்கமாட்டாள்! கையைத் தட்டிக் கட்டிலில் தான் நெருப்புவைப்பாள்.

எனக்குத் தெரிந்த ஒருவனுக்கு வருடத்திற்கு இருபிள்ளை. அவன் மானிடஜாதியின் சூத்திரத்தையே மாற்றியமைத்து, அவளை "ஆட்டுப்பெட்டையைப்போல" ஆக்கிவிட்டான்.

அவன் பெண்டாட்டிக்கு இனி நாங்கள்தான் "கொத்து" வெட்டிப்போடவேண்டும்.

இதுவெல்லாம் சின்னச் சின்ன காரியங்கள். "சேத்திக்குப்" போடுவது மாதிரி ஒரு சிறு பணிவிடைகள். சீனியில் ஓதிக் குடிக்கின்ற தேத்தண்ணிக்குள் போட்டுக் கொடுத்தால், "வட்டியலுக்கு" வந்தவன் மாப்பிள்ளையாக வலிய வந்து "உள்வீட்டுக்குள்" படுத்துவிடுவான். ஒரு நேரம் சேத்திமுறிந்தால் தான் சண்டையும் சச்சரவும்.

"மண்ணெண்ணெய்ப் போத்தலின்" மகளுக்கும் இதுதான் நடந்தது. எப்படியோ ஒரு பக்கத்துப் பாணிச் சேவல் தினமும் வளவில் நின்று கூவ,

அழகான பாணிச்சேவல் அல்லவா என்று உற்றார் உறவினர்கள் கூற,

இதை ஏன் திருப்பி அனுப்புவான், என்று சேத்திக்குச் செய்து கொடுத்தார்கள்.

அது நன்றாகப் பணியாற்றி, மாப்பிள்ளைக்கு மண்டையே கெட்டு, கலியாணம் ஆகிவிட்டது.

இரண்டொரு மாதத்தில் மண்ணெண்ணெய்ப்போத்தலின் மாமியாக் கிழவி காலமாகிவிட்டதால்,

அந்தச் சேத்தி முறிந்து சண்டை சச்சரவு ஆரம்பமானது.

கண்ணையும் புத்தியையும் கெடுப்பது சேத்தி. அது மௌத்திலும், மாதாந்தத் தொடக்கிலும் முறியக்கூடியது.

பிறகு என்ன, ஊரில் இருந்தவர்கள் பையனுக்கு நல்ல புத்தியைச் சொல்லி, காலத்தைக் கழித்து விட்டான். இப்போது மலை மாதிரி இரண்டு குமர்ப்பிள்ளைகளும் உண்டு. மகன் வாப்பாவைப்போலத்தான், "கோழிச்சேவல்தான்"! தற்போது எங்கு மேய்கிறாரோ? எந்தக் குப்பைத்திடலைக் கிழைத்து நகம் முறிந்து வலிக்கிறதோ!

சில இடத்தில் சேத்தி முற்றிக் கட்டியாகி, கட்டி பெருத்து வயிற்றுக்குள் புரண்டு செத்த கதைகளும் உண்டு. அப்பக்கார ஆசியாவின் மருமகனுக்கு அதுதான் நடந்தது. அவனுக்குப் "போட்டது" ஒத்துக்கவே இல்லை. வலிக்குது வலிக்குது என்று சொல்லிச் சொல்லியே ஒரு நாள் போய்ச் சேர்ந்தான்.

சிலரை அடக்கி வைக்கவும் சேத்திக்குப் போடுவது உண்டு. மாப்பிள்ளைத்தம்பி ஓரமாகப்பாய்ந்தால் உடனே மாமன் சேத்திக்குச் செய்து வயிற்றுக்குள் கொடுக்காமல், வயிற்றுக்குள் கொடுத்தால் மருமகன் கட்டி பற்றி மாண்டுபோனால், மகளின் வாழ்க்கையல்லவா,

அதற்காக –

சோறு கறி ஆக்கும் அடுப்புக்குள் புதைப்பான். அது எரிய எரிய இவருக்கு வேலை செய்யும்.

கொடுமையிலும் கொஞ்சம் இரக்கம் உள்ளவன்தானோ மாமன் என்பவன்! எல்லா மாமனும் நம்பியார்தான். அபூர்வமாய் ஒன்றிரண்டைத் தவிர. காலம் சென்ற "வீரப்பாவின்" விலா எலும்பை எடுத்துப் படைக்கப்பட்ட இந்த மாமன்களால் இன்றைக்கும் பல எம்.ஜி.ஆர் மாப்பிள்ளைகளுக்குப் பெரிய தொல்லைதான்.

நானும் இப்போது நல்ல அடக்கம். "பத்திக்கை" எழுதுவதுகூட ஆற அமர யோசித்துத்தான் பணியாற்றுகிறேன். எனக்கும் "மைக்குடுக்கையில்" செய்து, எனக்குத் தெரியாமல் யாரும் என் மேசைக்குக் கீழ் வைத்திருக்கலாமல்லவா? அது வெடித்து என் தேகமெல்லாம் கறுப்பாகி, நான் இருப்பதைவிட இன்னும் கறுக்க! அப்படி ஏதும் நடந்தால், என் பெண்டாட்டி கூட என் தலையைத் தடவமாட்டாள். இந்தக் கறுப்பனுக்கு இதுவும் வேணும் இன்னமும் வேணும் என்று நினைத்து.

இப்படி எத்தனை விடயங்களை நினைத்து வைத்திருக் கிறாள் இப்போதும் என் பெண்டாட்டி. இதற்குள் இன்னு மொன்றையும் கூட்டலாமா?

என் மேசை இடுக்கை நான் இன்று காலையிலும் பார்த்தேன். பொட்டுப்பூச்சி ஒன்று செத்துக்கிடந்தது. பரவாயில்லை. எழுதும் போது என் பேனையின் மூடிதான் ஆடுகிறது. எழுத்துகள் நடுங்கித் தன் உருமாறி ஓட.

என்ன மாயமோ! எவன் "மண் ஓதி" எறிந்தானோ! என் கண்ணும் கடுக்கிறது.

என் மேசை "லாம்பில்" ஒரு நூலையும் காணவில்லை. இருந்தாலும் அதில் எனக்குப் பயம் இல்லை. நானென்ன பொம்பளையா "துவாலை" இறைக்க!

❖

புல்லடையும் பூக்கானும்

செய்வினைச் சீனி சரியாக மரவள்ளிக்கிழங்கு சாப்பிடுகிறவன். மரவள்ளிக்கிழங்கை எங்கள் பகுதியில் "டொபி" என்றும் அழைப்பதுண்டு. அது ஏனென்று எனக்குத் தெரியாது. நல்ல கிழங்குகள் வடிவாக அவிந்து ஒருவகைப் பிசுபிசுப்போடு விரிந்திருப்பதால் அப்பெயர் வந்திருக்கலாம்.

நான் முன்னரே சொல்லியிருக்கிறேன், பெயர் வைப்பதில் நிபுணரானவர்கள் இந்தப்பிரதேசத்தில் அதிகம் பேர் என்று. அவர்கள் மரவள்ளிக்கிழங்கையும் விட்டு வைக்கவில்லை போலும்! ஆனால், அதனைக் கடதாசியில் நான் இன்னும் காணவில்லை.

"பஞ்சம் தாங்கி;" என்றும் இன்னொரு சாரார் அழைப்பார்கள். மாரிக்காலம் வந்து – கடற்கரையும் படுத்து, வேளாண்மையும் அவிந்து விட்டால், ஊரில் ஏற்படும் பஞ்சத்திற்கு நின்று பிடிப்பது இந்த மரவள்ளிக் கிழங்கும் பாணும்தான். இதனால் இந்தப் பெயர் மரவள்ளிக்கிழங்கிற்கு வந்திருக்க வேண்டும். பாண் இன்று தனவந்தர்களின் உணவு. அவர்களின் நோய்க்கு மருந்தே அதுதான்.

இன்றும் எங்கள் ஊரில் மரவள்ளிக்கிழங்கு தன் ஆதிக்கத்தைச் செலுத்திக் கொண்டுதான் இருக்கிறது. மாலைபட்டால் ஒரு வீதிக்கு நாலு என்ற எண்ணிக் கையில் மரவள்ளிக்கிழங்கும் மாட்டுக்குடலும் பொரித்து விற்கின்ற குட்டிக்கடைகள் ஏராளம் உள்ளன. இந்தக்

கடைகளுக்கு எதிர்க்கடை போலத்தான் நமது வைத்திய வியாபாரிகளின் மருந்துக்கடைகளும்.

இன்று பல சரக்கு – கல்வியும் மருந்துகளும்தான். இந்த இரண்டும்தான் ஊரில் வணிகப்பொருட்கள். மக்களின் வரிப் பணத்தில் படித்து வெளியான வைத்தியனுக்கும் ஆசிரிய னுக்கும் மக்களுக்கு இலவசமாய்ச் சேவைகளை வழங்க விருப்ப மில்லை.

பாடசாலைக்குப் போனால் ஆசிரியனின் தொண்டை அடைத்து விடுகிறது. தன் கடைக்கு வந்தால்தான் அவன் அடிக்குடலும் விரிகிறது. இதே போன்றுதான் வைத்தியனும். வைத்தியசாலையில் அவன் குழல் வைப்பதென்றால், ஏதோ பாம்பைக் கையால் பிடிப்பதைப்போல வெறுப்படைந்து கொள்கின்றான். இவனும் தன் கடைக்கு வந்தால்தான் அதைத் "தேன்குழலைத்" தடவுவதைப்போலத் தடவிப்பார்கிறான்.

எங்களூரில் கிழங்கு பொரிப்பவனுக்கும் வைத்தியனுக்கும் ஒரே அந்தஸ்துதான். இவனும் ஓர் இரவுக்கு ரூபா இரண்டாயிரம் வரை சம்பாதிக்கிறான். அவனும் ஓர் இரவுக்கு ரூபா இரண்டா யிரம் வரை உழைக்கிறான். இவனது கடைக்குள்ளும் மாலை யானதும் மக்கள் "வாங்குகளில்" காத்துக்கிடக்கிறார்கள். அவனது கடைக்குள்ளும் மக்கள் மாலைகளில் காத்துக்கிடக்கிறார்கள். இந்த இரண்டு கடைகளுக்குமுள்ள ஒரே ஒரு வித்தியாசம், வைத்தியனின் கடைப் பெயர்ப்பலகையில் ஒரு "சிவப்புப் புள்ளடி" அவ்வளவுதான். மற்றும்படிக்கு வேறொன்றுமில்லை. இருவருமே "சூப்பும்" விற்கிறார்கள்.

கிளிலாத்தாவைப் பார்த்தால் எப்போதும் மரவள்ளிக்கிழங்கு அவிக்கின்ற பானையொன்றைப் புறவளவில் நின்ற குட்டித் தென்னைக்கு அடியில் இருக்கும் முண்டுக்கல் அடுப்பில் வைத்து அடிக்குடல் வெளிவர ஊதிக்கொண்டிருப்பா. கண்கள் சிவந்து அவற்றாலும் புகை வந்தபடி இருக்கும். இதற்குத்தானோ என்னவோ கிளிலாத்தாவுக்குத் தென்னம்பாளை, பூக்கான் என்றால் புதுமாப்பிள்ளையைக் கண்ட பிரியம். அடுப்பில் அவைகள் நன்றாக நின்று எரியக்கூடியவைகள் அல்லவா!

பொம்பளைக்குத்தான் தெரியும் கொள்ளியின், மட்டை யின் அருமை. "புல்லடை" தின்னும் ருசி, லாத்தாவுக்குப் பூக்கான்களைப் பிய்ப்பதில்.

ஆம் "புல்லடை" என்பது ஒருவகைப்பலகாரம். இதில் இருக்கின்ற சிக்கலைப் போலத்தான், பூக்கானில் இருக்கின்ற சிக்கலும். கிளிலாத்தா அடிக்கடி "புல்லடை" சுடுவதுண்டு.

எனக்கும் சில தருணங்களில் கடப்புக்குள் நின்று நீட்டியிருக்கிறா. ஒருநாள் என்னிடம் சொல்லியுமிருக்கிறா, “இதப் போல தான்டா தம்பி நானும் இந்த முறுகசாதியக் கலியாணம் முடிக்கிறதுக்கு முன்ன இருந்த” இப்ப எல்லாம் பெயித்து போ . . . என்று

அது மெய்தான், ஓர் ஓதி எறிஞ்ச எலுமிச்சம்பழம் வாடிப் போனதைப்போலத்தான் கிளிலாத்தா இருந்தா இளமையில் முதுமை. அதன் “கக்கத்தில்” துயரம்.

பெண்களும் நிலாவும் ஒரு ஜாதி என்பது சரிதான். நிலா முகில் வந்தால் கறுப்பதைப்போல, பெண்ணும் துயர் வந்தால் கறுக்கத்தான் செய்கின்றாள். அதற்கு அமைபவன் அமையவேண்டும் அமைகின்றமாதிரி. லாத்தாவுக்கு அமைந்தவன் லாத்தாவின் “இடுக்கில்” இருந்தே கொத்தும் ஒரு பனங்காகம்.

லாத்தா அடிந்தலை மட்டையால் நெல் அவிப்பா. நெல் அவிப்பதற்கென்றுதான் அடிந்தலை மட்டைகள் படைக்கப் பட்டனவாக்கும்! எல்லாப் பெண்களுக்கும் அடிந்தலை மட்டை யைப் பிடிக்கும். தம் ஆண்களை விடவும் பெண்களுக்குப் பிடித்தமானவை அடிந்தலை மட்டைகள்தான். அடிந்தலை மட்டை என்பது பழுத்து விழுந்த தென்னை ஓலைகளின் அடிப்பாகம்.

பன்னுக்குச் சாயம் காய்ச்சும் போது சிலர் அடிந்தலை மட்டையால்தான் அடுப்பு மூட்டுவார்கள். எங்கள் வீட்டிலும் மூத்தம்மா கற்பன் வாங்கிப் பாய் இழைக்கப் பச்சை சிவப் பென்று சாயம் காய்ச்சும்போது அடிந்தலை மட்டைகளைத் தேடி எடுப்பா. மூத்தம்மா பன்னுக்குப் போட்டதுபோக மீதமாய்த் தேவையற்றிருக்கும் சாயப்பானையை நான் என் காலில் ஊற்றி விளையாடுவேன். நகங்கள் நிறமாக மாறும்.

அப்போது கண்வருத்தம் என்கின்ற “கண்ணோக்காடு” வந்தால் இந்தச் சாயத்தைத் தொட்டுத்தான் கண்ணைச் சுற்றிக் கண்ணாடி போல வட்டங்கள் போடுவோம். இதுதான் அதற்கு மருந்து.

“கக்கட்டி” வந்தால் தலையைச்சுற்றிக் கிணற்றுக்குள் உப்புக் கட்டி போடுவது வழக்கம். எனக்கும் பல தடவைகள் அப்போது “கக்கட்டி” வந்திருக்கிறது. நான் தலையைச்சுற்றிக் கிணற்றுக்குள் போட்ட உப்புகளை இரை என்று நினைத்து அதற்குள் சோறுபோட்டு வளர்த்து வந்த மீன்கள் ஓடி வந்து

ஏமாந்து போவது என் கண்களுக்குள்தான் இப்போதும் இருக்கிறது.

ஒருவனின் கண் என்பது வெறும் இரு உருண்டைகளல்ல. சந்தர்ப்பத்திற்கு அவை ஒரு தியேட்டர். படங்கள் ஓடுவதில். தருணத்திற்கு அவை ஒரு நூதனசாலை. பழைய காட்சிகளைத் தூசு தட்டி எடுப்பதற்கு.

நான் எத்தனையைத் தட்டுவேன்! எத்தனையைத் தூக்கி நெஞ்சில் வைத்துப் பார்ப்பேன்!

ஒருநாள் நான் வளர்த்த மீனில் ஒன்று கிணற்றுக்குள் செத்துக்கிடந்தது. என்ன நடந்ததென்றே தெரியவில்லை. இன்று தெருவில் கிடக்கும் பிணம்போல அன்று என் கிணற்றுக் குள் கிடந்த பிணத்தால் நான் அடைந்த கவலை ஒரு காதலைத் தொலைத்தது.

காதல் மனிதரில் மட்டும் இருப்பதில்லை. அது மந்திக் குரங்கிலும் பூக்கலாம். இல்லையென்றால் சில அழகான பெண்கள் பதவிக்கும் பட்டத்திற்கும், மயங்கிப் பூஞ்சணம் பிடிப்பதைப்போல் ஒரு பொய்யான காதல் உருவாகி, மனிதக் குரங்குகளை மணந்திருக்க நியாயமில்லை.

எனக்கு அந்தச் "சுங்கான்" மீனில் இருந்த காதல் என் பீங்கானில் இன்று சோறு வைத்துத் தருகின்ற என் "சோட்டுக் குருவியிலும்" வரவில்லை.

"கக்கட்டி"என்பது கண்ணின் இமையில் வருகின்ற ஒரு திரட்சி. மூளையில் இப்போது எத்தனை திரட்சி! இதற்கெல்லாம் உப்புக்கல் உதவாது.

மூத்தம்மா நன்றாகப் பாய் இழைப்பா. ஒரு நல்ல இசை யமைப்பாளன் தன் விரலால் வாத்தியத்தை மீட்டுவதைப்போல, மூத்தம்மாவும் தன் விரலால் பன்களை மீட்டிமீட்டிப் பாய் இழைப்பது பார்க்க நன்றாகவே இருக்கும். நமது நாட்டு இசையமைப்பாளன் சிலர் எனது மூத்தம்மாவிடம் பாய் இழைக்கப் பழகி இருக்கலாம். நல்ல இசைகள் கிளம்பியிருக்கும். பாய் இழைப்பதும் வாத்தியம் வாசிப்பதும் அடிப்படையில் ஒன்றுதான். இதைச் சரியென்று ஆமாப்போடத் தெரியாத அறிவற்ற பலர்தான் நம் நாட்டில் இன்று கலைஞர்கள். இவர் தொலைக்காட்சியில் வந்தால் தலையில் தொப்பி அணிகிறார்களா, அல்லது சிரட்டையைக்கவிழ்க்கிறார்களா

என்று தெரியவில்லை. இவர்களின் வாசிப்பில் அவர்களின் பாடகன் "மைக்கையே" விழுங்கிவிடுகிறான். பாவம், தொலைக் காட்சி நிலையங்கள், ஒரு மாதத்திற்கு எத்தனை ஒலிவாங்கி களை வாங்கவேண்டியிருக்கும்! அல்லது பேதிக்குக் கொடுத்து வெளியில் எடுக்கிறார்களா!

தொலைக்காட்சி நிலையங்கள் என்னும் போதுதான் நினைவிற்கு வருகிறது,

அங்குப் பேட்டி எடுக்க வருபவர்கள் பலரும் பேட்டிக்கு வரும்போது ஒரு சாக்கில் முற்காலத்தில் தாங்கள் வாங்கிய கிண்ணங்கள், கேடயங்கள் என்று போட்டு அள்ளிவருகிறார்களே அது ஏன்? இப்போது தொலைக்காட்சி நிலையங்களில் பழைய இரும்பு வாங்குகின்றார்களா!

அப்படியென்றால் என்னிடமும் கொஞ்சம் உண்டு. நான் போகாது விட்டாலும் அனுப்பிவிடலாம்! கல்முனையில் ஒரு கிலோ இரும்பு முப்பது ரூபாய்தான். முப்பத்துஐந்து ரூபாய் அங்குத் தந்தாலும் இலாபம்தான். ஐந்து ரூபாய்க்காசு யார் தருவார்!

மூத்தம்மா பாய் இழைக்கும் போது "முக்காடு" தலையை விட்டு உசும்பாது;

இப்போது உள்ள பெண்கள் அனேகருக்கு "முக்காடு" கடிப்பது. சரியாக அதை அள்ளி எடுத்துப் போடவும் தெரியாது. வாய்க்குள் விரலை வைத்தால் கடிக்கத் தெரியாத கிளிகள் இப்போது அதிகம். இதனால்தான் வயலே புழுத்தும் போனது. இவர்களின் முக்காடுகளுக்குள் என்ன எங்களூர்க் கடற்கரைப் பள்ளியில் கொடியேற்றக் காலங்களில் கூட்டுக்குள் ஓடுகின்ற மோட்டார் சைக்கிள் இடம்மாறி வந்து ஓடுகிறதா! அடிக்கடி வழுவி விழுகிறது. தோளிலும் பெரும்பாலும் கிடக்கிறது.

என்ன செய்வது, மூத்தம்மா மௌத்தாகிக் கனகாலம், அந்தத் தங்கம் இன்று இருந்திருந்தால் செல்லிக்கொடுக்கச் செய்திருக்கலாம்.

அறிஞர்களும், ஆபத்தில் கை கொடுக்கும் ஆத்மாக்களும் என்று அனைவருமாகப் போய்ச்சேரும் இடத்தில் போய்ச் சேர்ந்துவிட்டார்கள். இப்போது கிடப்பது கொஞ்சம் முளைக் காத பனங்கொட்டைகள்தான். இருந்தாலும், இவர்களுக்குத் தான் கொம்பு. அது எந்த மட்டுக்கு என்றால்;

நிலத்தில் கிடக்கும் நச்சுக் கொடி எழும்பி உட்கார்ந்து இவர் கொம்புகளில் படர்ந்து பூக்கும் அளவுக்கு!

"கொம்பில் கொடி வளர்த்தோன் குடைசாய்ந்த நிலத்தில் ஒரு கூடுகட்டி வாழ்கிறதாம், இந்தச் சிறு எறும்பு".

என்று எழுதுவதும் என் பேனைக்கு இழுக்கு. என்ன செய்ய எழுதுகிறேன், மாரிக்கு உணவுதேடி ஊருகின்ற "கடியன்" யார் காலையும் கடிக்காமல் போனாலே போதும்.

❖

பின் பின் பின் நவீனத்துவம்

இறைச்சிக் கறிக்குள் சீனிக்கு மரவள்ளிக்கிழங்கு தான் போட்டு ஆக்கவேண்டும். இது சீனிக்கு மட்டு மல்ல, ஊரிலுள்ள பலருக்கும் எப்போதும் பிடித்தமான ஒரு கூட்டு.

அல்லது சீனிக்கு மாட்டு இறைச்சிக்குள் வாழைக் காய் போட்டுச் சமைக்கவேண்டும்.

செய்வினைச்சீனி ஆட்டிறைச்சி அவ்வளவாகச் சாப்பிடுவதில்லை. அது எவ்வளவு மசாலாபோட்டுச் சமைத்தாலும் ஒரு வித மொச்சை நாறுவதாக அவன் கூறுவான். அதிலும் பெட்டை ஆட்டின் இறைச்சியை அவன் மட்டுமல்ல, எவரும் இப்போதும் விரும்பி வாங்குவதில்லை. அதற்காக எங்கள் ஊரில் அப்போது ஆடறுத்து வந்த "புச்சன்" எப்போதோ அறுத்த "கடாவின்" விதையைப் பத்திரப்படுத்தி வைத்திருந்து பெட்டை ஆட்டை அறுத்துத்தூக்கும் தருணத்தில் பொருத்தமான இடத்தில் அந்த விதையை நூலால் மிக நுட்பமாகப் பொருத்தி "இது கடாதான் பாருங்கள், பதினாலாங் கொளனிக்குள் மேய்ந்தது" என்று வாடிக்கையாளர் களை ஏமாற்றி விற்றுவிடுவான்.

பெண்ணை ஆணாக்கிய கொடுமை குடும்பங்களில் மட்டுமல்ல, கசாப்புக்கடைகளிலும் இப்போதும் நடக்கிறது.

மனிதன் கண்டுபிடிக்காத கலப்படம் அற்ற பண்டம் எது? பாத்திரம்தான் இருக்கிறதா!

மாட்டை அறுத்து உரித்து, அதை அப்படியே தண்ணீருக்குள் முளைக்கப்போடும் நெல்லுச்சாக்கைத் தூக்கிப்போடுவதைப்போல இளகப்போட்டு, அது நன்றாகத்

தண்ணீர் குடித்தவுடன் கொண்டு சென்று விற்றுப் பணம் சேர்க்கும் காலமல்லவா இது!

சொற்பக் காலத்திற்கு முன்பு இங்கு ஒருவர் தான் திருமணம் செய்யும்போது வாங்கிய கைக்கூலிக்காசைப் பதுக்கி விட்டுக் குறைந்த செலவில் தாலியாகப் போலி நகையொன்றை வாங்கிக் கட்டிவிட்டார். திருமணம் முடிந்து இரண்டு மூன்று மாதங்களுக்குள் அது சாயம் கழன்று வெளிறிப்போனதால் அவரது "டூப்பு" அம்பலமாகிக் கலியாணமே "தலாக்கில்" முடிந்தது.

இது எப்படி இருக்கிறது கதை! தன் திருமணத்திலேயே கலப்படம் செய்ய நினைப்பவன் மனிதனாகத்தான் இருக்க வேண்டும். பகுத்தறிவற்ற வேறு எதற்குமே கலப்படப்புத்தி இல்லை.

கலப்படத்தில் குழந்தைகளுமல்லவா நமது ஊர்களில் பிறந்து திரிகின்றன!

இப்படி ஒரு குழந்தை என் பாடசாலைப்பருவத்தில் பல மறுதலையான காரியங்களைச் செய்துகொண்டிருந்தது. அதில் ஒன்றுதான் தியேட்டருக்குள் நெருப்புக் கேட்ட கதை.

படம் ஓடிக்கொண்டிருக்கும் போது பக்கத்தில் இருந்த ஒருவரிடம் மேற்படி குழந்தை "பீடி" பற்றவைக்க நெருப்பைக் கேட்டது. அவர் தன் வாயிலிருந்த பீடியை எடுத்து இதனிடம் நீட்ட, வாங்கிக்கொண்ட "இது" தன் பீடியை வாயில்வைத்த வாறே நெருப்பை மூட்டும் போதுதான் அந்த வெளிச்சத்தில் தெரிந்தது அது தனது தகப்பன் என்பது. எழுந்து பீடிகளை எறிந்து விட்டுத் தியேட்டருக்குள் தந்தையும் தனயனுமாக ஓடியது இன்றும் என் நினைவில் இருக்கிறது.

ஆக நாம் இந்தக் கலப்படச் சமுகத்தில் மிகவும் கவன மாகப் பழகவேண்டும். மரங்கொத்திக்கு இருப்பதைப்போல ஒரு சொண்டாவது நமக்கு இருந்திருந்தால், பிறர் மனங்களை அவர்கள் தூங்கும் போதாவது கொத்திப்பார்த்து ஓரளவாவது தரத்தை அறிந்து கொள்ளலாம். அதுவும் நமக்கு இல்லை. இந்த விலங்குப்பண்ணைக்குள் வாழுவது என்பது பெரிய சங்கடம்தான்.

மனிதனுக்கு வாயைவிட ஒரு சொண்டைப்படைத் திருந்தால் இதுவெல்லாம் செய்யலாம் என்று ஆசைப் பட்டாலும், அவன் பிறரின் கண்ணையுமல்லவா கொத்திப் பச்சை முட்டை குடித்திருப்பான் என்று நினைக்கச் சொண்டு வேண்டாம் என்கிறது என் மனம்.

இந்தச் சொண்டுக்கதை இவ்விடத்தில் நிற்கட்டும். செய்வினைச்சீனியின் சாப்பாட்டு விஷயத்தை எடுத்துக் கொண்டால்,

இந்த இரண்டு திரவியங்களும் வாய்வுப்பொருட்கள். தின்றால் மூன்று நாட்களுக்கு வானம் "அடைமாரிக்" கொள் வதைப்போலக் குறுகுறுக்கக்கூடியவை. சில நேரம், செய்வினைச் சீனியின் வயிற்றுக்குள் மோட்டார் சைக்கிள் ஓடுகிறதா என்றும் நான் யோசித்திருக்கிறேன். அவனுடைய சிறுவாலின் பின் புறத்தில் சின்னச்சின்ன ஓட்டைகள் தென்படும். அவை காற்று வரும் போகும் ஜன்னல்களா!

இந்த வாய்வு முற்றி ஒரு கட்டத்தில் சீனிமாமாவுக்கு "விதைவாய்வு" என்கின்ற நோய் ஏற்பட்டுவிட்டது. அது ஏற்பட்டால் அவரது விதை ஒரு செவ்விளநீர் மாதிரி ஊதிப் பெருத்துவிடும். இதனால் செய்வினைச்சீனிக்கு "வோதச்சீனி" என்கின்ற இன்னொரு பெயரும் பிற்காலத்தில் பிறந்து வந்தது.

அவர் வருத்தம் வரும்போது மிக்க வேதனையுடன் தன் இரு கைகளினாலும் தன் "இம்சைப்பகுதியை" நசித்துக் காற்றை வெளியேற்றுவார். என்னையும் ஒருநாள் உதவிக்கு அழைத்திருக் கிறார். என்னால் அது செய்யமுடியாத காரியமல்லவா! எறும்புக்குத் தோடம்பழம் உருட்டும் ஆற்றல் இருக்கிறதா!

சீனிமாமாவின் விதையைப் பார்த்தால் எனக்குப் பயம் வரும். கூடவே கற்பனைகளும் விரியும்.

கற்பனைகள் நல்ல நிலத்திலும் பூக்கும். நாற்றத் தரை யிலும் கன்னி விடும். ஏனெனில், கற்பனைக்கு வேரில்லை. அது சஞ்சரிப்பதே அந்தரத்தில்தான். சிறு குழந்தைகளைப் போலக் கற்பனைகளுக்கு நேர காலங்களும் தெரியாது. அவை எப்போது வரும் போகும் என்பதையும் நம்மால் கற்பனை பண்ணிப் பார்த்து அனுமானிக்கமுடியாது.

இல்லையென்றால் சீனிமாமா அவஸ்தைப்படும்போது, நமக்கும் இப்படி ஒரு நோய் வந்து நமது இரண்டு கால்களுக் கிடையிலும் செவ்விளநீர் காய்த்தால், மண்ணில் கிடக்கும் மண்புழு "துறட்டி" கட்டித் தேங்காய் ஆயுமே என்று நான் எண்ணிப் பார்த்திருக்கமாட்டேன். இப்படி கற்பனையில் பிறந்து கற்பனையில் வாழ்பவன் கவிஞன் மட்டுமல்ல "கல்" உடைப்பவனும்தான்.

நான் அவருக்கு அந்த உதவியைச் செய்யாது விட்டாலும், அவரின் முதுகைத் தாங்கிப்பிடித்து அவரது "கல்" உடையக் காரணமாக இருந்திருக்கிறேன்.

இந்தக்காலத்திலும் "வோதச்சீனி" எனது நெருங்கிய சொந்தத்திற்குள் ஒருவருக்குப் பாரிய செய்வினை ஒன்றைச் செய்திருந்தான். வண்டி இழுத்துப் பழகிய மாடு, அதை "நுகத்தில்" இருந்து அவிழ்த்துக்கட்டினாலும் சில்லுத்தடத்தை முகர்வதைப் போல.

என்ன நோய்நொடி வந்தாலும் மரணம் என்ற ஒன்று இந்த உலகத்தில் இருக்கிறதே என்று பயந்து திருந்தாத செய்வினைச்சீனி போன்றவர்களுக்குப் பூலோகத்தில் நீடித்த ஆயுள்தான் கோச்சுப்பெட்டி மாதிரி, விரும்பியவரில் ஏறி இறங்கவசதியாக.

இங்கு நல்லவனுக்கு நாலு நாட்கள்தான். குழந்தையில் முளைத்த பல் ஐந்து வயதில் விழுந்து முளைப்பதற்குள்ளும் சில நடந்தால் புல்லும் சாகாத சீதேவிகள் போய்விடுகின்றன. உலக நியதி இதுதான்.

இந்த உலகத்தில் சிலரை மனிதன் இவர்களைப் போன்றுதான் வாழவேண்டும் என்ற எடுத்துக்காட்டுக்குப் படைத்திருக்கிறான் இறைவன். சிலரை இப்படி மனிதன் வாழவே கூடாது என்று காட்டுவதற்காக உருவாக்கியிருக்கிறான். இந்த இரண்டாவது வகையினர்தான் உலகத்தில் அதிகம்.

இதில் ஒரு தினிசுதான் பின்வரும் "வேட்டையாடு விளையாடு மாமா".

ஆம் எனது சிறிய வயதில் காட்டுக்குச் சென்று வேட்டையாடுபவர்கள் என்று ஏராளம் பேர் எங்களூரில் இருந்தார்கள். எனது குடும்பத்திலும் இதில் சிலர் அடங்குவர். அப்போது எங்கள் வளவில் இருந்த வேலிகளிலெல்லாம், விற்றதுபோக மீதமாக இருந்த வெள்ளைக் கொக்குகளை நூலில் கட்டி விட்டிருப்பார்கள்.

கொக்கு இறைச்சியும் குறுநெல் சோறும் நல்ல ருசி. "கானான்" பொரியல் சினைப் பொரியல்மாதிரி சிறப்பானது. "கீச்சான்" பொத்திய கை மாதிரி சிறிதாக இருந்தாலும் அதன் எலும்பைச் சூப்பச் சூப்ப ரசமும் சுகமும்தான். வயற்கோழி முட்டையைப் பொரித்துத் தின்றிருக்கிறேன் எங்களது வயல் பரனில். "தாராப்புட்டியில்" ஏறி இருந்த ஆமைக்குச் சோறு போட்ட காலமல்லவா அது!

அறிந்தும் அறியாத பருவம்தான் மனித வாழ்க்கையிலே மிகவும் இனிமையானது. இறைவனையும்தான், நாம் அவனை அறிந்தும் அறியாமல் இருப்பதால்தான் வணக்கத்தில் இன்பம் கிடைக்கிறது.

கொக்கின் தோகைகளை ஒரு கட்டாகக் கட்டி ஒரு பெரிய வெண்பொதிபோல, அல்லது மாப்பிள்ளைத் தலையணைமாதிரி எங்கள் வீட்டின் "சாப்புக்குள்" சாத்திவைத்திருந்ததை நான் இன்றும் நினைக்கிறேன். அப்போது வீட்டுக்குள் மேசைகளில் கடதாசிப்பூக்கள் வைப்பதில்லை. கொக்கின் இறகுகளுக்குப் பன்சாயத்தைப் போட்டு, பூச்சாடிகளுக்குள் வைப்பார்கள், பூ மாதிரி. நான் கொக்கின் தோகைக் கட்டில் தலைவைத்துப் படுத்திருக்கிறேன், கனவுகளில் படுப்பதைப் போல நிஜமாக. நானும் ஒரு எம்.ஜி.ஆர்தான்.

எங்களூர் வேட்டையாடிகளில் "நொங்கு நோண்டியரும்" "நாம்பன் நாகுராரும்" நல்ல சினேகிதர்கள். இந்த "நொங்கு நோண்டியர்" என்ற பெயரே கற்பனையின் ஓர் உச்சக்கட்டம். நீண்டு வளர்ந்த பனைமரம் போல நிமிர்ந்து நின்றதால் "பொட்டுப்பூச்சியின்" மூத்த மகனுக்கு மக்கள் வைத்த பெயர் இது. இப்போது என்றால் இந்தப் பெயரை வைத்தவன் கவிஞன் வேடம் தரித்திருப்பான். ஒரு வரியிலெல்லாம் இப்போது கவிதைகள் இல்லையா! வேண்டுமென்றால் இதற்கும் ஒரு சித்தாந்தமே பேசியுமிருப்பான். இது பின் . . . பின் . . . பின் . . . நவீனத்துவம் என்று. மலவாடை கிளம்ப.

இவர்கள் காட்டுக்குப் போய் வந்தால் ஊர் மணக்கும் காய்ந்த இறைச்சியால். உருக்கிய கொழுப்புகளால்.

இந்த "நொங்கு நோண்டியர்" பிற்காலத்தில் நாம்பன் நாகுராருக்குத் துரோகம் செய்துவிட்டார். நாம்பன் நாகுராரின் மனைவியோடு இவருக்கு ஏற்பட்ட கெட்ட நட்பு இவரைத் தன் பெண்டாட்டி பிள்ளைகளையும் இழந்து பிற்காலத்தில் தனிக்கட்டையாகிப் பிச்சையெடுத்துத் தின்னவைத்தது.

உலகத்தில் அனேகம் பேரைப் பிச்சையெடுக்க வைத்த பெருமை கள்ள உறவுகளுக்கு இருக்கிறது.

காட்டுக்குப் போகிறேன் என்று சொல்லிவிட்டு நொங்கு நோண்டியர் நாம்பன் நாகுராரின் உள் வீட்டுக்குள் கிழமைக் கணக்காகப் படுப்பார். நாம்பன் நாகுராரைத் தனக்குச் சுகமில்லை என்று சொல்லி வேறு ஒருவருடன் சேர்த்து அனுப்பிவிட்டு.

தன் மனைவிக்கு இன்னுமொரு பொய்யைப் பிறகும் சொல்லுவார்; "இந்தப் பயணம் காட்டில ஒன்டுமில்ல புள்ள. வீசின கையும் வெறுங்கையும்தான்" என்று.

இந்த நாடகத்தில் பெண்டாட்டி ஏமாறவில்லை. ஏமாந்தது அவர்தான். நொங்கு நோண்டியர் என்ற போக்கிரிப் புழுத்தான்.

துரோகங்கள்தான் குடிசனம் என்றால் அதற்கு அரசன் "நம்பிக்கைத்துரோகம்" என்பதுதான். இதற்கான சம்பளம் மிக அதிகம், கையில் காசாகவும், பிறகு மாற்றக்கூடிய காசோலைகளாகவும்.

வயிறு வீங்கி எனது உறவுக்காரர் சுவாசிககமுடியாமல் திண்டாடிக் காலப்போக்கில் கண்ணை மூடிவிட்டார். அவருக்குப் பார்க்காத வைத்தியம் என்று ஒன்றுமே இல்லை.

அவர் இறந்த பிறகு அவரது மனைவி "இத்தா" அனுஷ்டித்த போது, அந்தப் பெண்ணுக்கும் தன் கணவனுக்கு வந்த அதே வியாதி ஏற்பட்டபோதுதான், எல்லோருக்கும் ஞானம் வெளித்தது. செய்வினைச்சீனியில் சந்தேகம் மிதந்தது, சின்ன மீனாகி, பிறகு பெருத்துத் திமிங்கிலமாக.

காணிவாங்கியதில் தகராறு ஒன்று இவர்களுக்குள் எப்போதோ நடந்திருந்தது. கடுவன் பூனை எவ்வளவு நாட் களுக்குப் பிறகு எலி பிடித்திருக்கிறது!

ஆறப்போட்டுக் காரியம் சாதிப்பதற்குச் செய்வினையைத் தவிர வேறு ஓர் அழகான வழி இருப்பதாக எனக்குத் தெரிய வில்லை. அடித்தவனுக்கு உடன் வெட்டினால் கையும் வலிக்கும், வாளும் முறியுமல்லவா!

செய்வினை சிக்கனமானதும்! சிக்கல் இல்லாததும்!

ஒருவனை நோக்கிச் சர்க்கரையில் செய்து நிலத்திற்குள் புதைத்தால், குறிப்பிட்டவன் சர்க்கரைபோலவே மெல்ல மெல்லக் கசிந்து உருகி இல்லாமல் போகிறான், சூனியம் என்கின்ற மந்திரச் சிறுத்தையால்.

சுடலைக்கரைச் சாம்பலை எடுத்து மந்திரித்து தென்னைமரத்தில் தெறித்தால் போதும், குரும்பை வெடிக்கும்.

மூன்று தலைமுறைத் தலைப்பிள்ளையான ஆண்பிள்ளைப் பிள்ளையில் இருந்து எடுத்த "மழு" எண்ணெயைத் தொட்டு வைத்தால் போதும், திறக்காத பூட்டுத் திறக்கும்.

இதில் எனக்கும் கொஞ்சம் இப்போது வேண்டும். மகா சனங்களின் தலைவர்களின் இல்லங்களை இதைத் தொட்டு வைத்தாவது திறக்க!

மண்ணெண்ணெயை இறக்குமதி செய்வதைவிட இந்த எண்ணெயை இறக்குமதி செய்தால் மக்கள் அடைக்கின்ற பயன் அலாதியாக இருக்கும்.

ஒரு வழக்கை விசாரித்த நீதிபதி தீர்ப்புச் சொல்லும் தினத்தில், பிரதிவாதி தன் எதிரே நின்று இரு கைகளையும் கசக்கக் கசக்க "பெஞ்சில்" இருக்க முடியாமல் சூடேறி எழுந்து ஓடிய கதைகளும் இந்த மண்ணில் யாரும் கேள்விப்பட இருக்கிறது.

இப்படிப்பட்ட சூனிய உலகில் செய்வினைச்சீனி எனது உறவுக்காரருக்குச் செய்திருந்த சூனியமானது ஆச்சரியம் தராத ஒன்றுதான். தவளையில் செய்து, அதை ஈயத்தகட்டிற்குள் மடித்து வைத்து, குறிப்பிட்டவரின் வளவிலுள்ள கிணற்றடி வாழைக்கடியில் புதைத்துவைத்திருந்தான்.

இதை வெட்ட வந்த வைத்தியர் சில பொருட்களை எடுக்கச் சொன்னார். புதிய மண்சட்டி. கடல் தண்ணீர். புறா எச்சம் என்று.

எடுத்துக் கொடுக்க –

முதலில்; புறா எச்சத்தைக் கடல் தண்ணீரில் ஊற வைத்தார். இன்னும் கொஞ்சம் கடல் தண்ணீரைப் புதுச்சட்டிக்குள் ஊற்றி, அந்தச் சட்டியை ஒரு செம்பு வட்டாவில் வைத்து மடிகாலில் கிடந்தபடி அதைப்பார்த்து மந்திரிக்கத் தொடங்கினார்.

அவர் மந்திரிக்க மந்திரிக்கச் சட்டி வட்டாவில் இருந்து கிளம்பிக் கிளம்பி விழுந்தது. உடையவுமில்லை, உள்ளிருக்கும் கடல் தண்ணீர் சிந்தவுமில்லை.

சற்று நேரத்தின் பின் வைத்தியர் மயங்கினார். பின், சற்றுக் கண்விரித்தவராய் அக்கம் பக்கமெல்லாம் பார்த்தார். பார்த்து விட்டு அவர் சொன்னார்:

அந்த வாழைப்பாத்தியைச் சுற்றிப் புறா எச்சம் கரைத்த தண்ணியைத் தெளித்துவிட்டுக் கையை நிலத்தில் போட்டுப் பாருங்கள் சாமான் வரும். புறா எச்சம் கலந்த கடல் தண்ணியைத் தெளித்தால் பாதாளத்தில் உள்ளதையும் நம் "ஆள்" கிளப்பி வந்து நிலத்திற்கு மேலே வைப்பார், என்று.

பார்த்தால், சமாதானத்திற்குப் பெயர்போன புறா. அதன் எச்சம், சூனியத்தின் "வேர் கிண்டி" என்ன ஆச்சரியம்!

புறாவே! நீ இன்னுமின்னும் எச்சம் கொட்ட வேண்டும். இன்னும் எத்தனை சூனியங்கள் இந்த நிலத்திலிருந்து கிளம்ப வேண்டியிருக்கிறது!

தன் தொழிலே சூனியமாகிப்போனதால் கிளிலாத்தாவின் கணவனுக்கும் சின்னச்சின்ன காரியம் பார்க்க இயலுமாக இருந்தது. தொடர்ந்து வழக்குப் பேசியவன் காலக்கிரமத்தில் ஒரு வக்கீலானதைப்போல.

ஊரான் தோணியில் மீன் ஏறினால், அந்தப் பொறாமை யின் வெளிப்பாடாகத் தன் தோளில் கிடக்கும் சால்வையை மாற்றி மறு தோளில் போட்டு அவன் மடியைக் கடலுக்குள் வெடிக்கச் செய்து பட்ட மீன்களை உதிரச் செய்யச் செய்வினைச் சீனியருக்குத் தெரியும்.

இதனால் சண்டை வந்து எவனாவது அடிக்கக் கையை ஓங்கினால் உடனே அவனுக்கு "நெட்டை" சொல்லி அடித்து அவனை அப்படியே நிற்க வைக்க "அந்த ஆளுக்கு" முடியும்.

நல்லவேளை இப்போது செய்வினைச்சீனி உயிரோடு இல்லை. இருந்திருந்தால், இந்த "நெட்டை சொல்லி" அடிக்கும் கலையை எவனாவது அவனிடம் படித்துவிட்டு வந்து என் "பத்திக்கைக்கு" அடித்திருந்தால்,

நான் எழுதும் பேனையோடு விளம்பரங்களில் வரும் சிகரட் குடிப்பவனைப்போல விறைத்தபடி நின்றிருப்பேன். அந்த நேரத்திலும் யாராவது வந்து "புகைத்தல் உடலுக்குக் கேடு" என்று என் பாதங்களின் கீழ் எழுதித்தான் இருப்பான்.

இது கண்கெட்டவனின் உலகமும், பாசாங்குக்காரனின் உழுந்துமாவுப் "பப்படமும்".

❖

பூனையும் பிள்ளையும் இங்கு ஒன்று

செய்வினைச்சீனியின் தோணிக்குப் பக்கத்தில் கடற்கரையில் யாரும் தமது தோணிகளைத் தள்ளி வைப்ப தில்லை. துட்டனுக்குப் பக்கத்தில் ஏன் நமது துவரஞ் செடியை நாட்டி வைப்பான் எனச் சகலரும் கவனமா கவே தொழில் புரிந்து வந்தனர். தோணியின் கொல்லாத் தண்டில் ஒரு நூல் வெயிலுக்கு முறுகித் தெரிந்திருந்தாலும் அல்லது அதன் தார் உருகிச் சிறு இடைவெளி தெரிந் தாலும், சீனி யாரிலாவது சந்தேகத்தை மேயவிட்டு அன்று பொழுது முழுக்கச் சத்தமிட்ட வண்ணமே கடற்கரையில் திரிவான்.

சந்தேகத்தைத் தீன்போட்டு வளர்த்தவன் என்றால், எனக்குத் தெரிந்தமட்டில் சீனியைத்தவிர வேறு எவனையும் அடையாளம் காட்டமுடியாது.

சின்னச் சின்ன பண்ணைகள் வளர்த்துச் சந்தேகம் என்கின்ற பாம்புகளை உருவாக்கித் தம் தோள்களில் போட்டுத் திரிபவர்கள் இருக்கத்தான் செய்கிறார்கள். தம்பி முறையானவனை தன் மனைவியோடு சந்தேகித்த ஆத்மாக்களையும் நான் கண்டுதான் இருக்கிறேன்.

அதற்காக இந்தச் சீனியின் பண்ணையில் விளைந்து கிடந்த அளவுக்குச் சந்தேகப் பன்றிகள் அவர்களிடம் இல்லை.

சந்தேகமும் பேயும் ஒன்று. அவை ஒன்றுக்கொன்று தான் மடியில் வைத்துப் பேன் பார்க்கும்.

சந்தேகம் பேன்பார்த்த பேய்கள் நம் மத்தியில் பல. தலைவிரிகோலமாக அவை நம்மத்தியில்

உலவினாலும், செய்வினைச்சீனியின் சந்தேகத்தின் அளவுக்கு அவைகளுக்குப் பல்லும் இல்லை. பெரிய நகங்களும் குறைவுதான்.

ஒருநாள் கடல் கொந்தளித்து, வானத்திற்குத்தட்டி, அதில் நன்கு ஓடி ஓடித் துளையிட்டுக் கொள்ளும் அளவுக்கு மாரிக்காலம் கனிந்திருந்ததால்,

பனங்கொட்டைச் சீனித்தம்பி தனது மஞ்சள்வண்ணத் தங்கத்தாராவை வேறு பக்கம் கொண்டு நிறுத்த முடியாமல்போனதால், செய்வினைச்சீனியின் தோணிக்குப் பக்கத்தில் கொண்டு வந்து "பார்க்" பண்ண வேண்டி ஏற்பட்டது. இந்த இக்கட்டின் போது காற்றுக் குடிகாரன் போல வீசியதாலும், செய்வினைச்சீனியின் ஆதனத்திற்கு அருகில் அதைக்கொண்டு வைத்தபோது, தனது தோணியின் "நுகம்" அவனது உருப்படியின் பின்புறத்தில் சற்று உரசி, அதன் "மை" கழன்று மரம் தெரியலாயிற்று.

இதனால், கண் கொதிப்படைந்த சீனி நின்று வெடிக்க, பொறுத்துப் பொறுத்துப் பார்த்திருந்த பனங்கொட்டைச் சீனித்தம்பிக்கும் காதுக்குள் ஆணி ஏறி வாயால் அது இது வென்று வழிந்தது.

செய்வினைச்சீனியின் கள்ளப்பெண் விவகாரம், கிளிலாத்தாவின் மூக்கிற்குள் விளக்கைப் பிடித்த கதை, கிளிலாத்தா படுக்கும்போது அந்தச் சீதேவியின் பாயைச்சுற்றி மண்ணெண்ணெயை ஊற்றி நெருப்புக்கொடுத்த சங்கதி என்று.

செய்வினைச்சீனியின் "சிறுவால்" அரையில் இருந்து வழுவி விழும் அளவுக்கு வசை வம்புகள் முயல்குட்டிகளைப்போலக் கடற்கரை எங்கும் துள்ளிப்பாய்ந்தன.

வசைவம்புகளுக்கு எப்போதும் உருவம் உண்டு. காது, மூக்கு வைக்கப்பட்டவைதானே அவைகள்!

பனங்கொட்டைச்சீனியின் வசைவம்புகள் ஒருபடிமேலே முன்னேறி, குட்டிக் குட்டிக் கொம்புகளுடன், அந்தக் கொம்பு களில் செய்வினைச்சீனியின் சாயத்தைக் கழற்றிப் பறித்துப் பூசியபடி மிகக் கொடூரமாகவே மினுங்கின. செய்வினைச்சீனி ஒரு கட்டத்தில் மௌனமாகித் தன் நடையைக் கட்டிக்கொண்டு போகும்போதே விளங்கியது, பனங்கொட்டைச்சீனி மச்சான் பாயில் கிடக்கப்போகிறார் என்பது. ஆனால், அவர் அதைப் பொருட்படுத்தவில்லை. தன் இடுப்பில் உடம்பைக் காவல் பண்ணிக் கிடந்த "அச்சிரத்தில்" அவருக்குப் பாரிய நம்பிக்கை இருந்தது.

"இவன்ட வெளையாட்டெல்லாம் என்கிட்டப் பலிக்காது" என்றும் கத்தினார்.

அப்போது வாழ்ந்த அனேகமானவர்களின் இடுப்பில் அல்லது கழுத்தில் மாலையாக, ஒரு "அச்சிரக்குடுக்கை" தூங்கும். எந்தக் குறைகளும் தங்கள் உடம்பில் ஏற்படாவண்ணமாக, பாதுகாப்பிற்காக.

குடியிருக்கும் வளவையும் பலரும் காவல் பண்ணி நாலு மூலைகளிலும், "சீசா" பதித்திருப்பார்கள். வீடுகளுக்குள்ளும் போத்தல்கள் தூங்கும். இந்தப் பழக்கம் இன்றைக்கும் மருவவில்லை. அண்மையில்கூட நான் ஓர் ஆங்கில வைத்தியரின் மருந்தகத்துள் அச்சிரத்தகடுகளையும், சின்னச்சின்ன சீசாக்களையும் கண்டு வியந்தேன். இங்கிலிஸ்காரனும் பேய்க்குப் பயப்படுகிறான்.

மனிதனுக்குத் தனது உயிரின் மீதும், தொழிலின் மீதும் எவ்வளவு ஆசை! அதைவிட அவனுக்கு விருப்பமேயில்லை. உயிர் வாங்க வருகின்ற "மலக்குத்" தனது கண்ணுக்குத் தெரிவதாக இருந்திருந்தால், மனிதன் மலக்கு வரும்போதே அவர் கையைப் பாய்ந்து கடித்து முறித்திருப்பான்.

ஒருவாரம் கழிந்திருக்கமாட்டாது. ஒரு நாள் விடியற்காலை எழுந்திருக்க முயற்சித்த பனங்கொட்டைச்சீனியரால் சரியாகப் பேச முடியவில்லை. தொண்டைக்குள் ஒரு கோழிமுட்டை அடைத்திருப்பதைப்போல அடைத்திருந்தது. கதைத்தால், விளையாட்டுப் பிள்ளைகள் வாயில் கச்சான் தகட்டை வைத்துக் கொண்டு கதைப்பதைப்போலக் கதை கரகரப்பாக வெளி வந்தது.

பனங்கொட்டைச்சீனியருக்குத் தன் இடுப்பில் கிடந்த அச்சிரக்கூட்டில் நம்பிக்கை இழந்துபோனது. சொற்ப நாட்களுக்கு முன்பு ஒரு மரணவீட்டில் கலந்துவிட்டு வந்ததால் அது "முறிந்திருக்கும்" என நினைத்துக்கொண்டார்.

பரிசாரிமாரை அணுகத்தொடங்கினார். பின்னொரு நாள் அது சரியாகியும் விட்டது. எது? கதை!

ஒரு தேசிக்காயை ஓதி வெட்டி, ஒரு கோழிமுட்டையிலும் மஞ்சளைப்பூசிச் செய்தெடுத்துப் பனங்கொட்டைச்சீனியரின் முன் வாசலில் நின்ற தென்னை மரத்துக்குள் வைக்கப் பட்டிருந்தது. இதில் ஆச்சரியம் என்னவென்றால், அவற்றைப் பரிசாரி குறி பார்த்துக் கண்டுபிடித்து எடுத்து நிலத்தில் எறிந்த போது, அந்தக் கோழிமுட்டையைக் குடித்த காகம் சற்று நேரத்தின் பின் வேலியில் நின்றபடி ஈனக்குரலில் கத்தியதுதான்.

அது சரி, சீனியென்றும், உதுமான் என்றும், சுலைமான் என்றும் எத்தனை சீனிகளும், எத்தனை உதுமான்களும், எத்தனை சுலைமான்களும் அந்தக்காலத்தில் இருந்திருக்கிறார்கள்.

அப்போது பிறந்த கிழமை பார்த்துப் பெயர்வைத்த பழக்கம்தான் நிலவியிருந்தது. திங்கட்கிழமையில் பிறந்தால் அதற்கென்று ஒருபெயர். புதன் கிழமையில் பிறந்தால் அதற்கென்று இன்னொரு பெயர். சனிக்கிழமைக்கு வேறு ஒரு பெயர் என்று ஒரு குடும்பத்தில் ஒரே கிழமையில் எத்தனை பிள்ளைகள் பிறந்தாலும், அந்தக் கிழமைக்குரிய பெயரைத் தான் சூட்டியிருப்பார்கள்.இதனால்தான் குறிப்பிட்ட பெயர்களே பல்கிப் பெருகியிருக்கின்றன.

ஒரு தாய் வயிற்றுப்பிள்ளை இருவருக்கு அவர்கள் பிறந்த கிழமைப்படி ஒரு பெயர் சூட்டப்பட்டிருந்தால், பிற்காலத்தில் கூப்பிட்டழைப்பதில் சிக்கல் எழும் என்பதனால்,

இந்தப் பெயர்களை உள்ப்பெயர் என்று சொல்லி பதிவில் மட்டும் வைத்துவிட்டு, வெளிப்பெயர் என்று விரும்பிய வேறு பெயர்களைச் சூட்டி அழைத்திருக்கிறார்கள்.

எப்படி இந்தப் பெயர் நிர்வாகமுறை! பாடசாலைகளில் ஆசிரியர்கள் ஓய்வெடுக்கும் அறைக்குப் பக்கத்திலே நூலகங்களை அமைத்திருப்பதைவிடச் சிறந்ததல்லவா?

அப்போது இப்போது இருப்பதைப்போன்று ஜிம்மி, திம்மி, மம்மியெல்லாம் கிடையாது. பிறந்த தினங்களைப் பொறுத்து உதுமாலெவ்வை, பாத்துமுத்து, செயினம்பு இவைகள் தான். எனது தந்தைக்கும் அவரது தம்பிக்கும் ஒரேபெயர். அவர்கள் இருவரும் ஒரே கிழமையில் பிறந்ததற்காக. வெளியில் அழைக்கின்ற பெயர்கள் வெவ்வேறு.

இப்போது பிள்ளை பிறந்தால் அதற்குப் பெயர் தெரிவதே ஒரு பிரச்சனையாகி மனிதன் அலைகின்றான். அர்த்தமான பெயர்கள் தற்போது அழிந்தேவிட்டன. மண்டையை உடைத்து, இவர்கள் தேடிப்பிடித்துப் பிள்ளைகளுக்கு வைத்த பெயரை வாயால் கூப்பிடுகிறார்களா? அல்லது பிள்ளையைப் பார்த்துத் தும்முகிறார்களா என்று தெரியவேயில்லை.

எனக்குத் தெரிந்த ஒரு பிள்ளையின் நாகரிகப் பெயரின் நேரடித் தமிழ் அர்த்தம் “தும்புக்கட்டு” என்பதாகும். பாவம் அந்தப்பிள்ளை என்ன செய்யும்!

எங்கள் கலாச்சாரத்தில் பெயர்களுக்கு நல்ல அர்த்தம் இருக்கவேண்டும். எனது திருநாமத்தின் அர்த்தம் தீமையை விலக்கி நன்மையைச் செய்பவன் என்பதாகும்.

நான் எந்தளவுக்குத் தீமையை விலக்குகிறேன் என்று எனக்குத் தெரியாது விட்டாலும், ஓரளவுக்கு என்னால் உணர முடியும். கட்டாக்காலி கவிஞர்களை விட்டும் நான் ஒதுங்கி யிருப்பது. எனது வாழ்க்கையில் வீண்வம்புகளையும் தொல்லை யையும் தருபவர்கள் இந்தக் கட்டாக்காலி கவிஞர்கள்தான்.

மாநகர சபைகளில் ஒரு சட்டம் உண்டு. தெருவில் அலை கின்ற கட்டாக்காலி மாடுகளைப் பிடித்துக்கட்டித் தண்டனைப் பணம் அறவிட என்று. இந்த விலங்குகளுடன் கவிதை நாம்பன் களையும் இனிச்சேர்க்க வேண்டும். நாடே பழுதுபடாமல் பாதுகாத்துக் கொள்வதற்கு. பிடித்துக்கட்டிவைத்தால் தண்டப் பணம் தந்து மீட்கப் பெற்ற தகப்பனே வருவானா என்பதும் சந்தேகம்தான்!

சில அழகான பெயர்களை வைத்திருந்தும் நாகரிகம் கருதி, அதன் தலை வால் தறித்து ஊனமாக சிமி, குமி என் றெல்லாம் பிள்ளைகளைக் கூப்பிடும் போது ஏளனமாகத்தான் இருக்கிறது. இவர்கள் வாசலுக்கு நிழல் தரும் மரத்தைத்தான் தறிக்கிறார்கள் என்று பார்த்தால், பிள்ளைகளின் பெயர் களையும் என்ன அசிங்கமாகத் தறித்துவிடுகிறார்கள்!

இதில் பாரிய அனர்த்தங்களும் தடுமாற்றங்களும் நிகழுகின்றன.

எனக்குத் தெரிந்த ஒரு பையனைச் "சிம்மி" என்று அவனது வீட்டில் அழைக்கின்றார்கள். அரிக்கன் லாம்பின் சிம்மியும் இப்போது பிள்ளைக்குப் பெயர்! திரி என்று அழைப் பவர்களும் இருக்கக்கூடும். யாரும் நெருப்பு மூட்டாது விட்டால் சரிதான்.

அவனது பக்கத்து வீட்டில் வளர்க்கப்படும் சாம்பல் நிறத்துப் பூனையொன்றுக்கும் "சிம்மி" தான் நாமம்.

இந்தப் பையனை இவர்கள் இங்குச் "சிம்மி" என்று சத்தம் போட்டால் அங்குள்ள பூனை வாலைக் கிளப்பிக் கொண்டு வேலிக்கு மேலால் பாய்கிறது.

அங்கு அவர்கள் அறுத்த மீன் தலைகளை வைத்துக்கொண்டு "சிம்மி" என்று குரல் கொடுத்தால் இந்தப் பையன் எழுந்து போய்ப் புலாலைப் பார்த்து ஏமாந்து வருகிறான்.

ஆக, பூனையும் பிள்ளையும் இங்கு ஒன்று. இதுதான் நாகரிகமா! சிம்மி என்ன பாடுபடுத்துகிறான் ஊரை!

மனிதனை மினுக்குவது அல்லவா நாகரிகம்! அது அவனைத் தரக்குறைவாக்கி வாழவிடலாமா!

எனது பிள்ளைகள் என்னை “வாப்பா” என்றுதான் வாய் நிறையக் கூப்பிடுகிறார்கள். “டடா” கூப்பிட்டு என்னைப் போட்டு உடைக்கவில்லை. தாயை “உம்மா” என்றுதான் அழைக் கிறார்கள். மம்மி என்று அம்மணமாக்கவில்லை. இன்னும் சொன்னால், மரங்கொத்திபோல அவர்கள் கத்தவேயில்லை.

நமக்கென்று ஒன்று உண்டு என்பதில் நான் எப்போதும் கரிசனையுள்ளவன். நான் தமிழால்தான் ஒப்பமிடுகிறேன். பலர் என்னிடம் வினவியிருக்கிறார்கள். ஏன் தமிழால் ஒப்ப மிடுகிறீர்கள்? என்று. தனது “தாய்” தெரியாத தனயர்கள்! பாவம், ஆயாவைத் தூக்கிக் கண்ணில் ஒற்றுகிறார்கள். மல்லிகைப் பூவைப்போல்!

உண்மையிலேயே மனிதனுக்கு மூளை தலைக்குள்தான் இருக்கிறதா? இல்லை, அவனுக்குள் வேறெங்கும் ஒதுக்குப் புறத்தில் ஒளித்து வைக்கப்பட்டிருக்கிறதா? வாழ வந்த ஒரு கோழிக்குஞ்சு வெளியிலுள்ள கீரிப்புள்ளைக்கும் பயந்து ஒண்டி ஒதுங்குவதைப்போல . . .

தமிழைத் தாய்மொழியாக வைத்துக்கொண்டு, கையொப்பம் என்றால் அது ஆங்கிலத்தில்தான் வைக்கப்படவேண்டு மென்று இன்னும் நினைக்கின்ற மக்களே, நீங்கள் மரத்தில் ஏறுங்கள்! மந்திக் குரங்குகள் இங்கு வந்து கைவிரல் ஊன்றி ஒப்பமிடட்டும். குரங்குகள் நாகரிகம் அடைந்தாலும் அசிங்கப் படாதவை.

எந்தக் குறவன் அதற்கு உடுத்துச் சங்கிலியால் கட்டி நகருக்கு அழைத்து வந்தாலும் பழங்களை இரு கைகளாலும் தான் உண்ணுகின்றன. முள்ளுக்கரண்டிகள் தேடவேயில்லை.

❖

நினைவு எதிலும் ஏறித்தான் வரும்

செய்வினைச்சீனியரின் பெரிய பெரிய காரியங் களுக்கெல்லாம் மிகவும் கெட்டித்தனமாகச் செயல் வடிவம் கொடுக்கக்கூடிய ஒரு பரிசாரி அவரது கம்புக் கட்டுக்குள் இருந்தான். அவன்தான் எனது மூத்தப்பா வுக்கும் சில்வண்டில் செய்து புதுமைகாட்டியவன். அதனால் அவரது காதுக்குள் எப்போதும் சில்வண்டு கத்துவதைப்போன்று சத்தம் கேட்டபடியே இருந்தது. இதனால் அவர் எந்த நேரமும் தனது காதை எதை யாவது ஓட்டித் துளைத்தபடியே இருந்தார். யார் கதைத் தாலும் அந்தக் கதைகள் அவருக்குச் சரியாக விளங்க வில்லை. "பற்றறி" பலயீனமான வானொலிக் கதை போல இருந்ததாம். அதனால் அவர் ஆத்திரமடைந்து பேய் போலவும் கத்துவார். ஒருநாள் இந்த விளை யாட்டை நமக்குச் சீனிதான் காட்டியிருப்பான் என்று யூகித்துக் கொண்டார். இதற்கு ஒரு காரணம் இருந்தது.

மூத்தப்பாவின் மருமகள் முறையான ஒரு பெண்ணின் பிரசவத்தின்போது செய்வினைச்சீனி அவளுக்குப் பன்னீர்க்குடம் தகர்ந்து பிள்ளை பிறக்காமல் செய்து வேடிக்கை பார்த்துக்கொண்டிருந்தான். அப்பெண் வேதனையோடு "கருமாரி" நேரத்தில் கிடந்து போராடினாள். மூத்தப்பா போய்ப் பக்கத்து ஊரிலுள்ள "புலியெண்ணைப் போத்தலனை" நாடி, ஒரு வெற் றிலையை ஓதி அதை உள்ளங்கைக்குள் வைத்து உடைக்கப் பிள்ளை பிறந்ததில், மூத்தப்பாவில் ஒரு கண் செய் வினைச்சீனிக்கு இருந்தது.

"புலியெண்ணைப் போத்தலன்" ஒரு பெயர்போன பரிசாரி. சூனியம் செய்வதில்லை, வெட்டுவது மட்டும்தான் என்ற கொள்கையைக் கொண்டவன்.

ஒருநாள் படுத்துக்கிடந்த மூத்தப்பா தான் அணிகின்ற மிதிவடிக்கட்டையைத் தூக்கிக்கொண்டு திடீரெனச் செய்வினைச்சீனியின் வீட்டை நோக்கிப் பாய முற்பட்ட போது வீட்டிலுள்ளவர்கள் பிடித்து அமர்த்தினார்கள். மூத்தப்பா கோழிக்குஞ்சைப்போல் அடங்கினார்.

மூத்தப்பாவின் குணம் இதுதான். அவரை அப்படியே விட்டிருந்தால். நான் இப்போது கொலைகாரன் ஒருவனின் பேரன்.

மூத்தப்பா மிதிவடிக்கட்டைக்கு லாடம் அடித்திருப்பார். அவர் அதைக் காலில் போட்டுக்கொண்டு நடக்கின்றபோது கடக்கு, கடக்கு என்ற சத்தம் வரும். மூத்தப்பா தனது பொருட்களை நன்றாகப் பேணக்கூடியவர். தனது குடையை வெயிலில் காயவைத்து அழகாக மடித்து வீட்டின் பூக்கல் ஓட்டைக்குள் கொளுவி வைத்திருப்பார். எங்கள் வீட்டில் பல இடங்களில் "பூக்கல்" இருந்தது.

முன்வாசல் கதவுக்கு மேலிருந்த பூக்கல் ஓட்டைக்குள் கொட்டைப்பாக்கான் கூடு இருந்தது. அதை நான் பல தடவை கையில் எடுத்துப் பார்த்திருக்கிறேன். எல்லோரும் ஏசுவார்கள். பாவம் என்பார்கள்.

ஒரு நாள் வீட்டிலிருந்த நெல்லுப்பட்டறைக்கு அடியில் சில பல்லி முட்டைகள் விழுந்துகிடந்தன. அவற்றைப் பொறுக்கி எடுத்து நான் அந்தக் குருவிக்கூட்டுக்குள் வைத்திருக்கிறேன். குஞ்சு பொரிக்கட்டும் என்று நினைத்து.

எதையும் மாற்றிமாற்றிப் பார்க்கின்ற குணம் எனக்கு அப்போது இருந்தே இருந்திருக்கிறது.

தலை வழிக்கும் கத்தியொன்றை மூத்தப்பா வைத்திருந்தார். பளபளக்கும் கூரிய கத்தியது. எப்போதாவது அதை எடுத்து ஒரு கண்ணாடியைப் பார்த்துக் கொண்டு தன் தலையை இறக்குவார். அவரின் சிகையலங்காரம் மொட்டைதான். குளித்து அதில் எண்ணெய் வைத்தால் எனக்கு அதில் "சிப்பி;" விட்டு விளையாட ஆசை வரும். நாங்கள் சிறுவயதில் கடற் கரையில் மணலை மேடாகக்குவித்து அதில் சிப்பியை எண்ணெய் தடவி ஓடவிட்டுப் போட்டி நடத்துவோம். அதுதான் சிப்பி விடும் விளையாட்டு. அது வழுக்கிக்கொண்டு ஓடும் தூரத்தைப் பொறுத்து வெற்றி தோல்விகள் அமையும்.

இவற்றையெல்லாம் மூத்தப்பா "தீப்பள்ளயத்தில்" தான் வாங்கி வருவார். வருடாந்தம் பாண்டிருப்பில் நடக்கும் மேற்படி நிகழ்வில் என்னையும் தவறாமல் அழைத்துக்கொண்டு

போயிருக்கிறார். மூத்தப்பாவிற்கு அவர் இறக்கும் வரைக்கும் சைக்கிள் ஓடத்தெரியாது. வெறும் கால்நடையாகவே நாங்கள் போவோம். கல்முனை எவ்வளவு தூரம் அப்பொழுது!

நடந்து நடந்து வைரமானது மூத்தப்பாவின் கால்கள். அவர் எட்டி உதைத்தால் இந்தக்கால ஆண்பிள்ளையின் ஈரல் குலை கூடவே அவரது கால் பெருவிரலில் கொளுகி வரும்.

கரும்பு, பனாட்டு, தளப்பத்து ஓலை, மிதிவடிக்கட்டை டயென்று மூத்தப்பா அங்கு வாங்குகின்ற சாமான்கள் இப்போது மங்கியே போயின.

மூத்தம்மாவுக்கு மழை வந்தால் தலைக்குப்பிடிக்க அவர் வாங்கிக்கொடுக்கின்ற தளப்பத்துக் கொத்தின் கரையை அவர்தான் நூலால் தைத்துப் பலப்படுத்தியும் வைப்பார். அப்போது குடை என்றால் கொஞ்சம் உசத்தியானவர்கள் விரிக்கின்ற சாமான். அனேகமாக ஆண்பிள்ளைகள்தான் அப்போது குடை வைத்திருப்பார்கள். பெண்களுக்கு இந்தத் தளப்பத்துக் கொத்துகள். நானும் என் மூத்தம்மாவுமாக ஆயிரம் மாரிகளுக்குள் ஒரே தளப்பத்துக் கொத்துக்குள் சென்று மகிழ்ந்திருக்கிறோம்.

பனாட்டு, பனைஒடியல், குட்டான் இவையெல்லாம் மூத்தப்பா எனக்கு வாங்கித்தருவன. பனை ஒடியலையும் குட்டானையும் ஒன்றாகத்தின்றால், என்னையும் என் மனைவி யையும் இணைத்துப் படம் பிடித்த இன்பம் வரும், இன்றைக்கும்.

அப்போது உறவுகளுக்குள் பிள்ளைபிறந்தால் பார்க்க வென்று வரும் சுற்றத்தார் தவறாமல் குட்டான் எடுத்து வருவது மரபு. அதே போன்றுதான் கண்நோய் வந்தால் மல்லிகைப்பூ.

வந்து முதல் வேலையாகப் பிறந்த குழந்தையின் வாய்க்குள் குட்டானை வைத்துச் செல்லம் கேட்டுவிட்டுத் தான் அடுத்தவேலை. கள்ளக்குட்டி, ஆளைப்பாரு . . .!

நான் பெரியவனாகியும் குட்டான் உண்டிருக்கிறேன். அதன் வெற்று ஓலை சீசாவை என் கைப் பெருவிரலில் போட்டு ஆட்டித்திரிவேன்.

எதையும் ஆட்டி அலுத்த குணம்தான் இந்தப் பத்திக்கையின் பசுமையைப் பேணுகிறது. கல்லுப்போல இருந்தவனால் ஒரு கடிதம் எழுதுவதும் கடினம்தான். அவன் காதலித்தாலும் சொந்தமாக ஓர் அழகான வார்த்தை எழுதாமல், உன் கூந்தல் அழகு என்பான். அல்லது உன் பல்லில் இருக்கின்ற புழு அரித்த ஓட்டைக்குள் பாம்பு படுக்கிறதா என்று கேட்டு ஒரு படி உயர்ந்திருப்பான்.

குருவித்தனமே ஒருவனை அனுபவசாலியாய் மாற்றுகிறது. என் குருவித்தனம் நீண்டதும் விரிந்ததும். இந்த – என் குருவித் தனத்தைத் தீன் போட்டு வளர்த்த பங்கு என் மூத்தப்பாவுக்கு நிறைய இருக்கிறது.

மூத்தப்பா தலை வழிக்க நிலத்தில் இருந்து தலை இறக்கும் அவரது ஆயுட்கால நண்பர் ஒருவரிடம்தான் போவார். அப்போது என்னையும் அழைத்துப் போவதுண்டு. அங்குதான் நான் முதன்முதலாக மொத்தமாய் எல்லாச் சமயத்துப் படங் களையும் பார்த்தது. அவைகளுக்குப் பக்கத்தில் எம்.ஜி.ஆர், சிவாஜி! இவர்களும் ஆண்டவர்களோ என நான் அப்போது நினைத்திருக்கிறேன். கண்ணம்மா பெண் கடவுள்போல இடையில் இருப்பார். கடவுள்களிலும் பெண்ணுக்குப் பின்னடைவுதான். இப்போது என்றால் அவர்கள் இங்குள்ள அமைப்புகளில் சேர்ந்திருப்பார்கள்.

இந்தக் கடையில் எனக்கு ஒருவிதப் புதினம் இருந்தது. அது என்னவென்றால், தலை இறக்கி முடிந்ததும் பலர் தங்கள் கம்புக்கட்டுகளை உயர்த்தி அங்கு கத்திபோடவைப்பது. கத்தியை அவர் போடும்போது இவர்கள் நெளிகின்ற நெளிச்சல் பார்க்க எனக்குச் சுகமானது. அத்தோடு அவர்கள் நிற்கவே மாட்டார்கள். தங்கள் மூக்கு மயிரை வெட்டக்கொடுப்பார்கள். அவர்களின் நுனி மூக்கைப்பிடித்துத் தலையை நிமிர்த்தி நறுக்கு, நறுக்கென்று வெட்டுகின்றபோது குறிப்பிட்டவர்களின் முகத்தைப் பார்க்கவே முடியாது. எங்கோ இருந்து எதுவோ வந்து வெட்டுவதைப் போன்றிருக்கும். நான் மனதுக்குள் அப்போது கேள்வி கேட்டுக் குழம்பியிருக்கிறேன். இந்த மூக்கு மயிரை வெட்டாமல் விட்டால் அது வளர்ந்து குதிகாலில் சிக்கி இடறி விழுவோமா என்று.

மூத்தப்பாவின் மூக்குப் பொடி. புளியங்கொட்டையளவு. அவரின் மூக்கைப்பிடிக்காமலே மூக்கு மயிர் வெட்டப்படும். சின்ன கத்தரியும் புத்தியுள்ளது!

எந்தக் கொடுமைக்காரனுக்கும் ஒரு தினம் அவனுக்கென்றே விடியும். இதை நாம் பலரில் கண்டிருக்கிறோம். அவன் காலம் முடிந்தால் காதுக்குள்ளேயே வந்து கோழி கூவும். இது உலக நியதி. உலகத்தில் இன்றும் மாறாமல் இருப்பது இப்படியான நியதிகள்தான். நியதிகள் மாறினால்தான் சூரியன் மேற்கில் உதிக்குமென்று வேதம் சொல்கிறது. பாருங்கள்; எப்போதும் எதிலும் புதுமையைத்தேடுகின்ற மனிதனுக்கு, இப்படியே காலாகாலமாக உதிக்கின்ற நிலவு சலிப்பைத் தரவில்லை. மழை அலுக்கவில்லை. இரவை அவன் புறுபுறுத்துக்கொண்டா இப்போதும் ரசிக்கின்றான், இல்லையே! இன்னும் இவற்றி லுள்ள புதுமைகளைக் கண்டறிய அவனுக்கே ஆற்றலில்லை.

சரியான நியதிகளும், உச்சக்கட்டப் படைப்புகளும் நிரந்தரமானவை. அதை மீறியோசிக்க மனிதனுக்கு முடியாது. மனிதனால் செய்யப்பட்ட சில உச்சங்களும் தன்னை உருக்கி மேலிடத்திலிருந்து கொண்டு வந்து குவித்த அற்புதங்களல்லவா! இதற்கு அவன் பொன்னான பாதையைத் தேர்ந்தெடுக்க வேண்டும்.

ஒரு நாள் செய்வினைச்சீனியையும், சீனியின் கம்புக்கட்டுக்குள் இருந்த வைத்தியரையும் கொண்டுபோய்ச் சிலர் "வம்புக்குழலில்" சிறுநீர் பருக்கினர். குடித்த வாய்க்குப் பின்னர் செருப்பால் அடித்தனர். "வம்புக்குழல்" என்பது அசிங்கங்களைப் பருக்கப் பாவிக்கப்படும் குழல். இது பப்பாசிக்குழலாகவும் இருக்கும்.

அப்போது சண்டை வந்தால் இந்தக் குழலில் அதை இதைப் பருக்குவது, மலத்தைக் கரைத்து ஒரு முட்டிக்குள் ஊற்றி அதற்குள் தவளைகளையும் போட்டு "பீமுட்டி" அடிப்பது, கிராமத்தவனின் சின்னச் சின்னத்தனங்களாக இருந்திருக்கின்றன. இவைகள் இப்போது அடியோடு இல்லை. அப்போது எங்காவது அந்த முட்டி அடித்திருந்தால், ஊரெல்லாம் நாறும். அதிலும் தவளைபோட்டு அடித்திருந்தால், அது போன இடம் பட்ட இடம் எல்லாம் கழுவவேண்டி ஏற்படும். இப்போதும் தவளைகளைக் கண்டால் எனக்கு இந்த ஞாபகங்கள் வந்து போவதுண்டு. ஞாபகங்கள் என்பது என்ன! அவைகளும் உயிருள்ள உருப்படிகள்தானே! ஒவ்வொன்றுக்கும் அது, அது, வர ஒவ்வொரு வாகனம் இருக்கிறது. இல்லையென்றால்; ஒன்றைக்கண்டால் ஒன்று நினைவு வரக்கூடாதே!

நினைவு எப்போதும் எதிலும் ஏறித்தான் வரும். அந்த இரண்டு விடயங்களும் நடந்ததற்குப் பிறகு அவர்களின் அரசாங்கம் முடிந்தது. சோர்ந்து போன கிளிலாத்தாவின் கணவன் ஊஞ்சலில் இருக்கத் தொடங்கினார். கிளிலாத்தா ஆடும் அதே ஊஞ்சல். ஒரு பூனை மாதிரி வந்து மறு தொங்கலில் இருந்து ஆடினார். சும்மா ஆடவில்லை, வாயில் வீணைப் பெட்டி. வாசித்தபடி. யோசிக்கிறீர்களா?

❖

முற்போக்கு மாது சில்லெனப் பாஞ்சான்

மனிதன் மகத்துவம் உள்ளவன் என்று சும்மா சொல்லவில்லை. அதில் விஷயம் இருக்கிறது. எவனுக்குள் எது இருக்கிறதென்று எவருக்கும் தெரியாது. ஆயிரம் அழுக்குகள் உள்ள ஒருவனுக்குள்ளும் ஓர் அழகு இழையோடும். அதுபோன்றுதான் கிளிலாத்தாவின் கணவனுக்குள்ளும் இருந்த இசைஞானம். பல துவாரங்கள் உள்ள காட்டு மரங்களில்தானே வைரமும் பாய்ந்திருக்கின்றது!

எந்த ஞானமாக இருந்தாலும் அனேகமான மனிதன் அதைக் கட்டியணைத்து வளர்க்கத் தெரியாமல் இளமையில் திண்டாடிவிட்டு, பிற்காலத்தில் அதன் மடியில்தான் தலைவைத்துப் படுக்க நினைக்கின்றான். இதற்குக் கிளிலாத்தாவின் கணவனும் விதிவிலக்கல்ல. மேலும் சொன்னால்; ஒருவனுக்குள் உடலோடு ஊறிப்போய் இருக்கின்ற ஞானம்தான் இறுதியில் அவனுக்கு நிம்மதிக்கான தலையணையைத் தயாரித்துக் கொடுக்கிறது.

தனக்குள் இருந்த அற்புத ஊற்றைச் சரியாக அள்ளிப் பருகத்தெரியாமல் எதிலோவெல்லாம் தன் காலத்தை இழந்துவிட்டு, எல்லாம் போய் வெறும் கட்டையான பிறகு தனக்குப் பிடித்த “வீணைப்பெட்டியைத்” தூக்கும் வேலையை அவர் ஆரம்பித்திருந்தார்.

வீணைப்பெட்டி என்றாலே எனக்கும் இப்போதும் ஓர் உயிர். என் சின்ன வயதில் என் பெற்றோரிடம் நான் வாங்கிக்கேட்டு அழுத ஒரு பொருள் என்றால், அது வீணைப்பெட்டிதான். நான் அண்மையில்கூடத் தலைநகர் சென்றபோது தேடி அலைந்து இரண்டு வீணைப்பெட்டிகளை வாங்கிவந்தேன். ஒன்று – எனது

மூத்தமகனுக்கு. அடுத்தது இந்த மூத்த குழந்தைக்கு. இளையவன் கேட்டு அழுது தொல்லை தருவான் என்பதற்காக அவனைச் சமாளிக்க ஒரு புல்லாங்குழல்.

நான் இப்போதும் நன்றாகப் புல்லாங்குழல் வாசிப்பேன். நான் புல்லாங்குழலில் விரும்பி வாசிக்கும் பாடல் "பட்டணப் பிரவேசம்" படத்தில் இடம் பெறும் "வான் நிலா நிலா அல்ல உன் வாலிபம் நிலா" என்ற அருமையான பாடலாகும். பெண்ணின் வாலிபத்தை நிலா என்று கண்ணதாசன் கண்டிருக் கிறார். "பெண்ணுக்குள் எத்தனை இன்பம்" என்றும் வியந்திருக் கிறார். அப்படி எதைத்தான் பெரிதாகக் கண்டு விட்டாரோ தெரியவில்லை! அல்லது அவருக்கு இரட்டை ஆண்மையா?

முழுக்க முழுக்க "வயலின்" என்ற இசைக்கருவியை வைத்து இசையமைத்த பாடல் அது என்பார்கள். நான் அப்பாடலைப் புல்லாங்குழலில் வாசிப்பதை ஒரு தரமாவது மெல்லிசை மன்னர் கேட்டுப்பார்த்தால், இனி அந்தப் பாடலில் உள்ள வயலினை எடுத்துவிட்டு நீ புல்லாங்குழலை வாசி திருத்துவோம் என்பார்.

வீணைப்பெட்டியில் பல பாடல்களை நான் அப்போது மீட்டுவேன். அப்போதைய பாடல்கள் பலதும் வீணைப்பெட்டி யால் ஒருவன் வாசித்து இன்புற இன்பமானவைகளே! பெண்ணைப் பிடிக்காமல் போனாலும், பெண்ணுக்கு ஈடாக நெய்ப்போத்தலைப் பிடித்துத் திருப்தி காணும் அளவுக்கேனும்.

"யாரது யாரது சொல்லாமல் நெஞ்சள்ளிப் போவது" என்ற பாடலைத்தான் நான் அதிகமாக வாசிப்பேன். அதற்கு முன்வந்த பல பாடல்களையும் நான் வாசித்திருக்கிறேன். எனக்கு;க்ஷீ சவாலாக இருப்பது இப்போது வெளிவருகிற பாடல்கள்தான். "காதல் பிசாசே காதல் பிசாசே" என்று நான் இழுக்கின்ற போது மூச்சு நின்றுவிடப்பார்க்கிறது.

என் இளமையில் நான் வீணைப்பெட்டி சகிதம் அலைந்தது மாதிரி வேறு எவனும் அலைந்திருக்கமாட்டான். கொஞ்சம் அலைந்த இன்னொருவர் "மூன்று முடிச்சு" படத்தில் திரு. கமல்ஹாசன்தான். திரைப்படத்தில் ரஜினிகாந்த் அவரை ஆற்றுக்குள் தள்ளி விடும்போது அவர் என்னையே தள்ளி விடுவது போல இருந்தது எனக்கு.

என்னை அவர் தள்ளிச் சாகடித்திருக்க முடியாது. ஏனெனில் எனக்கு நீச்சல் தெரியும். நான் நீச்சல் பழகிய

கதையை இவ்விடத்தில் சொன்னால், சிலர் விரசம் என்பீர்கள். இருந்தாலும் சொல்லத்தான் வேண்டும். எழுத்தாளனும் பைத்தியக் காரனும் ஒன்று. மனதில் பட்டதை விளாசித்தள்ளுவதில்.

நான் நீந்தி நீந்திப் பழகிக்கொண்டிருந்த காலத்தில் எனக்குத் தண்ணீருக்கு மேலே மிதந்தபடி இயல்பாக நீந்திப்போக ஆசைவந்தது. அப்போது குளத்திற்குள் ஒருவன் குளித்துக்கொண் டிருந்தான். அவன் இப்போதும் உயிர் வாழ்கிறான். எனது ஆசை விளங்கி என் அருகில் வந்த அவன் நீந்தப்பழக்கவா . . . வா . . . என்றான். நான் போகும் முன்னரே அவன் என்னைத் தூக்கித் தன் இரு கைகளிலும் ஏந்தினான். போகப்போக அவனது கை எங்கெங்கோவெல்லாம் மேய்ந்தது. நான் வாய் விட்டுக் கத்தினேன். "விடு" என்று அவனை உதைத்தேன்.

விரசமா? நீங்கள் என்ன வாய்க்குள் விரல்விடும் ஆட்களா! கொஞ்சம் வெளிப்படையாக எழுதினால் அருவருப்பு என்கிறீர்கள். அண்மையில்கூட நமது பகுதியிலுள்ள வானொலி யொன்றில், "சிறுவர்களைப் பேட்டி காணும்" நிகழ்ச்சியில், அருவருப்பான சொற்களை வைத்து இலக்கியம் படைப் பவர்களைப் பற்றி என்ன நினைக்கிறீர்கள் என்று பேட்டி கண்ட ஒரு "மதலைக் குழந்தை" வினவியது.

இவர்கள் அருவருப்பு என்று எதனைக் கருதுகின்றார்கள்? இவர்கள் பேட்டிகாணும் "அசில்தான்" அருவருப்பு. இதுவரை எத்தனை கவிதைகள் எழுதியிருக்கிறீர்கள்? இதுவரை எத்தனை விருதுகள் வாங்கியிருக்கிறீர்கள்? இதுவரை எத்தனை தரம் பல் விளக்கியிருக்கிறீர்கள்? என்றெல்லாம் கேட்பதுதான் துர்நாற்றம் வீசுவது.

நமது பகுதியின் பாரம்பரியத்தை வெளிக்கொணர வந்த நிலவின் நகவெட்டு,

தன் தாய் வானொலியைப் பிரதியெடுப்பதும், தன் நடையுமின்றிப் பிறர் நடையுமற்றுச் சீரழிவதும்தான் வயிற்றைக் குமட்டுவது. கருவிலேயே போதைகொண்ட அறிவிப்பாளர்கள் இனியாவது நற்பாதைகண்டு நடக்கப் பழகிக் கொள்ளவேண்டும். எத்தனை காலத்திற்கு இப்படியான கேள்விகளைக் கேட்டுக் கைசூப்பிக் கெண்டிருப்பது.

சரி, நாம் நின்ற இடத்திற்குப்போனால்; கமலைப் பிரிந்த சிறிதேவி அந்த வயதான ரஜினிகாந்தின் அப்பாவைத் திருமணம் செய்திருக்கத் தேவையில்லை. தியேட்டருக்குள் கொஞ்சம்

திரும்பிப் பார்த்திருக்கலாம் வீணைப்பெட்டியுடன் இன்னொருவன் (நான்) உட்கார்ந்திருப்பதை.

கிளிலாத்தாவின் கணவனிடம் ஓர் அழகான வீணைப் பெட்டி அப்போது இருந்தது. அதில் எனக்கும் பாரிய கண் இருந்தது. ஆடி அலுக்குலுத்து ஓய்வான காலத்தில் அவர் ஊஞ்சல் தொங்கலில் இருந்துகொண்டு “முல்லை மலர்மேலே மொய்க்கும் வண்டுபோலே” என்ற பாடல் மெட்டுக்கு அதை ஊத ஊத எனக்கு வாய் ஊறும். ஒரு மனிதனின் நிம்மதிக்கு மனைவியைப்போன்றுதான் ஊஞ்சலும் முக்கியமானது. (இரண்டும் கழுத்தும் அறுக்கும் தம் கயிறுகளை அறுத்துக் கொண்டு.) அதற்காகத்தான் ஒவ்வொரு வீட்டிற்கும் அந்த நாளில் ஊஞ்சல்கள் இருந்தனவா!

அப்போது எங்கள் கடற்கரையில் பெரிய கப்பலொன்று வந்து கல்லில் பாய்ந்தது. நான் சின்னவயதில் குடும்பத்தின ருடன் கொழும்புக்குச் சென்றுபார்த்த பாராளுமன்றக் கட்டிடத்தைப்போல இருந்தது அது. அது ஒரு சரக்குக்கப்பல். பல நாட்களாக அதை மீட்டெடுக்க எடுத்த முயற்சிகளெல்லாம் மொட்டைத்தலையில் மயிரை வளர்க்க எடுத்த கதையாகித் தோல்வியாய் முடிய, கப்பல்காரன் அதைக் கைவிட்டுவிட்டு ஊர் போய்ச் சேர்ந்ததனால், நெய்க்குடம் உடைந்த நிலை யாகி, ஊர்மக்கள் அதை வேட்டையாடத் தொடங்கினர்.

அந்த நாட்களில் ஊர் முழுக்கக் கப்பல் வந்த கதையும், அதில் அகப்பட்ட சாமான்களின் ஆச்சரியங்களுமாகத்தான் இருந்தன.

வெள்ளைக்காரன் கழிவறையில் பாவிக்கும் ஒருவித வண்ணக் கடதாசிகளை இவர்கள் கைக்குட்டைகள் என்று நினைத்து எடுத்து வந்து தம் மனைவியருக்குக் கொடுக்க, அவர்கள் அதனால் முகம் துடைத்துக் கன்னம் பழுதான நகைச்சுவைகளைவிட, கப்பல்காரன் மெஷினுக்குள் ஊற்றும் எண்ணெயை உயர்ரகக் குடிவகை எனக்கருதிக் கொண்டுவந்து குடித்துவிட்டு மாதக்கணக்காக வயிற்றோட்டம் எடுத்து வைத்தியசாலையில் கிடந்ததுதான், இன்றும் ஊர் நினைத்துச் சிரிக்கின்ற பெரிய நகைச்சுவை.

முகம்மது யூசுப்பு என்பவர் புதுவீடுகட்டி அதற்குக் கப்பலில் எடுத்த மையைத்தான் வாங்கிப் பூசியிருந்தார். அவருக்கு எந்த அளவுக்கு அந்த மையில் அலாதி விருப்பம் இருந்ததென்றால், அவரின் கக்கூசு குழிக்கு மேலால் போடப்பட்டிருந்த கொங்றீட்

துண்டுக்கும் அந்த மையை அள்ளியள்ளிப் பூசி வர்ணம் காட்டியிருந்தார். அதில் அதிகமாகக் கவரப்பட்டவை கோழிகள் தான். அவைதான் அதில் ஏறி நின்று எச்சமடித்து வந்தன.

இப்படிப் பல சம்பவங்கள்.

வெள்ளைக்காரனின் "சந்தனக்கட்டை" என்று நினைத்து ஏதோ ஒருவிதக் காட்டுமரத்தை உரைத்துத் தங்கள் நெற்றியில் பூசியதால் கொப்பளம் கிளம்பி அதற்கு மருந்து போட்டுத் திரிந்தவர்களும் இங்கு உண்டு.

அவனது குடும்பக்கட்டுப்பாட்டுச் சாதனமான ஆணுறைகளைப் பிள்ளைகளின் வாய்க்குள் வைக்கும் சூப்பிகள் என மயங்கி, குழந்தைகளின் வாயைப் பழுதாக்கிய தாய்மாரை என்ன செய்வது!

இந்தக் கப்பலில் எடுத்த வீணைப்பெட்டிதான் கிளிலாத்தாவின் கணவனிடம் இருந்தது. வெள்ளைக்காரன் தன் உறவுகளை நினைத்துக் கப்பலில் போகும்போது வாசித்த ஆங்கில, பிரஞ்சுப் பாடல்களை அது மறந்து தமிழ்ப் பாடல்களுக்கு மெட்டுப் போட்டுக் கொண்டிருந்ததுதான் ஒரு வெற்றி. ஆனால் எனக்கு ஒரு தோல்வி. அப்படி ஒரு பெட்டி என்னிடம் இல்லையே!

எங்கள் ஊரில் இருந்த "சில்லெனப்பாஞ்சானுக்கும்" தன் கூந்தலோடு கூந்தலாய்ப் பொருத்திக்கட்ட ஒரு சடை கப்பலில் இருந்து அகப்பட்டுக்கொண்டது. அதைச் "சில்லெனப் பாஞ்சான்" தன் கொண்டையில் சேர்த்து முடிந்து கட்டிக் குதிரைபோல நடக்கின்ற நளினத்தைப் பார்த்து வியந்து நின்றவர்களைவிடவும் காறித்துப்பியவர்கள்தான் ஏராளம் பேர்.

எதற்கும் "சில்லெனப்பாஞ்சான்" கவலைப்படாதது.

"சில்லெனப்பாஞ்சான்தான்". எங்களூரில் முதலாவது முற்போக்கு மாது. கூலிக்கு இரட்டை வாள் பூட்டி மரம் அறுக்கும் "வைரக்கிழவரின்" இளையமகள்தான் இந்தச் "சில்லெனப்பாஞ்சான்".

இவள் இரண்டாம் மூன்றாம் வகுப்புப் படித்தவள். அந்த அறிவைக்கொண்டே தன் மனங்கவர் இளைஞனுக்கு அப்போதே காதல் கடிதம் தீட்டி, ஊரில் முதன்முதலாகக் கடிதம் எழுதிக் காதலித்தவள் என்ற சாதனையைக்கூட ஏற்படுத்தியவள்.

ஊர் வைத்த பட்டப்பெயர்தான் "சில்லெனப்பாஞ்சான்". ஒரு குமர்ப்பெண்ணாக இருந்தும் எடுத்ததற்கெல்லாம் வெளியால் திரிந்து குமர்ப்பிள்ளைகளின் மானம் போக்கிய இவளுக்கென்று அதில் அக்கறை உள்ளவர்கள் சூட்டிய திருநாமம்.

இப்போது ஊரில் எத்தனைபேர் காதல் மடல் வரைந்து "சில்லெனப்பாஞ்சானின்" சாதனையை உடைத்திருப்பாள்! இவளுக்கெல்லாம் சாதனைகள் இல்லை. அதுவும் சரிதான். அனைத்திற்கும் சாதனைகள் பதிந்துவைத்துக் கொள்ள நாமென்ன "கிரிக்கெட்டா" விளையாடுகிறோம்.

எனக்கு நல்ல நினைவு இருக்கிறது. கல்லில் பாய்ந்த கப்பலைப்பார்க்கவும் "சில்லெனப்பாஞ்சான்" தனியே வந்திருந்தாள்.

❖

என் தொண்டைக்குள் அவள் கொண்டை மயிர்

எழுத்தாளனும் பைத்தியக்காரனும் ஒன்று, மனதில் பட்டவைகளை விளாசித்தள்ளுவதில் என்று கூறியிருக்கிறேன். இதை இன்னும் கொஞ்சம் விளக்க வேண்டியிருக்கிறது. இல்லையென்றால் பைத்தியக்காரன் எழுத்தாளனாகி விடுவான். அப்படிச் சில பைத்தியக்காரன் எழுத்தாளனாகி ஏளனமாகிப்போன கதை ஊரில் உண்டு. இன்னும் சிலர் இந்த நிலையை அடைந்துவிடக் கூடாது என்பதற்காக.

சந்தர்ப்பங்களில்தான் எழுத்தாளன் பைத்தியக்காரன். அதாவது, விஷயங்களைப் பிட்டுவைப்பதில், வெட்கம்பாராது. மற்றபடிக்கு எழுத்தாளன் எழுத்தாளன் தான். ஒரு பைத்தியக்காரனால் எழுத்தாளனாகிவிட முடியாது.

கப்பல் பார்க்க வந்த "சில்லெனப்பாஞ்சான்" அங்கு நின்ற என்னையும் அழைத்துக் கச்சான்கொட்டைகள் தந்தாள். தரும்போது பார்த்தேன் அவள் உள்ளங்கை நிறைய மருதோன்றிப்பூக்கள், பளிங்குப் பீங்கானில் இருந்தது மாதிரி.

இராசாவுக்குக் காய்ச்சிய பால் என்றாலும் பூனை குடிக்காமல் விடாது என்பதைப்போல, யார் நாட்டிய கம்பு என்றாலும் அதில் காகம் குந்திக் கத்தாமலும் விடாது என்பதும் மெய்தான்.

அந்தக் கப்பலின் கொம்புகளிலெல்லாம் கடற்பறவைகளோடு காகங்களும் குந்தியிருந்து கலந்து கத்தின. இது காகத்தின் அடிப்படைக்குணம். எதற்குள்ளும் போய்த்

தானும் கலப்பது. நமக்குள்ளும் இப்போது எத்தனை காகங்கள் கலந்திருக்கின்றன!

காகங்கள் கத்தின என்பதைவிட, "கத்தம்" ஓதின என்பது தான் பொருத்தம். காகங்கள் சாகாத மனிதனையும் அவன் செத்தவன்போல் "கத்தம்" ஓதி அவனை நிஜமாகவே பிணமாக்கி விடும் வல்லமை உள்ளன. எத்தனை மனிதன் இங்கு காகங்களால் பிணமாகிவிட்டான்!

நான் தொழில் செய்கின்ற காரியாலயத்தில் கூட எனது மேலதிகாரியைச் சுற்றி எத்தனை காகங்கள்!

இந்தக் கப்பலுக்குக் "கத்தம்" ஓத யாரும் மாடு அறுப்பார்களா என்று கேட்பதைப்போல எங்கள் தலைகளுக்கு மேலால் காகங்கள் பறந்தன.

கத்தம் ஓதுவதற்கு எங்களூரில் வசதிபடைத்தவர்கள் மாடு அறுப்பார்கள். அதன் இரத்தத்தையும் கழிவுகளையும் இந்தக் காகங்கள்தான் தின்பன!

காகத்தின் கத்தலுக்குக் காது கொடுப்பதற்கு அப்போது ஊரில் இரண்டு வகையினர்தான் இருந்தார்கள். ஒன்று – காதலில் கட்டுண்டு தன் சோடியைத் தேடிக்கொண்டிருக்கும் ஒற்றைக் குருவியினர். மற்றது – கணவனைத் தொழிலுக்கு அனுப்பிவிட்டு அவன் எப்போது திரும்பி வருவான் என்று ஏங்கிக் கொண்டிருக்கும் உத்தமிகள். மற்றபடிக்கு நான் அறிந்தவரை வேறு யாருமில்லை. காகம் அப்போது ஓர் உதவாப் பறவை.

இப்போது காகத்தின் மகத்துவமே வேறு. அரச வாகனமே இன்று காகம்தான். ஏன், அரச முடியும் அதற்குண்டு.

காகம் எங்களை ஆட்சி செய்கின்றது. இந்தப் பூமியைச் சுழற்றுவது காகம்தான் என்கின்ற காலமில்லையா இது! காகம்தான் இப்போது வண்ணங்களாய்ப் பறப்பது உங்கள் கண்களுக்குத் தெரிகிறதுதானே! நம்மைக்கண்டு காகம் எழும்பிப் பறந்த காலம் போய்விட்டது. காகத்தைக்கண்டு நாம் எழும்பி நிற்காமலா இப்போது இருக்கின்றோம்!

காகத்தின் பாஷையில் சொன்னால்; மெய்தான் அதற்குப் பாஷையே இல்லையே!

பாஷை இல்லாமலே நம்மை ஆளுகின்ற ஒரு பறவை காகம். ஒரு குயில் பிடிக்கக்கூடக் காகத்தின் மாளிகைக்குள் இப்போது யாராலும் நுழையமுடியுமா! காகங்கள் அங்கு மெத்தையில் உறங்குகின்றன.

இந்தக் கப்பலைப்பார்க்க எங்களூருக்குப் பக்கத்துக் கிராமங்களைச் சேர்ந்தவர்கள் வந்த வண்ணமிருந்தனர். வருடாவருடம் எங்களூரில் இருக்கின்ற கொடியேற்றப்பள்ளிக்கு வருவதைப்போன்று. வந்தவர்கள் உண்ணப் பருகவென்று பல தற்காலிகக் குட்டிக்கடைகளும் கொடியேற்றப்பள்ளியில் முளைத்திருப்பதைப்போல எழும்பியிருந்தன. கொடியேற்றப் பள்ளியைப்போலப் பல தட்டு "மினறாவில்" கொடி பறக்க வில்லை. அவ்வளவுதான் இதற்கும் அதற்குமான வேறுபாடாக இருந்தது.

இந்த உலகத்தில் இன்னும் உருவத்தால் வளராமல் இருக்கின்ற வியாபாரி கச்சான் கொட்டை விற்கும் பையன்கள் தான்! அன்றும் சின்னச் சின்ன பையன்கள் கச்சான் கொட்டை விற்றுக் கொண்டிருந்தார்கள். இன்றும் அதே அளவான பையன்கள்தான் விற்கிறார்கள்.

காற்று வாங்குபவனுக்கு வாய்க்குள் போடக் கச்சான் கொட்டையைவிட்டால் வேறு அமிர்தம் கிடையாது என்பது போல, கப்பல் பார்க்க வந்தவருக்கும் அதை விட்டால் வேற திரவியங்கள் இல்லாமல்தான் இருந்தது.

எங்களூர்க் கடல் குடாக்கடல் என்கிறார்கள். இதனால் தான் இங்கு மீன்பிடியும் அதிகமாம். இருந்தாலும் மீன் மலிய வில்லையே எங்கள் ஊரில்! அது குளிர் அறைகளுள்ள வாகனங்களில் ஏறிப் படுத்துறங்கி "பில்கிளிண்டனையும்", "மார்கிரட் தட்சரையும்" சந்தித்துக் கை குலுக்கிவரப் பயணம் செய்யத் தொடங்கிவிட்டது.

அத்தோடு எங்களூர்க் கடலுள் பெரியமலைகளைப்போன்று பாறைகள் கிடப்பதாக அறிய முடிகிறது. இவ்வாறு பாரிய பாறைகள் இருப்பதால்தான், சங்குச்சொண்டன், கலவா, விளல் என்று "கல்மீன்கள்" இங்கு அதிகமாகப்படுகிறதாம். கல்லில் தான் பாசி இருக்கும். பாசிதான் கல்மீன்களுக்கு புரியாணி!

எனக்குக் கடல்மீனில் விருப்பமான மீன் "சங்குச் சொண்டன்தான்" சமைத்தாலும் அதில் வீசும் பாசி மணம் எனக்குப் பிடிக்கும்.

என் சின்ன வயதில் தெருக்களில் உள்ள பழைய மதில்களில் படிந்திருக்கும் பாசிகளைப்பார்த்து நான் மகிழ்ந் திருக்கிறேன். பெரியவனானதும் இப்படியொரு மதில்கட்டி, அது முழுக்க இப்படிப் பாசியை வளர்க்க வேண்டும் என்று நினைத்திருக்கிறேன். பிற்காலத்தில் பாசி வளர்த்தேனா! ஒரு பப்பாசியைக்கூட வளர்ப்பதற்கு முடியாமல் போனது.

ஆம், சுனாமிக்கு முன்பு எனது வளவில் இரண்டு பப்பாசி மரங்கள் குமர் நிலையில் இருந்தன. கன்னிப்பருவத்தில் பெண் மாத்திரமல்ல, "கள்ளியும்" அழகுதான். காலையில் எழுந்ததும் நான் அவற்றைத்தான் அண்ணாந்து பார்ப்பேன். சுனாமி வந்து என் வளவில் தண்ணீர் கசிகசித்ததால் அந்தப் பப்பாசி களும் மாண்டன. ஓர் இரட்டை மரணம் என் வளவிலும் நடந்தது.

பாசிகளில் படுத்துறங்கிக் கனவு காண எனக்கு இப்போதும் பெரிய ஆசை இருக்கிறது. வண்ணத்துப்பூச்சிகள் கொடுத்து வைத்தவைகள். பாசிகளை எப்போதும் முகர்ந்த படியே இருக்கின்றனவே!

கனவு என்று சொன்னபோதுதான் எனக்குள் குறுக்குத் தெளிந்து ஓடிவரும் கோழியைப் போல இன்னுமொன்றும் என் நினைவிற்கு வருகிறது.

எனது தாயின் தகப்பனான மூத்தவாப்பா எனக்குப் பல பேய்க்கதைகளைச் சொல்லியிருக்கிறார்.

அவர் வயலுக்குப் போகும்போது முளைவண்டியின் வாலில் ஏறி இருந்து பேய் பாட்டுப்பாடிய கதை,

கூட்டாளியின் கலியாணத்திற்குப் போய்வரும் போது முச்சந்தியில் மரம் விழுந்து கிடந்த கதை,

அவரைப் பேர் சொல்லி அழைத்த பேய்க்கு அவர் பயந்து நடுங்காமல் தன் உடுமானத்தை உயர்த்திக்காட்டி அதை வெட்கித்து ஓடச்செய்த சம்பவம் என்று,

எத்தனையோ கதைகள், அதைப்போல –

அவர்கண்ட கனவுகளையும் என்னிடம் சொல்லி வைத்ததால்தான் இன்று நான் காணும் கனவுகளின் பலத்தையும் பலவீனத்தையும் என்னால், பிரித்துப் பார்த்து உணரமுடிகிறது.

அவர் கண்ட கனவுகளில் ஒன்றை இங்குச் சொல்லலாம். கொஞ்சம் சுணங்கிப்போனால் பத்திக்கை பிடித்து நினை விறைக்கும் கை என்ன சிவந்தா போகப்போகிறது.

ஒரு கொசுவாம். அது பறக்கின்ற கப்பலாகியதாம். அதில் எனது மூத்தவாப்பா ஏறிப்போய் ஒரு பலாமரத்தில் நின்றாராம். அந்த மரத்தில் இரண்டு பலாப்பழங்களாம். அதில் ஒன்று பழுத்து மணத்ததால், அதை அவர் கையில் பிடிக்க, உள்ளே இருந்த கொட்டைகள் உதிர்ந்து மணலாகி, ஒரு கடற்கரை

யானதாம். அந்தக் கடற்கரையில் ஒரு தோணியாக மூத்தம்மா வின் "கொண்டைக்குத்தி" மீன் பிடித்துக் கொட்டிக் காத்துக் கிடந்ததாம். எல்லாம் நெத்தலிமீனாம்!

இந்தக் கனவு, என்ன அழகான கனவு! மூத்தம்மாவின் "கொண்டைக்குத்தி" மீன் பிடிக்கிறதாம் ஒரு தோணியாகி!

அப்போது பெண்கள் தங்கள் சடைத்த கொண்டைகளில் "கொண்டைக்குத்திகள்" தான் ஏற்றுவார்கள் அவிழாமல், காது குடையக் காதுக்குடும்பி.

அந்தக்காலத்தில் கனவுகண்டவன் எவ்வளவு பசுமையாகப் படுத்துத் தூங்கியிருக்கிறான்!

இப்போது காண்பது எல்லாம் பேய்க்கனவு, எலும்புக் கூடும் பிணங்களுமான கழுகுக்கனவு. அதிலும் கவிஞர்கள் அவிந்த நகங்களையும், அழுகிய விரல்களையும் ஒரு மண்டை யோட்டுக்குள் போட்டுக்காய்ச்சும் ஆளையாள் பின்பற்றும் "காப்பிக்கனவு".

நமது கவிஞர்கள் இப்போது பிள்ளைகளைத் தூக்கிக் கொஞ்சுவதே இல்லை. ஏன், இவர்களுக்கு மூக்கு இல்லையா! இருந்திருந்தால் தம் குழந்தைகளுக்கு இட்ட முத்தம் பற்றி யெல்லாம் பாடியிருப்பார்களே!

வறுத்த ஓட்டைப்போல் காய்ந்து விட்டது நமது கவிஞர் களின் உள்ளம். மண்டை ஓட்டை விட்டால் ஒரு வாழைக்காய் கூட இவர்களுக்குச் சாப்பாடாய்க் கிடையாது. கவிஞனின் மனம் "குருவி" என்ற காலம் போய்விட்டது. இப்போது அது வெறும் மயிர்கொட்டிப்புழு. தினம் நெஞ்சுக்குள்ளேயே ஒட்டிப் படுத்துப் பூவரசு இலை அரிக்கிறது.

சில்லெனப்பாஞ்சானின் காதல் இளவரசன் "மைனர் மச்சான்". அப்போது மைனர்மச்சானும் ஒரு முற்போக்கு வாலிபன். அப்போது உள்ளவர்கள் எல்லாம் கைக்கடிகாரங் களைத் தங்கள் முழங்கைக்குச் சற்றுப் பணிவில் கட்டும் போது அதைத் தாராளமாக வழியவிட்டு மணிக்கட்டிலேயே கிடக்கச் செய்தவன் மைனர்மச்சான்தான். அடிக்கடி அவன் கால்ச்சட்டையும் மாட்டிக்கொண்டு திரிந்ததுமல்லாமல், இடைக்கிடை கறுப்புக் கண்ணாடியும் அணியத்தொடங்கினான். ஊரிலுள்ளவர்களுக்கு இவர்களின் காதல் பெரும் அவலாக இருந்தது.

சில்லெனப்பாஞ்சானை ஊரைவிட்டுத் துரத்தவேண்டும் என்றெல்லாம் அப்போதைய சமூகத்தவர் கொதித்தனர்.

மைனர் மச்சானுக்கு அவள் கடிதம் எழுதுவது மாத்திர மல்லாமல், கப்பல் பார்த்த இடத்தில் நின்று இருவருமாகப் புகைப்படம் எடுத்த கதையும் பெரிதாக அடிபட்டது.

ஒருநாள், ஊரே இவர்களைச் சேர்த்து வைத்தது மாதிரி இருவரும் எங்கென்று தெரியாமல் ஓடிப்போய் விட்டனர். ஊர் அப்போதும் நிம்மதியாய்த் தண்ணீர் குடிக்காமல், கிடந்து கொந்தளித்தது.

சில்லெனப்பாஞ்சானின் சேலைத்தலைப்பில் இருந்த புள்ளிகள் கூட எனக்கு இப்போதும் ஞாபகமிருக்கிறது. ஒரு நாள் அவளது குதிகாலில் பித்தம் வெடித்திருந்ததைக் கண்ட யாரோ, "இது என்னடி பொடிச்சி பித்தம், அடிக்கடி மாங் காய் திங்கிறாயா?" என்று கேட்டதற்கு, அவள் அறைந்து அனுப்பிய அறையை வாங்கிவந்த பெண் தான் இறக்கும் வரை அதைச்சொல்லிச் சொல்லிக் காலத்தைக் கழித்தாள்.

அனேகமான பெண்களுக்கு எங்குப் போனாலும் மாங் காயின் எண்ணமும், களிமண்ணின் சந்தேகமும்தான். இப் போது யோசித்துப்பார்த்தால் சில்லெனப்பாஞ்சான் அப்படிப் பெரிய குற்றமொன்றும் புரியவில்லை. அவள் உரிமையை அவள் சரியாகப் பேணியிருக்கிறாள் போலத்தான் படுகிறது.

அவள் தனது நகத்திற்கும் உதட்டிற்கும் சாயம் அடித்தது பிழையா!

இன்று எத்தனை மணிகள் அதில் குளிக்கிறார்கள்!

எந்தக் குருவியும் தனது ஓட்டை உடைத்துப் பறந்தால் தாய்க்குச் சந்தேகம்தான். அது தானாக உடையும் வரை காத்திருக்கப் புதுமைப்பட்சிகளுக்கும் பொறுமையில்லை.

இங்கு இரு தரப்பும் பிழை விடவே இல்லை. பூமி இப்படித்தான் உருள்கிறது.

அப்போது சிக்குண்ட கப்பல் மெல்ல மெல்ல நீருக்குள் புதைந்து அதன் கொம்பு கூடத் தெரியாதபடிக்கு மறைந்து போனது. கப்பலுக்குக் கொம்பு இருப்பதால்தான், சற்றுத் தலைகனத்துத் தம்பட்டம் அடித்துத்திரிபவர்களையும் "கப்பல்" என்கிறார்களா! அது எத்தனையோ வருடங்களுக்குப்பிறகு, கிழடாகி விழுந்த ஒரு மனிதனின் கொடுப்புப்பல்லைப்போல, அண்மையில் நிகழ்ந்த சுனாமி அனர்த்தத்தின்போது தெரிந்து, இறந்து. கடல் வற்றி அது ஊருக்குள் சற்று நேரம் வந்து நின்றதால்.

என் நினைவுகளே நீங்கள் எங்கெல்லாம் போகிறீர்கள்! நான் வந்து பத்திக்கை பிடித்தவுடன் எத்தனை திக்குகளில் தாவுகிறீர்கள்!

சில்லெனப்பாஞ்சானும் மைனர்மச்சானும் பல்லாண்டு வாழ்க என்று வாழ்த்தத் தெரியாத என் வயதில்,

அவர்கள் வாழ்ந்தார்களோ, அல்லது மாண்டுதான் போய்விட்டார்களோ என்பதெல்லாம் எனக்கு இதுவரைக்கும் தெரியாது.

ஆனால் எனக்கு ஒன்று தெரியும். நான் அந்தப் பசிய காலத்தைவிட்டும் மாண்டு மடிந்து வெறும் பாலைவன மொன்றில் ஆவியாக அலைந்து திரிகிறேன்.

மைனர் மச்சான் முடி வாரும் அழகு இன்னும் என் கண்ணுக்குள் இனிக்கிறது. அவர் போனால், போன வழியெல் லாம் ஒரு வாசம்!

சில்லெனப்பாஞ்சான் தலையில் எப்போதும் ஒரு மல்லிகைப்பூ!

எனக்கு இந்த இருவரையும் பிடிக்கும். இன்றும் இந்த இருவரும் எனது புதுமையின் புள்ளிமான்கள்.

அவர்கள் உடம்புக்கு, அவர்கள் உயிரோடு இருந்தால் வயதேறி இருக்கும். மனங்கள் நிச்சயமாக இப்போதும் அருவியாகவே பாயும்.

எங்கு துள்ளுகிறார்களோ! நினைக்க, என் நெஞ்சம் விம்முகிறதே! அவள் கொண்டைமயிர் சிக்கி அடைத்தது மாதிரி இருக்கிறது என் தொண்டை.

❖

கண் இருப்பது மூடத்தானே

தனது மகள் சில்லெனப்பாஞ்சான் தலைமறைவாகியதில் இருந்து வைரக்கிழவரும் வாடி வதங்கிப் போனார். முன்னரெல்லாம் எந்த நேரமும் முகம் மலர்ச்சியுற, அதற்கேற்றாற்போல வெற்றிலை பாக்கையும் குதப்பிக்கொண்டு, யாரையாவது கிண்டல் செய்து சிரித்தபடியே மரம் அறுத்து வந்த வைரக்கிழவருக்கு இப்படி ஒரு சோதனை வரும் என்று அவர் நினைத்திருக்கவில்லை. தனது ஆத்திரத்தைத் தணிக்க அவர் மைனர்மச்சானின் வீடு தேடிச்சென்று அவனது பெற்றோரிடமும் ஏசித் தனது கோபத்தைக் குறைத்துக்கொண்டார் என்பதை விட மேலும் அதிகரித்து வந்தார் என்பது தான் மெய்.

மைனர்மச்சானின் தந்தை "மஞ்சல்சோறு" வைரக்கிழவருக்கு வாங்கு வாங்கென்று வாயால் வாங்கியதுமல்லாமல் "எண்ட புள்ளையை ஒண்ட ஆண்மாரிதான் மசக்கிப்போட்டாள்" இந்த வெஷயத்தத் தொட்டு இன்னும் ஒருதரம் எண்ட வளவுக்க வந்தா இந்தத் துலாக்கால்ல கட்டி நல்ல சாப்பாடு தெருவன் எண்டு எச்சரிக்கையும் பண்ணிவிட்டான்.

வைரக்கிழவருக்கு அன்றிலிருந்து பல நாட்களாகக் காய்ச்சல் அடித்துக் கொண்டிருந்தது. இடைக்கிடை வயிறும் குழம்பிப் புக்கை புக்கையாகச் சக்கையும் போனது. மஞ்சல் சோறு வாயால் அடித்தால் பரவாயில்லை தாங்கிக்கொள்ளலாம். சில நேரம் ஆத்திரம் கூடி நம் வீட்டுக்கு வந்து "பீ" முட்டி அடித்தான் என்றால் என்ன பண்ணுவது? என்ற யோசனைதான் அடிக்கடி வந்தது.

அது யோசிக்க வேண்டிய விஷயம்தான். மஞ்சல் சோறு அப்படிப்பட்ட ஆளும்தான். அவன் கண்ணில்

தூசி விழுந்தாலும் அந்த இடத்திற்கு உடனடியாகத் தன் சினம் தீர்க்கும் "தீர்த்தமான" பீ முட்டியைக்கொண்டு அடிப் பதில் கை தேர்ந்த ஒருவன்தான் மஞ்சல்சோறு. சமூகம் சும்மாவும் அவனுக்குப் பட்டப்பெயர் சூட்டவில்லை. காரணத் தோடுதான் மஞ்சல்சோறு என்று நாமம் வழங்கியிருக்கிறது.

வைரக்கிழவர் உண்மையாகவே பயந்துவிட்டார். காய்ச்சல் அடங்காமல் போக, கடற்கரைப்பள்ளி மோதினாரைக் கூட்டிவந்து தண்ணீர் ஓதிக் கழுவினார்.

அப்போதெல்லாம் பிள்ளை பயந்தால், அல்லது தமக்கு ஏதாவது மனதில் ஐயப்பாடு வந்தால் அனைவரும் கடற் கரைப்பள்ளி மோதினாரைத்தான் நாடுவது வழக்கம். அவர் ஒருதடவை தண்ணீர் ஓதிக்கொடுத்தால் எல்லாம் சரியாகி விடும் என்ற நம்பிக்கை அன்று வாழ்ந்த எல்லோர் மனதிலும் தழைத்து நின்றது.

எனக்கும் அப்போது கண்பட்டுக் கை கால் எல்லாம் புண்ணாய் வலித்தால், மூத்தம்மா ஒரு "ஏனத்தில்" தண்ணீர் எடுத்து வரச்சொல்லி, அதை ஒரு தரம் முகர்ந்து விட்டுத் தருமாறு கேட்டு, ஓதித்தருவா. நான் அதைக் குடித்துவிட்டு முகத்தையும் கழுவுவேன். மூத்தம்மா தண்ணீரை ஓதும்போது பலமாகப் பல தடவைகள் கொட்டாவி விடுவா. கொட்டாவி பறந்தால்தான் கண்பட்டுள்ளதென்று அர்த்தமாம்.

சில நாட்களின் பின் வைரக்கிழவருக்கு உடற் காய்ச்சல் குணமாகிவிட்டது. மனக்காய்ச்சல் அதிகரித்தபடியேதான் இருந்தது. இப்போதெல்லாம் அவர் மரம் அறுக்க வருகின்ற அழைப்புக்களை அவ்வளவாக ஏற்றுக்கொள்வதில்லை. "கஸ்டப்பட்டு உழைத்து என்ன பயன்" என வெளிப்படை யாகவே அவர் சொல்லிச் சலித்தார். தன் மகள் ஒரு கொண்டைச் சேவல் போல அடிக்கடி கனவில் வருவதாக வருத்தப்பட்டார்.

அப்போது எங்கள் வீடு உட்பட அனைவரது வீடுகளும் வைரக்கிழவரின் கையால் அறுக்கப்பட்ட மரத்தினால்தான் கூரை அமைக்கப்பட்டிருந்தன. இப்போது காளான் முளைத் திருப்பதைப்போலத் தோன்றியிருக்கின்ற மர ஆலைகள் அப்போது இல்லை. வீட்டிற்கு மரம் தேவைப்பட்டால் அதனை வாங்கி வளவில் போட்டுவிட்டு வைரக்கிழவரைத்தான் அப்போது நாடவேண்டும். மரம் அறுப்பதில் ஒரு நிபுணர்தான் அவர். வைரக்கிழவரின் மரம் அறுக்கும் "தத்தியும்" பெரியது. பதினைந்து பதினாறு பேர் அவரிடம் தொழில் செய்தனர்.

அவர்கள் மரம் அறுப்பதென்றால், முதலில் ஒரு பெரிய குழி தோண்டுவர். அதற்கு மேலே அறுக்கவேண்டிய மரத்தைக்

கிடத்தி, குழிக்குள் நின்றபடி இருவர் வாள்விட, வைரக்கிழவர் தான் மரத்திற்கு மேல் நின்று தன்னந்தனியாகப் போட்டிக்குப் பதில் வாள் விடுவார். அப்போது அவர் விடும் ச் . . . ச் . . . என்ற மூச்சுக்கு வாளில் ஒட்டி வருகின்ற மரத்தின் சோறு நாலு முழத்திற்கு மேலால் பறந்தபடி இருக்கும்.

அப்படிப்பட்ட வைரமான மரங்கள் இப்போது எங்கும் கிடைக்காது!

எங்கள் வீட்டிலும் வைரக்கிழவர் பல தடவைகள் மரம் அறுத்திருக்கிறார். அவர் அறுக்கும் போது கொட்டும் மரத்தூளை நான் கை கொடுத்து வாங்கி என் மூக்கில் வைத்து முகர்ந்திருக்கிறேன். பச்சை மரத்தின் மணம் அற்புதமானது!

அப்போது வைரக்கிழவர் இறங்கிநின்றால் என்னைப் பகிடிக்குத் துரத்துவார். சில நேரம் நான் அவர்கையில் பிடிபட்டால், பேரன் . . . பேரன் . . . எனச் சொல்லிச் சொல்லி என் நெஞ்சின் இரு பக்கமும் கிள்ளிக் கிள்ளி என்னைக் கூச்சப்படுத்துவார்.

வைரக்கிழவரின் வழமை இதுதான். அவர் ஒரு செல்லக்கிழவர். அனேகமான பையன்களுக்கு அவர் மார்பில் கிள்ளியிருக்கிறார். அதற்காக நாங்கள் அவரைக்கண்டால் "பால்நொள்ளி" வருகிறார் என்று கத்திக் கொண்டு ஓடுவோம். இப்படிப் பல கிழவர்கள் அந்த நாளில் இருந்தார்கள். இதில் "அரிக்கன்லாம்பர்" விஷேசமானவர். இவர் எங்களின் நெஞ்சில் கிள்ளி மகிழ்வதோடு மட்டும் நிற்கமாட்டார். கீழும் மேலுமாக எங்கெல்லாமோ தட்டுவார். விடு அப்பச்சி, விடு என்றால் விட்டுவிட்டுத் தன் பொக்கை வாயால் சிரிப்பார்.

எத்தனை கிழவரைத்தின்று எத்தனை மனிதரைக் கிழவனாக்கிவிட்டது இந்த மண்!

உண்மையாக இதனை எழுதும்போது எனக்கு விம்மலும் தும்மலுமாக வந்து வந்து போகின்றன.

என்ன அன்பான கிழவர்கள் அவர்கள்! எந்தக் கெட்ட உணர்வுமின்றி எங்களைச் சீண்டிச் செல்லமாக இனிமை யூட்டிய மகான்களல்லவா அவர்கள்! அவர்களிடம் கள்ளத் தனம் கிடையாது. காமம் இல்லை. அவர்களிடம் இருந்த தெல்லாம் குதூகலமும் குறும்பும்தான். எங்களை அவர்கள் செவ்வந்திப்பூக்களாகத்தான் பார்த்தார்களே தவிர, "சாத்தானாக" அவர்கள் மாறவில்லை.

அப்படியொரு வயதுத் தாத்தாவைப் பார்க்க இப்போது எத்தனை ஆசையாக இருக்கிறது! இருக்கிறார்களா இல்லையே! வழுக்குத் தலை, கூன்விழுந்த தோற்றம் என்று ஒரு கிழவன் இப்போது ஊரில் இல்லை. நஞ்சுண்ட நாக்குளி போலப் படபடவென மனிதன் நாற்பதில் ஐம்பதில் சாகத் தொடங்கிய பிறகு கிழவர்கள் இங்கு உருவாகுவார்களா!

காலம் அப்படிக் கெட்டுப்போய் விட்டது. சிறு குழந்தைக்கும் இப்போது "சீனிவியாதி" எல்லோர் கையிலும் இப்போது பொழுதுபட்டால் "பாண்". யார் வாயைத்திறந் தாலும் உணவுக்கட்டுப்பாட்டுச் சமாச்சாரம்தான்.

இப்போது உள்ளவனைப்போல அந்தக் காலத்தில் வாழ்ந் தவன் உணவுக்கட்டுப்பாடு, குடும்பக்கட்டுப்பாடு என்றெல் லாம் பேணவில்லை. பெற்றாலும் பதினாறு பெற்றான். உண்டா லும்; ஓர் இறாத்தல் சீனியைத் தலைகீழாய்க் கொட்டி ஒரு சட்டித்தயிருடன் சோறு கரைத்து விழுங்கினான்.

என்னையாவது ஒரு கிழவனாக்கி வருங்காலக் குழந்தைகளின் மார்பு கிள்ளி மகிழ்விக்கும் பாக்கியத்தைத் தா ஆண்டவனே!

இப்படியான ஓர் ஆசை கூட வைரக்கிழவருக்கு இருக்க வில்லை. அவருக்கு இருந்த ஆசையெல்லாம் தன் மகளான "சில்லெனப்பாஞ்சானை" நல்ல ஒருவனுக்குக் கட்டி வைத்துவிட வேண்டுமென்பதுதான்.

என்ன செய்வது சில சிட்டுக்குருவிகள் தாய்தகப்பனின் கைவிரல் இடவலினால் பறந்துதான் விடுகின்றன.

உள்ளத்தால் உடைந்து தன் நிலையில் இருந்து மெல்ல மெல்ல அழிந்து போய்க்கொண்டிருந்த வைரக்கிழவர் ஒரு நாள் – ஒரு வெள்ளிக்கிழமை தன் கண்ணை மூடிவிட்டார்.

கண் இருப்பது மூடத்தானே!

❖

சொல்விளக்கம்

பொன்னாலே புழுதிபறந்த பூமி

கத்னா	:	விருத்த சேதனம்
சொக்கில்	:	கன்னத்தில்
மௌத்தாகிப்போன	:	மரணமாகிப்போன
செப்பம்	:	அழகு
இழைப்பு	:	பின்னுதல்
சொண்டங்கீரி	:	ஒருவனின் பட்டப்பெயர்

வழுதிலங்காயில் புள்ளி

வழுதிலங்காய்	:	கத்தரிக்காய்
உசுப்பிராணி	:	மனிதப்பிறவிகள்
மூட்டாங் கயிறு	:	பெரிய கயிறு
தோதான	:	பொருத்தமான
வட்டியலில்	:	வாசலில்
மத்தியானம்	:	மதியம்
சூத்தாம்புட்டி	:	மனிதனின் இருக்கைப் பகுதி
ஒரு சாதிப்படங்கள்	:	கெட்ட படங்கள்
குல்லி	:	பக்திமான்
உன்னுவது	:	விசை கொடுப்பது
நழத்தி	:	செல்லமாகக் கோழிகளை அழைத்தல்
தன் மூப்புக்கு	:	தன் விருப்பத்திற்கு
என்னை மதித்து	:	என்னை அறிந்து
சாப்பு	:	வரவேற்பறை

நெஞ்சில் ஊரும் எலிகள்

கிரந்தி	:	சொறிந்து நீர் வடியும் வியாதி
ஓடாவி	:	தச்சன்
குத்பா	:	முஸ்லிம்களின் வெள்ளிக்கிழமை மதியத் தொழுகை
புடுக்கு	:	கணக்கிலெடுக்காத ஒன்று

அதவுகிதவு	:	ஒழுக்கம்
நிக்கநிறுத்தல்	:	ஒழுங்குபடுத்தல்
மருள் மாசாலை	:	இழிகுணம்

வெறுவாய்க்கேடு வாசலிலே படுக்கிறது

கெழிக்கின்ற	:	போடுகின்ற
மரைக்கார்	:	நம்பிக்கையாளர்
சுவாதம்	:	உஷ்ணத்துடன் கூடிய ஒரு பெண் நோய்
திராய்	:	ஒரு வகை வயற்கீரை (கசப்பானது)
கூனி	:	ஒரு வகை நன்னீர் உணவு (இறால் போன்று சிறியது)
சோனி	:	முஸ்லிம்
கெப்பர்	:	பெருமை
பொண்டுகள்	:	பெண்கள்
மசண்டை	:	முன் இரவு
அரம்	:	கத்தி தீட்டும் ஓர் ஆயுதம்

இப்போது உள்ளவள் கீரை நாக்கு

ஹறாம்	:	கூடாதது
துள்ளுமா	:	மாவால் பிடித்த ஒரு பிடி அளவு
குஞ்சுப் பொட்டி	:	சிறிய பெட்டி
நாக்குளிப்புழு	:	மண்புழு
பச்சவடம், முறிச்சோமன்	:	அக்காலப் புடவைகளின் பெயர்
சப்பட்டை	:	நசிந்த பாடமான
சாமான் சக்கட்டு	:	பொருள் பண்டம்
துறட்டிக்கம்பு	:	உயர்ந்த மரத்தில் காய் ஆய உதவும் கம்பு
அயாத்து	:	வாழ்க்கை
அத்தம்	:	கடன்
சுன்னத்துக் கலியாணம்	:	கத்னா வைபவம்

அவல் ஒரு கொத்து என்ன விலை மச்சி

முஸீபத்து	:	கஸ்டம்
கலட்டிக்காய்	:	முற்றாத தேங்காய்
தயிர்ப்பேணி	:	தகரத்தில் ஊற்றிய தயிர்
குஞ்சும் குராலும்	:	சிறியதும் பெரியதும்
அத்தைக் கொருக்கால்	:	இடைக்கிடை

வண்டப்பம்தான் ஊருக்கு அழகு

வட்டை	:	வயல்
மிதிவடி	:	மரத்தாலான பாதணி
பத்திரக்கொத்து	:	வேப்பங்குழை

புணையல் புணையல்	:	சோடி சோடி
செப்பு	:	அன்பளிப்பு

மீன்களுக்குச் சிலை வைத்தால் நாறவா போகிறது

தாராப்புட்டி	:	வயலின் நடுவில் பரண் கட்டும் இடம்
காக்கா	:	மூத்த சகோதரன்
கத்திக்கொக்கை	:	துறட்டிக்கம்பு

எனது ஊர் என்ற கொய்யா மரம்

பூணாரம்	:	ஆபரணம்
காலாக	:	முறையாக
கம்மாலை	:	தொழிற்கூடம்
சுணங்கி	:	தாமதித்து

தொட்டுக்கொள்ளக் கொஞ்சம் சுண்ணாம்பும்

கறுத்தக்கொழும்பான்	:	மாம்பழவகைகளில் ஒன்று.

திருந்தாத சனங்கள்தான் இந்த உலகத்தின் செங்கல்

சிரங்கு	:	புண்

காலம் சுட்டுத்தின்ற கடற்கரைக் கருவாடு

கரணை	:	காலில் அணியும் ஓர் ஆபரணம்
மின்னி	:	காதில் அணியும் ஓர் ஆபரணம்
வெடுக்கு	:	நாற்றம்

கடலே கடலே எனக்கு ஒரு சைக்கிள் வாங்கித் தா

கொல்லைக்குப்போக	:	சிறுநீர் கழிக்க
இடுக்கில்	:	கக்கத்தில்
ஓறுப்புக்கு	:	தட்டுப்பாட்டுக்கு

கோழிப்பண்ணைகள் காற்றோட்டமானவை

அலம்பல்	:	சிக்கல்
படிக்கம்	:	வெற்றிலைச் சாற்றைத் துப்பும் பாத்திரம்
அப்புக்காத்தர்	:	சட்டத்தரணி
கலாதியானது	:	மகிழ்ச்சியானது

இதற்குத்தானடியம்மா உன்னை மனைவியென்பது

சிறுவால்	:	நீளமும் இல்லாத கட்டையும் இல்லாத நடு நிலைக் காற்சட்டை.
புல்லுக்குட்டி	:	பெரிய தடியால் ஒற்றிச் சிறிய தடியை அடிக்கும் விளையாட்டு.
தத்தி	:	அணி
பம்பலாக	:	அதிகமாக
காசுபுறித்தல்	:	காசு பகிர்தல்

பாத்திகா	:	பிரார்த்தனை
முட்டாசு	:	மிட்டாய்
கொல்லைக்கும்போனது	:	சிறுநீர்போனது
அழுந்தியது	:	வருந்தியது
துனியா	:	பூலோகம்

மஞ்சவணா மரத்தில் ஒரு நூல்

மூளத்தெரியாது	:	மீட்கத்தெரியாது
துவாலை	:	மாதாந்தத் தொடக்கு
பொதுவை	:	எல்லையை
அங்கம்	:	தூக்கும் பிசாசு
பொட்டுக் குளிசை	:	புடவைப் பெட்டிக்குள் போடும் மருந்து.
கந்து	:	கிளை
வாலயமாகி	:	கை வந்து, பழக்கமாகி

புல்லடையும் பூக்கானும்

வாங்குகளில்	:	இருக்கையில்
கொள்ளி	:	விறகு
பூக்கான்	:	தேங்காய் பறித்தபின் மிஞ்சும் நெட்டி
முறுகசாதி	:	மிருகம்
கக்கத்தில்	:	இடுக்கில்
கடியன்	:	எறும்பு

என் தொண்டைக்குள் அவள் கொண்டை மயிர்

கச்சான் கொட்டை	:	நிலக்கடலை
கத்தம்	:	முஸ்லிம்கள் மரணித்த பின் நிகழும் சடங்கு.
குறுக்கு	:	ஒரு பருவம் முட்டையிட்டு அடுத்த பருவம் ஆரம்பமாகும் வரை கழிக்கும் இடைக்காலம்.
கொண்டைக்குத்தி	:	பெண்கள் கொண்டைகளில் இடுக்கும் உபகரணம்

கண் இருப்பது மூடத்தானே

மோதினார்	:	பள்ளிவாசல் பணிகள் புரிபவர்
ஏனத்தில்	:	பாத்திரத்தில்
தத்தியும்	:	குழுவும்
பகடிக்கு	:	கிண்டலுக்கு
பேரன் / அப்பச்சி	:	ஓர் உறவு முறை
நாக்குளி	:	மண்புழு
சீனிவியாதி	:	சர்க்கரை நோய்

www.ingramcontent.com/pod-product-compliance
Lightning Source LLC
LaVergne TN
LVHW100817051026
849519LV00006B/2105
* 9 7 8 9 3 8 0 2 4 0 6 0 2 *